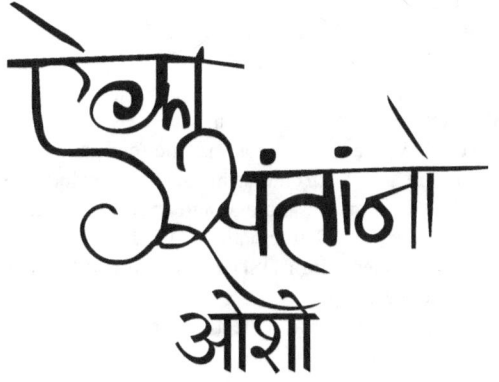

ऐसा पंतांनो

ओशो

अनुवाद
प्रज्ञा ओक

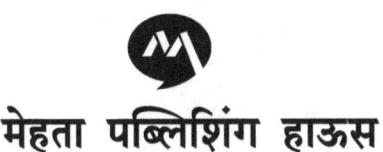

मेहता पब्लिशिंग हाऊस

Aika Santano by OSHO

'Aika Santano' is also available as a electronic edition

ISBN 978-81-907791-1-1
This book is a translation, in Marathi, of (Chapters 1 to 5) 'Suno Bhai Sadho', a series of original talks by Osho, given to a live audience. All of Osho's talks have been published in full as books, and are also available as original audio recordings. Audio recordings and the complete text archive can be found via the online OSHO Library at
www.osho.com/library
Translated in Marathi language by Pradnya Oak

Aika Santano / Osho

ऐका संतांनो / वैचारिक

अनुवाद : प्रज्ञा ओक, १७३३ सदाशिव पेठ, महेश रेसिडन्सी, टिळक रोड, पुणे – ४११ ०३० ✆ ०२०-२४४७३०६१

मराठी अनुवादाचे व प्रकाशनाचे हक्क मेहता पब्लिशिंग हाऊस, पुणे.

प्रकाशक : सुनील अनिल मेहता, मेहता पब्लिशिंग हाऊस, १९४१ सदाशिव पेठ, माडीवाले कॉलनी, पुणे – ४११ ०३०.

मुखपृष्ठ : फाल्गुन ग्राफिक्स

प्रकाशनकाल : जानेवारी, २००९ / ऑक्टोबर, २०१० / पुनर्मुद्रण : जून, २०१७

P Book ISBN 9788190779111

E Books available on : play.google.com/store/books
m.dailyhunt.in/Ebooks/marathi
www.amazon.in

अनुक्रमणिका

सूत्र

माया महाठगिनी हम जानी ।
निरगुन फांस लिए डोलै, बोलै मधुरी बानी ॥
केसव के कमला होइ बैठी, सिव के भवन भवानी ।
पंडा के मूरत होइ बैठी, तीरथ हू में पानी ॥
जोगि के जोगिन होइ बैठी, राजा के घर रानी ।
काहू के हीरा होइ बैठी, काहू के कौड़ी कानी ॥
भक्तन के भक्ति होइ बैठी, ब्रह्मा के ब्रह्मानी ।
कहै कबीर सुनो भाई साधो, यह सब अकथ कहानी ॥

प्रवचन पहिले

माया महाठगिनी हम जानी

कबीर हे एक अलौकिक व्यक्तिमत्त्व आहे. प्रत्येक मनुष्यासाठी कबीर म्हणजे आशेचा किरण आहे, कारण कबीरांपेक्षा आणखीन सामान्य मनुष्य सापडणं कठीण आहे. कबीर जर परमात्मस्वरूपी पोहोचू शकतात तर मग सगळेजण पोहोचू शकतात. कबीर हे पूर्णपणे अडाणी आणि गावंढळ आहेत, निरक्षर आहेत. त्यामुळे शिक्षणाचा सत्याशी काहीही संबंध नाही, हे त्यांच्या चरित्रावरून लक्षात येतं. ते हिंदूंच्या घरी जन्मले का मुसलमानाच्या घरी जन्मले, याचा काहीही ठावठिकाणा नाही. त्यामुळे जातीपातीचा परमात्म्याशी काहीही संबंध नाही, हेही यावरून लक्षात येतं.

कबीर आयुष्यभर एक विणकर गृहस्थ म्हणून जीवन जगले. कपडे विणायचे आणि विकायचे हा धंदा करत राहिले. घरदार सोडून हिमालयात गेले नाहीत. त्यामुळे त्यांनी हेही दाखवून दिलं की परमात्मा तुमच्या घरी येऊ शकतो, त्यासाठी हिमालयात जायची गरज नाही. कोणत्याही गोष्टीचा त्याग न करता त्यांनी सर्व काही प्राप्त करून घेतलं. त्यामुळे काहीतरी मिळवण्यासाठी काहीतरी त्यागावं लागतं, हे विधानही त्यांच्या चरित्रावरून खोटं ठरतं.

कबीरांच्या जीवनात वैशिष्ट्यपूर्ण असं काहीही नाही. कारण वैशिष्ट्यपूर्णता हा अहंकाराचा अलंकार होऊ शकतो, पण आत्म्याचा नाही. ते आत्म्याचं सौंदर्य होऊ शकत नाही.

कबीर धनवान नाहीत, ज्ञानी नाहीत, विद्वान नाहीत, सुशिक्षित नाहीत किंवा सुसंस्कृतही नाहीत. त्यामुळे कबीरांसारख्या सामान्य मनुष्याला जर परमज्ञान होऊ शकतं, तर तुम्हाला का नाही होणार? तुम्हाला निराश होण्याची गरज नाही. म्हणूनच सामान्यांसाठी कबीर म्हणजे आशेचा किरण आहेत.

बुद्धांनी जे प्राप्त करून घेतलं ते तुम्ही करून घेऊ शकाल असं मुळीच नाही. बुद्धांचं व्यक्तिमत्त्व सामान्यांना समजायला अवघड आहे, कारण बुद्धांचं जीवन हे संपूर्णपणे निराळं आहे. त्यांनी प्राप्ती करून घेण्यासाठी ज्या ज्या गोष्टी केल्या त्या सामान्य जनांसाठी कठीण आहेत. बुद्ध सम्राट होते. त्यामुळे सम्राटानं धनसंपत्तीचा त्याग केला तर आश्चर्य नाही. कारण ज्या माणसाजवळ सगळं काही असतं त्याला त्यातला फोलपणा समजून आलेला असतो; परंतु धनाचा त्याग करणं हे गरिबांसाठी महाकठीण असतं. कारण ज्याच्याजवळ काहीच नाही त्याला त्यातली व्यर्थता कशी समजणार? बुद्धांना ते समजू शकलं पण तुम्हाला ते समजणार नाही. कारण अमुक एक गोष्ट निरर्थक आहे हे समजून येण्यासाठी त्या गोष्टीचा कमीतकमी अनुभव तर यायला पाहिजे? धन हे व्यर्थ आहे हे तुम्हाला कसं कळणार? तुम्ही कायम झोपडीत राहिलात, तर महालामध्ये आनंद नाही हे तुम्हाला कसं कळणार? आणि तसं तुम्ही जरी म्हणालात तरीही त्या म्हणण्यात तुमच्या हृदयाचा आवाज नसेल. दुसऱ्यांकडून फक्त ऐकलेलं ते तुम्ही बोलणार!... परंतु अंतर्यामी तुम्ही धनाला कवटाळलेलं

असणार!... त्यामुळे बुद्धांना समजून घेण्याचं म्हणाल तर हातपाय गाळून बसाल.

बुद्ध म्हणतात की स्त्रियांमध्ये हाडामांसाशिवाय दुसरं काहीही नाही. कारण अनेक सुंदर स्त्रिया त्यांना उपलब्ध होत्या. म्हणूनच ते असं म्हणू शकले. पण तुम्ही फक्त चित्रपटाच्या पडद्यावरच त्या पाहता. सुंदर स्त्रिया आणि तुम्ही यामध्ये मैलोंगणती अंतर आहे... त्या स्त्रिया दूर पडद्यावर असल्यामुळे तुम्हाला त्या अतिशय मोहक वाटतात, तुम्ही सगळं सोडून त्यांच्या प्राप्तीसाठी धडपड करता. कारण तुम्हाला वाटत असतं की ते प्राप्त झालं नाही तर जीवन व्यर्थ आहे म्हणून! परंतु तुम्हाला हे कळत नाही की ज्याच्या प्राप्तीसाठी आपण जीवन व्यर्थ घालवतोय तेच मुळी व्यर्थ आहे!... अर्थातच हे समजून यायला खूप मोठी मन:शक्ती हवी.

कबीर गरीब होते; परंतु त्यांच्याजवळ सखोल विचार होते. त्यामुळे 'अनुभवाशिवाय' ते सत्य जाणत होते. निर्धन असूनही 'धन' व्यर्थ आहे हे सत्य त्यांना कळून चुकलं होतं... त्यांना एक साधारणशी पत्नी होती; परंतु सौंदर्य ही एक फक्त कल्पनाच आहे. म्हणूनच कबीरांचे विचार समजून घेण्यासाठी सखोल विचारांची बैठक पाहिजे. बुद्धांना समजून घेण्यासाठी अनुभवाची गरज आहे तशी कबीरांसाठी सखोल विचार पाहिजे...

गरिबांसाठी मुक्ती मिळवण्याचा मार्ग अतिशय अवघड आहे. अवघड अशासाठी की गरीब मनुष्याला अनुभवाची न्यूनता विचारांनी भरून काढावी लागते; ध्यानानं भरून काढावी लागते... बुद्धांप्रमाणेच तुमच्याजवळसुद्धा जर का सगळं काही असेल तर तुम्हीही सारं सोडून पळून जाल.... कारण आणखी काही मिळवण्यासारखं आता राहिलेलं नाहीये... आशा संपुष्टात आलेली आहे, वासना गळून पडल्या आहेत, भविष्यात आता निराळं काही घडेल असं नाही... महाल रिकामे झाले आहेत...

मनुष्य नेहमी महत्त्वाकांक्षेत जगत असतो... महत्त्वाकांक्षा कुठली? तर उद्याची! उद्या आणखीन चांगलं घडेल, उद्या आणखीन चांगलं घडेल... या उद्यासाठी धावत राहायचं... पण आता तर शेवटचा मुक्काम आला... आता पुढे मार्गच नाही. मग काय?... उरणार काय? तर त्याग करणं! सगळ्याचा त्याग करणं... दुसरं काय करणार? घरादाराचा त्याग किंवा आत्मघात... दोनच मार्ग शिल्लक... यातच आत्म्याची क्रांती घडणार! नाही का?... कबीरांजवळ तर महाल नव्हतेच... बुद्ध हे अत्यंत प्रतिभावान होते. जे काही श्रेष्ठ ज्ञान असेल ते त्यांना दिलं गेलं होतं. सर्व शास्त्रांत पारंगत होते, शब्दांची त्यांना देणगी होती, बुद्धी प्रखर होती. शिवाय सम्राटपुत्र होते. सगळ्या सगळ्या बाजूनं सुनियोजित असं त्यांचं पालनपोषण झालेलं होतं.

पण कबीर तर रस्त्यावर वाढले. आईवडिलांचा पत्ता नव्हता. कारण बहुधा ते

अनौरस असावेत. त्यामुळे मातेनं त्यांना रस्त्यावर सोडून दिलेलं असावं... कोणत्याही कुलीन घराण्याचं नाव त्यांच्या पाठीशी नव्हतं... जणू काही रस्त्यावरच जन्माला आले आणि रस्त्यावरच वाढले... भिकारी होणं हे जन्मापासून भाळी लिहिलेलं होतं... परंतु आश्चर्याची गोष्ट अशी की या भिकाऱ्यालासुद्धा 'धन व्यर्थ आहे' हे जाणवत होतं... मग तुम्हाला ते जाणणं अवघड आहे का? बुद्धांचा मार्ग तुमच्यासाठी अवघड आहे. बुद्धांची तुम्ही फक्त पूजा करू शकाल, पण त्यांचा मार्ग... नाही... कबीरांइतका तो सोपा नाही... फार लांब पल्ल्याचा रस्ता आहे तो. अनेक जन्मांचा प्रवास आहे तो... परंतु कबीरांचा मार्ग तुमच्यासाठी सोपा आहे. त्यांच्यात आणि तुमच्यात अंतर नाही. ते रस्त्यावर जिथे उभे आहेत... ते तुमच्याही मागे आहेत.... मग तुमच्या मागे असूनही ते जर आत्मज्ञान प्राप्त करून घेऊ शकतात, तर तुम्ही का नाही करून घेणार?... तुमच्या जीवनाचं महत्त्वाचं सूत्र फक्त कबीरच होऊ शकतात एवढं लक्षात ठेवा... म्हणूनच कबीरांना मी अद्भुत व्यक्ती समजतो... महावीर, राम, कृष्ण, बुद्ध.... हे सगळे सम्राटांचे पुत्र! महालातून आलेले... पण कबीर रस्त्यावरून आलेले आहेत. महालाशी त्यांचा काडीमात्र संबंध नाही. त्यांनी तर म्हटलेलंच आहे की हातात कधी कागद आणि शाई आलीच नाही. *मसी कागज छुओ न हाथ।*

इतका हा अडाणी मनुष्य.... सहीसुद्धा करता येत नव्हती आणि या माणसानं परमज्ञान प्राप्त करून घेतलं... म्हणूनच कबीरांच्या जीवनावरून आपल्यालाही आशा वाटते, भरवसा वाटतो... हा असा मनुष्य जर हे मिळवू शकतो, तर आपणही ते प्राप्त करू शकतो. या जगात तुम्ही स्वत: जर बिकट परिस्थितीत, नाडलेले असाल तर ते केवळ तुमच्या स्वत:मुळे आहात एवढं लक्षात ठेवा... परिस्थितीला दोष देऊ नका. जेव्हा केव्हा परिस्थितीला दोष द्यावासा वाटेल तेव्हा कबीरांची आठवण करा. तुम्हाला कमीतकमी आई-बाप तर आहेत, घर तर आहे, रस्त्यावर तर वाढला नाहीत. मग?... लिहिता-वाचता येण्याइतकं शिक्षण तुमच्याजवळ आहे, हिशोब-ठिशोब करता येतो. वेद, कुराण, गीता याबद्दल थोडीतरी माहिती आहे. अगदी महान विद्वान पंडित नसाल पण छोटे-मोठे किंचितसे पंडित तरी आहात... मग रडता कशाला? तुम्ही काय करता? अशा वेळी बुद्धांचा विचार करता... बुद्धांजवळ सगळ्या सुविधा होत्या... मी तिथपर्यंत कसा पोहोचू?... चूक. इथं कबीरांची आठवण ठेवायला पाहिजे.... बुद्धांच्यामुळे तुमचं जे मानसिक असंतुलन होतं ते कबीर एका झटक्यात जागेवर आणतात. बुद्धांपेक्षा कबीर जास्त प्रभावी आहेत. बुद्धांमुळे समाजातल्या काही थोड्या मंडळींना बोध होऊ शकतो. परंतु कबीर हा एक राजमार्ग आहे. बुद्धांचा मार्ग हा अडचणीचा मार्ग आहे, अवघड मार्ग आहे. त्या मार्गावरून अगदी थोडेच लोक जाऊ शकतात.

बुद्धांची भाषासुद्धा त्याच विशिष्ट लोकांची भाषा आहे. प्रत्येक शब्द बहुमोल आहे; परंतु तितकाच सूक्ष्म आहे. कळायला अवघड. कबीरांची भाषा तशी नाही... ते तर अशिक्षित पुरुष... त्यामुळे त्यांची भाषा ही सर्वांना कळण्याजोगी! त्यामुळेच तुम्ही जर का कबीरांना समजू शकत नसाल तर कोणालाच समजू शकणार नाहीत आणि कबीर जर तुम्हाला संपूर्ण आकलन होऊ शकले तर मग आकलन व्हायला काही शिल्लकच उरत नाही... कबीर जितके आकलन होतील तितकं तुम्हाला कळून चुकेल की बुद्धत्व हे परिस्थितीशी अजिबात निगडीत नाहीये... परमज्ञानी होणं, बुद्धत्व प्राप्त होणं हे तुमच्या आंतरिक शक्तीवर अवलंबून आहे.

या समाधी शिबिरामध्ये कबीरांच्या ज्या वचनावर मी सांगणार आहे ते वचन आहे 'सुनो भाई साधो.' कबीर आपल्या प्रत्येक वचनांमध्ये कुठे ना कुठेतरी 'साधू' या शब्दाचं उच्चारण करतात. या शब्दाचा अर्थ आधी थोडा समजून घेऊ... आणि मग पूर्ण ओळ पाहू.

मनुष्य नेहमी तीन प्रकारांनी प्रश्न विचारत असतो... पहिला प्रकार म्हणजे निव्वळ कुतूहल... उत्सुकता! लहान मुलांसारखी उत्सुकता. काहीतरी आपलं विचारायचं म्हणून विचारायचं. त्यामागे कोणतीही उत्कटता किंवा कोणताही उद्देश नसतो. उगाचच मनाचा काहीतरी चोंबडेपणा, म्हणून प्रश्न विचारला जातो. लहान मुलं कशी रस्त्यानं जाताना सहजपणे प्रश्न करीत असतात... हे काय आहे? ते काय आहे? झाडं हिरवीच का असतात– सूर्य सकाळीच का उगवतो, रात्री का नाही? इत्यादी इत्यादी... या प्रश्नांच्या उत्तरांसाठी ती थांबत नसतात... ती पुढे प्रश्न विचारतच राहतात. उत्तर मिळालं तरी ठीक, नाही मिळालं तरीही ठीक... समोर दिसेल त्यावर प्रश्न करायचा म्हणून लहान मुलं प्रश्न करत असतात.

मुलांच्या दृष्टीनं तो एक बुद्धीचा अभ्यासच असतो... जसं मूल पहिल्यांदा चालायला शिकतं... की त्यानंतर ते सारखं-सारखं चालायला बघत असतं... त्याला काही कुठे उद्देश नसतो. कुठे विशिष्ट ठिकाणी पोचायचं नसतं. त्याला कुठलं आलंय विशिष्ट ठिकाण?... आत्ता फक्त चालण्यातला आनंद घ्यायचा एवढंच त्याला पाहिजे असतं... पायानं चालता येतंय हाच त्याचा मोठा आनंद... त्या चालण्याचा कुठे पोचण्याशी मुळीच संबंध नसतो... तो फक्त चालण्याचा एक अभ्यास असतो. असंच बोलण्याचं असतं. मूल बोलायला लागतं, तोसुद्धा बोलण्याचा एक अभ्यास असतो. त्यात विशेष काही अर्थ नसतो... प्रश्न करणं जेव्हा कळायला लागतं तेव्हा फक्त प्रश्न करायला लागतं... त्यात उत्तराची अपेक्षा नसते... त्या प्रश्नात फक्त कुतूहल असतं...

तर सांगायचा मुद्दा असा की माणसांचा हा एक प्रकार असतो... लहान मुलाप्रमाणे परमात्म्याविषयी फक्त कुतूहल म्हणून प्रश्न करणं... मिळालं उत्तर तर

ठीक, नाही मिळालं तरी ठीक. शिवाय कोणतंही उत्तर मिळालं तरीही त्यांच्या रोजच्या जीवनात काहीही फरक पडत नाही. परमेश्वराला माना किंवा न माना... जीवनात फारसा फरक पडत नाही.

ही एक आश्चर्याची गोष्ट आहे की आस्तिक आणि नास्तिक या दोन्ही प्रकारच्या लोकांची जीवनशैली एकच असते. काहीही फरक नसतो. त्या दोघांचंही नुसतं जीवन बघून, रोजची वागणूक पाहून हा माणूस नास्तिक आहे का आस्तिक आहे, याचा पत्ता लागत नाही. तुम्हाला त्या माणसांना विचारावं लागतं... तुम्ही आस्तिक आहात का नास्तिक आहात. तरच पत्ता लागू शकतो... कारण त्यांच्या रोजच्या व्यवहारात अंशभरसुद्धा फरक नसतो... दोघंही तितकेच लबाड, तितकेच धूर्त, तितकेच खोटे असतात. खरं म्हणजे ईश्वराला मानणं न मानणं ही केवढी तरी मनोवृत्तीत फरक करणारी गोष्ट आहे; परंतु इथं मात्र तो फरक अजिबात दिसत नाही. दोघांबद्दलही भरवसा ठेवता येत नाही... ईश्वराबद्दल आस्था असेल तर जीवनात काहीही बदल असू नये का? वागणुकीत काही वेगळं असू नये का?... पण नाही. ते नसतंच. इथे ती आस्था कवडीमोलाची असते... तर सांगण्याचा मुद्दा असा की केवळ कुतूहलापोटी निर्माण झालेली आस्था ही बालिश असते. तिच्यात काही अर्थ नसतो.... बहुधा सगळीकडे हे अशा प्रकारचं कुतूहल असतं.

आता दुसरा प्रकार.

दुसरा प्रकार जरासा खोलवर जाणारा. कुतूहल हे थोडंसं अर्थपूर्ण झालं तर ती जिज्ञासा होते. जिज्ञासा म्हणजे फक्त प्रश्न करणं नाही तर त्यामध्ये उत्तराची अपेक्षा आहे. उत्तरासाठी शोध आहे; परंतु हा शोध बौद्धिक आहे. आत्मिक नाहीये. हा शोध विचारांचा शोध आहे... जीवनाचा नव्हे. त्यामुळे जिज्ञासा असलेला मनुष्य उत्तराच्या अपेक्षेत निश्चितच असतो. परंतु मिळणाऱ्या उत्तराचा संबंध फक्त बुद्धीशी असतो, स्मृतीशी असतो... त्यामुळे फक्त माहिती जमा केली जाते, ज्ञान वाढवलं जातं... परंतु आचरणात बदल होतोच असं नाही. जीवनात बदल होतोच असं नाही. ते ज्ञान मनुष्याला बदलवून टाकेल असं म्हणता येणार नाही... तो मनुष्य जसाच्या तसाच राहतो. फक्त जास्त माहितगार होतो इतकंच... म्हणजेच जिज्ञासा फक्त बुद्धिमत्तेतून निर्माण होत असते.

आता तिसरा प्रकार. ज्याला मुमुक्षा म्हणता येईल... ममुक्षा म्हणजे... जिज्ञासा आहे... पण ती फक्त बौद्धिक नसून जीवनाविषयी जिज्ञासा आहे. त्यामुळेच, फक्त उत्सुकता म्हणून प्रश्न विचारणं इथे होत नाहीये, तर सगळं जीवनच इथे पणाला लावलंय म्हणून प्रश्न विचारला जातोय. मिळणाऱ्या उत्तरावरच आमचा जीवनाचा सगळा मार्ग अवलंबून आहे. मिळणाऱ्या उत्तरावरच आमचा खरा मार्ग कुठे आहे, आम्ही काय करायचं आणि कसं जगायचं हे अवलंबून आहे... एक तहानलेला

मनुष्य जेव्हा विचारतो 'पाणी कुठे आहे' तेव्हा तो जिज्ञासेपोटी विचारत नसतो... भर वाळवंटात तुम्ही सापडलेले आहात, तहानेनं जीव व्याकुळ झालाय आणि तुम्ही विचारता पाणी कुठे आहे? त्या क्षणी तुमच्या शरीरातला कण न् कण हे विचारत असतो, तुमची बुद्धी नसते विचारत! त्या क्षणी तुम्हाला पाण्याची वैज्ञानिक परिभाषा नको असते, तर प्रत्यक्ष पाणी हवं असतं... पाणी म्हणजे H_2O हे झालं पाण्याचं वैज्ञानिक वर्णन... परंतु जो मनुष्य तहानलेला आहे, त्याला या स्पष्टीकरणाचा काहीही उपयोग नसतो. पाणी कसं बनतं, हा त्याचा प्रश्न नाहीये मुळी! किंवा पाणी म्हणजे काय हेही त्याला नकोय. कारण पाण्याविषयी माहिती करून घेण्यासाठी जिज्ञासेपोटी प्रश्न केलेला नाहीये, तर इथे जीवनच पणाला लागलंय. आणखी एक क्षण जरी पाणी मिळायला उशीर झाला, तर मग मरणच ओढवणार आहे. पाण्यावरच जीवन निर्भर आहे. जीवन-मरणाचा तो प्रश्न आहे.

मुमुक्षेचा अर्थ... जिज्ञासा ही गाभ्यापर्यंत पोहोचणं! आमच्यासाठी हा प्रश्न असाही नाही की ईश्वर आहे का नाही? लहान मुलासारखा, किंवा बुद्धीला पाहिजे म्हणून विचारला आपला प्रश्न... असं नाहीये. ज्याला तहान लागली आहे तो पाण्याचं स्वरूप अभ्यासातून, पुस्तकातून मिळवणार नाहीये, तर त्याला सरोवर हवं आहे. ज्याला तहान लागली आहे तो अशा ज्ञानी माणसाची अपेक्षा करतो की जे ग्रहण केल्यानंतर स्वतःची तहान भागवू शकेल. त्याला ज्ञान नको असतं तर... त्याला 'ज्ञानी' हवा असतो.

अशा तऱ्हेने मुमुक्षु हा गुरूला शोधत असतो आणि जिज्ञासू हा शास्त्राभ्यास शोधत असतो. पण कुतूहल असलेला मनुष्य मात्र कोणालाही विचारून घेत असतो.

कबीर मुमुक्षु मनुष्याला साधू म्हणतात. त्यामुळे त्यांचं प्रत्येक वचन ही एक महत्त्वाची गोष्ट विचारात घेऊनच म्हटलं गेलंय. 'सुनो भाई साधो।' साधुचा अर्थ– जो साधनेसाठी उत्सुक आहे... जो साधक आहे; साधुचा अर्थ– जो स्वतःमध्ये परिवर्तन घडवायला तयार आहे, स्वतःचं अस्तित्व सत्य-स्वरूप बनवायला तयार आहे... जो साधू होण्यासाठी उत्सुक आहे.

साधू शब्द खरोखरच अद्भुत आहे. इतरांनी अनेक विचित्र उपयोगांनी त्याला विकृत बनवलेलं आहे. साधुचा अर्थ आहे साधा, सरळ, सहज!... आणि असं बनणं म्हणजे खरी साधना. म्हणूनच कबीर म्हणतात 'साधो, सहज समाधी भली।' सहज राहा... सरळ वागा...

आता हे जरा जास्त खोलवर समजून घेणं जरुरीचं आहे. कारण आपल्या आसपास असणाऱ्या काही लोकांवरून पडताळून पाहायचं म्हटलं तर ते अगदी 'सरळ' वागायचा प्रयत्न करताना अतिशय गुंतागुंतीचं वागत असतात. साधं-सरळ वागताना स्वतःच अत्यंत कठीण बनून जाताना आपण पाहतो.

माझे एक स्नेही आहेत. लोकं त्यांना साधू म्हणतात. मी मात्र त्यांना असाधू म्हणतो. कारण ते साधे-सरळ मुळीच नाहीत. अगदी सकाळपासूनचा त्यांचा दिनक्रम पाहिला तर चकित व्हायला होतं. सकाळी ते सर्वप्रथम दूध पितात. पण पिण्यापूर्वी ते विचारतात, हे म्हशीचं आहे का गाईचं आहे? कारण म्हशीचं दूध ते पीत नाहीत. ते अगदी शुद्ध हिंदू आहेत... गाईचंच दूध त्यांना लागतं... गाईचं दूधसुद्धा, त्यांना ते पांढऱ्या गाईचं लागतं... कारण कुठल्यातरी शास्त्रात त्यांनी वाचलंय की पांढऱ्या गाईचं दूध जास्त शुद्ध असतं म्हणून... शिवाय ते दूधही नुकतंच काढलेलं असावं. कारण जास्त वेळ काढून झाला असला तर ते खराब होतं म्हणे! तसंच तुपाचं... नुकतंच काढलेलं तूप त्यांना लागायचं; कारण शास्त्रात असं लिहिलेलं होतं की बराच वेळ झाला की तूपही अशुद्ध होतं!... ओलेत्यानं आणलेलं पाणीच त्यांना पिण्यासाठी लागायचं, कारण काय सांगावं, कोरड्या वस्त्राला कुणाचा हात लागलेला असणार ते? धोब्यानं धुतलं असणार. अनेक कारणं... म्हणून ओले कपडे घातलेले असताना भरलेलं पाणीच हे पिणार... भोजन करणार ते ब्राह्मणाच्याच हातून... तर अशा तऱ्हेनं ही सगळी कर्मकांडं करताना चोवीस तास त्यांना पुरायचे नाहीत... एक क्षणसुद्धा देवाचं नाव घ्यायला त्यांना वेळ मिळायचा नाही... निघाले होते साधे-सरळ साधू बनायला... आणि निर्माण काय झाले तर एक महाकठीण मनुष्य! रोजचं जीवन महाकठीण बनून गेलं... ज्यांच्या घरी जात तो यजमान यांच्यापासून सुटका होण्यासाठी परमेश्वराची प्रार्थना करीत असे.

एखादा साधुसंत घरी आला की सगळेजण त्रासून जातात ते याच कारणानं!... हे महाशय रात्री तीन वाजता उठणार... मग साऱ्या घराला जागं करणार... कसं? तर ही बाह्ममुहूर्ताची वेळ ओंकारमंत्र जपण्यासाठी उत्तम, म्हणून मोठमोठ्यानं ते तो जपत बसणार... कशी काय दुसरी झोपू शकणार?... बरं, हे चुकतंय असं तरी त्यांना कसं सांगणार? कारण चुकीचं तर ते करतच नसतात. बाह्ममुहूर्तावर ओंकारजप करणं हे चुकीचं नाहीये. उलट तुमच्यावर उपकारच आहेत.

म्हणून साधं-सरळ बनण्याच्या मार्गावरून चालणारी माणसं ही अशी कठीण होऊन बसतात... कारण सरळता समजूनच घेतली जात नाही....

सरळता म्हणजे क्षण न् क्षण सहजतेनं जीवन जगणं. कुठल्या तरी बंदिस्त शिस्तीमध्ये जीवन जगता कामा नये. कारण नाहीतर ते कठीण बनतं. जेव्हा भूक लागेल तेव्हा खाणं– जे मिळेल त्याचा चूपचाप स्वीकार करा... जेव्हा झोपेतून जाग येईल तेव्हा तो बाह्ममुहूर्त समजा– जेव्हा झोप येईल तेव्हा तो ईश्वराचा आदेश समजा. स्वत:हून काहीही करायला जाऊ नका. त्याच्यावर स्वत:ला सोपवा... कारण तुम्ही मुद्दामहून काही करणं म्हणजे परिस्थिती अवघड करणं होय– कारण तुम्ही जे काही करता ते तुमच्या मनाच्या इच्छेप्रमाणे करता आणि मन ही अशी गोष्ट

आहे की जटिलता जास्तीतजास्त निर्माण करण्याचं काम ती करीत असते. प्रत्येक गोष्टीतून काहीतरी अडचण निर्माण करून ती आणखीन अवघड करून ठेवणं, या गोष्टीला मग अंतच राहत नाही. म्हणूनच ज्यांना तुम्ही साधू म्हणून समजता ते साधू म्हणून खरे नसतातच. कारण 'साधू'चा खरा अर्थ साधेपणा, सरळपणा...! तो अर्थ या माणसांच्यात अंशालाही नसतो.

साधेपणाचा आम्ही निराळाच अर्थ काढलेला आहे. एखाद्या लंगोटीवर राहणं म्हणजे साधेपणा असंच आम्हाला वाटतं; परंतु तुम्हाला हे माहितेय का... की या साधू मंडळींचा त्यांच्या त्या वीतभर लंगोटीवर इतका लोभ असतो की एखाद्या सम्राटाला साम्राज्याचा जितका मोह नसतो तितका यांना लंगोटीचा मोह असतो. अर्थात असा मोह असणारच; कारण हा मोह इतरत्र पडायला दुसरं काही नाहीच. फक्त लंगोटीच आहे! सम्राटाला असंख्य गोष्टी मोह पाडणाऱ्या असतात... सम्राटाचा मोह विशाल असतो, विभागला गेलेला असतो... परंतु साधूचा मोह फक्त एका ठिकाणी– लंगोटीवरच– केंद्रित झालेला असतो. लक्षपूर्वक पाहिलं तर एक लक्षात येईल की साधूचा हा लंगोटीवरचा मोह जास्त धोकादायक आहे. कारण हा मोह विभागला गेलेला नाहीये. तो एकाच ठिकाणी केंद्रित असल्याने जास्त सघन आहे, खोल आहे... या गोष्टीवर संपूर्ण जीवन आहे. कदाचित लंगोटी हरवली गेली तर तो साधू आत्महत्यासुद्धा करेल... कारण तीच तर सारं सर्वस्व आहे... वरवर पाहिलं तर साधेपणा, पण या साधेपणापाठीमागे केवढी ही जटिलता?

कबीर हे खऱ्याखुऱ्या साध्या-सरळ माणसालाच साधू म्हणतात... ज्ञानी झाले, निर्वाणाप्रत गेले, परमसत्याची अनुभूती झाली... तरीही कपडे विणणं चालूच ठेवलं. अनेक आसपासची मंडळी विचारत असत, त्यांना टोकत असत. त्यांचे भक्त त्यांना म्हणत की आता हे कपडे विणणं शोभत नाही. इतके परमज्ञानी आणि कपडे विणणं... छे... चांगलं नाही दिसत. शिवाय ते बाजारात नेऊन विकणं तर फारच वाईट दिसतं...

कबीर म्हणत... एवढा मोठा परमात्मा... तोसुद्धा या संसाराचे धागे विणताना लज्जित होत नाही... मी तर एक साधा गरीब मनुष्य... मला का म्हणून लाज वाटावी?... परमात्मा जर का संसाराचं वस्त्र विणणारा एक विणकर असेल तर मग मीही एक लहान विणकर आहे... तो महान विणकर आहे... तो हे सारं सोडून कुठे पळून गेलाय का?... मग मी का पळू? मी तर मला स्वत:ला त्याच्यावरच सोपवलंय... त्याची मर्जी... अजूनपर्यंत तरी हे सारं बंद करण्याची त्याची आज्ञा नाही झालेली.

म्हणून जीवनाच्या अखेरीपर्यंत, म्हातारे झाले तरी बाजारात जात होते. त्यांच्या कपडे विकण्यातसुद्धा एक निराळेपण होतं, साधेपणा होता, साधुता होती. कपडे विणताना रामाचं नामस्मरण करत ते विणकाम करायचे. उभे-आडवे धागे एकमेकांवर

घेताना रामाचं नामस्मरण, रामाचं स्तोत्र त्यांच्या तोंडामध्ये सतत असे. आता कबीरांसारखा माणूस उभे-आडवे धागे विणताना *(ताना-बाना)* रामाचं नामस्मरण करत असतील तर तो कपडा किती वेगळा विणला जात असेल? त्यामध्ये जणू काही श्रीरामच विणले जात असत– म्हणून तर कबीर म्हणतात...

'झिनी झिनी बीनी चदरिया'

झिरझिरीत, अत्यंत तलम अशी चादर विणलेली आहे... ती कशी विणलीय? तर आत्यंतिक एकाग्रतेनं, उत्कटतेनं आणि विलक्षण प्रेमानं विणलेली आहे...

बाजारात गेल्यानंतर प्रत्येक गिऱ्हाइकाला ते 'राम' म्हणून संबोधत. 'रामा... घे ही चादर... तुझ्यासाठीच प्रेमानं विणलेली आहे, खूप सांभाळून, नाजूक हातानं विणलेली आहे.'

कोणत्याही गिऱ्हाइकाला 'रामा'शिवाय त्यांनी काहीच संबोधलं नाही. ही गिऱ्हाइकं म्हणजे श्रीरामाची रूपं आहेत. त्यांच्यासाठीच या चादरी विणलेल्या आहेत... ही गिऱ्हाइकं नाहीतच आणि कबीर हे दुकानदार नाहीत.

कबीरांनी व्यवसाय केला आणि तरीही ते साधे राहिले... अगदी विशिष्ट रीतीनं त्यांनी साधेपणा जोपासला नाही, तर रोजच्या वागण्यातून त्यांनी तो जोपासला... वेगळ्या, विशिष्ट पद्धतीनं, मुद्दामहून साधेपणा आणला तर सगळं अवघड होऊन जातं. साधेपणा हा मुद्दामहून करून साधला जात नसतो. तर तुमची समज... आंतरिक समजच तुमचा साधेपणा दाखवते.

कबीरांनी स्वतःला संपूर्णपणे ईश्वराधीन केलेलं होतं. सकाळी जी काही मंडळी भजन करण्यासाठी येत त्या सगळ्यांना जाताना ते खाण्यासाठी आग्रह करत. घरातली बायका-मुलं वैतागून जात असत. धान्य-पैसाअडका पुरायचा नाही. चणचण भासायची. उधारी होत असे. कर्ज व्हायचं. रोज रात्री कबीरांचा मुलगा कमाल त्यांना म्हणायचा... आता मात्र पुरे झालं.... उद्यापासून कोणालाही खाण्यासाठी आग्रह करू नका. कबीर म्हणत, 'तो' माझ्याकडून करून घेतो त्याला मी काय करणार. 'त्याचं' ऐकू का तुझं ऐकू? मी माझ्या मनानं काहीच करत नाही. तेव्हा तू त्रास करून घेऊ नकोस. आत्तापर्यंत 'त्यानं' सांभाळलं आहे. आता हेही सांभाळेल.'

परंतु एक दिवस असा आला की सहनशक्ती संपुष्टात आली... कमाल रागारागानं म्हणाला, "आता बस्स करा हे सगळं.. आम्ही काय आता चोऱ्यामाऱ्या करायच्या का?" कबीर हसत म्हणाले, "अरेच्चा! वेड्या... हे तुला आधीच का नाही सुचलं?" कमालला वाटलं आपण काय बोललो ते यांना कळलं नाही बहुधा. तो पुन्हा म्हणाला, "तुम्हाला कळलं का मी काय म्हणालो ते? मी म्हणालो... आता यापुढे धान्य कोठून आणायचं? चोरीमारी करायची का?"

कबीर म्हणाले, "हे पाहा हे सगळं आहे ते त्या परमात्म्याचं!... कसली चोरी...

आणि कसलं सांभाळणं. त्याची सगळी मर्जी... हं... परंतु हा चोरीचा विचार पहिल्यांदाच का नाही आला?''

कमालसुद्धा अद्भुत मुलगा होता. त्यानं विचार केला आता परीक्षा पुरीच करू. तो म्हणाला, ''ठीक आहे. मी जातो चोरी करायला... पण तुम्हाला माझ्याबरोबर आलं पाहिजे.'' कबीर ताडकन उठले. तुम्हाला कळेल की साध्या माणसाला समजणं सोपं नाही. कारण खरा साधा माणूस आम्ही जाणतच नाही. आमचे साधू लोक म्हणणार चोरी पाप आहे... ते म्हणणार मूर्ख आहेस. तुझ्याबरोबर मलाही नरकात नेणार का काय? पण कबीर वेगळे होते. ते चटकन उठले... हे साधेपण फार फार मधुर आहे.. काही भेद नाहीच. चोरीमध्ये, शुभ-अशुभमध्ये, चांगल्या-वाईटामध्ये त्यांच्या दृष्टीनं भेद नव्हताच. कारण सगळंच परमात्म्याचं तर मग भेद कसला? भेद ही बुद्धीनं केलेली गोष्ट असते. साधेपणात कसला भेद... ते उठले आणि चालायला लागले.

कबीरांना आतपर्यंत जाणणं फार फार अवघड आहे. कारण आपल्या मनामध्येही भेद असतो. तुमच्या मनातही प्रश्न उद्भवेल की अरेच्चा, कबीर चोरी करण्याच्या बाजूला कसे काय?

कमाललासुद्धा आश्चर्य वाटलं. वडील गंमत करतायत असं वाटलं... परंतु कबीर खरंच उठले होते. तोही कबीरांचाच मुलगा होता. आता म्हटल्याप्रमाणे पूर्ण करणं आलं–

एका घरी गेला. बाहेरून भिंतीला भगदाड पाडून आत उडी मारली. कबीर बाहेर उभे राहिले... त्यानं आतून गव्हाची एक गोणी बाहेर ओढत आणली... कशीबशी ती गोणी बाहेर आली; परंतु हा बाहेर येताना घरातली मंडळी जागी झाली. अर्थात कबीरांनी त्यांना जागं केलं होतं. कबीर मोठमोठ्यानं कमालला विचारत होते की 'अरे, घरच्या मंडळींना विचारलंस का नाही? चोरी करतोयस ते ठीक आहे. परंतु त्या घरच्या मंडळींना विचारून चोरी कर. थोडा गोंधळ तरी कर. म्हणजे घरच्या लोकांना कळेल तरी की चोरी होतेय म्हणून.'

एक साधासुधा माणूस– त्याच्याजवळ कोणतेच भेद नव्हते हा सगळा आवाज ऐकून घरातली मंडळी जागी झाली. कमाल त्या भगदाडातून बाहेर पडत होता, तोच मंडळींनी मागून त्याचे पाय धरले. कमाल वडिलांना म्हणाला, ''केलंत इतकं खूप झालं. आता आणखीन इतकंच करा की माझं मस्तक उडवून टाका आणि घरी घेऊन जा. कमीतकमी माझी बदनामी तरी टळेल...''

कबीर म्हणाले, ''वा... वा... अगदी बरोबर सुचवलंस. अगदी वेळेवर सुचवलंस... पण हे पाहा... मस्तक तोडण्यापूर्वी एक सांगतो... हे असं मस्तक तोडलं तरीही गोष्ट कळायची ती कळणारच. ती लपून राहणार नाही... परंतु तू म्हणतोयस तर

मी उडवतो तुझे मस्तक...''

आपल्याला वाटेल... हा मनुष्य चोर आहे तसा हिंसाचारी पण आहे... परंतु कबीरांची विचारसरणी वेगळी आहे. ते म्हणतात मृत्यू म्हणजे काहीच नाही. तुमचा कोट जर मी ओढून काढला तर मी हिंसक बनणार नाही ना? मग तुमचं मस्तक काढलं तर मी कसा काय हिंसक बनणार?... खोलवर विचार केला तर... शरीर हे एक वस्त्रच आहे. मग कबीरांना हिंसक का म्हणायचं? म्हणूनच तर कृष्णानं अर्जुनाला गीतेत बेधडक सांगितलं आहे की फिकीर करू नको... 'न हन्यते हन्यमाने शरीरे!' जे शरीर मारण्याने मरत नाही, कापण्यानं कापलं जात नाही, आणि... जाळण्यानं जळत नाही. कबीर तेच तर करतायत. त्यांनी कमालचं मस्तक उडवलं.... आणि त्यापूर्वी म्हणाले की तू म्हणतोयस तर उडवतो... परंतु चोरी लपू शकणार नाही... हे तर त्यालाही (परमात्म्याला) माहीत होतंच... परंतु ठीक आहे... जशी त्याची मर्जी!

शरीर पाहून हे कमालचंच असावं असा घरातल्या लोकांना संशय होताच; परंतु ते शरीर मस्तकाशिवाय असल्यानं ठामपणे सांगता येईना. खरोखर अद्भुत गोष्ट आहे ही! दुसऱ्या दिवशी त्या मंडळींनी एक युक्ती केली...

कबीर रोजच्या रोज नदीवर स्नानाला जात. जाताना भजन करतच ते जात असत. बरोबर त्यांचे शंभर-दोनशे भक्तसुद्धा असायचे. त्यांच्या जाण्याचा मार्ग या मंडळींच्या घरावरूनच होता. तेव्हा या मंडळींनी युक्ती अशी केली की कमालचं शरीर दाराबाहेर एका खांबाला लटकावून ठेवलं. का? तर कबीर तरी स्वतःच्या मुलाचं शरीर ओळखतील, त्यांच्या चेहेऱ्यावर काहीतरी फरक दिसेल... त्यामुळे भक्तांना तर कळेलच... आणि भक्तांपैकी कुणी ना कुणीतरी आपल्याला सांगेलच. परंतु... या मंडळींनी जो अंदाज केला होता त्यापेक्षा वेगळंच घडलं.... कबीर भक्तांचा समुदाय घेऊन तिथे पोहोचले... क्षणभर थांबले आणि भक्तांना म्हणाले, ''हे पाहा कमालचं शरीर या खांबाला लटकतंय. बिचारा रोज या वेळी आपल्याबरोबर गात गात यायचा. आज मात्र येऊ शकणार नाही... म्हणून आता असं करू... नदीकाठावर कीर्तन करायच्याऐवजी इथंच त्याच्यासमोर कीर्तन करू.... असं म्हणतात की कबीर कीर्तन करू लागले तेव्हा कमालच्या मृत शरीराचे हात टाळ्या वाजवू लागले. कोणी मरत नसतं, मृत्यू असंभव आहे. मृत्यू म्हणजे तुमची स्वतःची समजूत आहे. तुम्ही तो मानता म्हणून तुम्ही मरण पावता. तुम्ही त्यातलं सत्य काय ते जाणलं नाहीये म्हणून तुम्ही मरण पावता. कारण जीवनाची ऊर्जा ही सर्व ठिकाणी व्यापलेली आहे.

कबीर म्हणाले, ''वेडा कुठला! पहिल्यांदाच सांगितलं होतं की घडलेली गोष्ट लपून राहणार नाही म्हणून! चोरीपर्यंत ठीक... परंतु त्याला (परमात्म्याला) तर सगळंच ठाऊक... त्यानं आणलंच रहस्य उघडकीला.''

म्हणूनच कबीरांनी आपल्या भक्तांना सतत सांगितलंय की 'त्याच्या मर्जीप्रमाणे

वागा!' मी तर तुम्हाला तेच सांगत असतो.

मनातले भेद नष्ट होणं हेच जीवनातलं प्रमुख सत्य आहे– बरं-वाईट, संत-सैतान, दिवस-रात्र, अंधार-प्रकाश, तसंच जीवन आणि मृत्यू, शुभ आणि अशुभ... यातले सारे भेद मनातून जेव्हा नष्ट होतील तेव्हाच 'साधू' म्हणण्याइतकी पात्रता प्राप्त होईल.

आम्ही मात्र साधू कुणाला म्हणतो? तर जे अंधारापेक्षा प्रकाशाला मानतात, अशुभापेक्षा शुभाला मानतात, रात्रीपेक्षा दिवसाला मानतात. आमच्या मनातला 'साधू' म्हणजे आमच्या बुद्धीचं प्रतिबिंब. हा साधू कबीरांचा साधू नाही.

कबीरांचा साधू असा आहे की ज्याच्या मनातले सारे भेद गळून पडलेले आहेत ज्याच्या मनातलं सारं द्वैत संपून गेलंय, जो अद्वैतात जगतो आहे. सगळे भेद एक माया आहे... भेद हे मायेचे आधार आहेत. म्हणून... भेद राखून जे जगतात ते जटिल होऊन जातात. जो भेदरहित जीवन जगतो तोच खरा साधा-सरळ... तोच खरा साधू... खराखुरा साधू स्वतःच्या मनानं कशाचीही विशिष्ट निवड करीत नाही. स्वतःची निवड मधेमधे आणत नाही. तो फक्त वाहत असतो. नदीच्या प्रवाहाबरोबर वाहत असतो. नदी जिथे नेईल तेथे जाणे, जिथे पोचेल तो मार्ग मानणे, नदीनं मध्येच बुडवलं तर तो किनारा समजणे.

कबीर पुन्हा पुन्हा म्हणतात, 'सुनो भाई साधो.' तुमच्या अंतरातल्या साध्यासुध्या व्यक्तिमत्त्वाला ते संबोधित करत असतात. असं साधंसुधं व्यक्तिमत्त्व कसं काय तुम्ही मिळवणार? कठोर साधना करून, योगासनं, शीर्षासनं करून, तासन्तास मंत्रपठण करून हे साध्य होणार आहे का? एक लक्षात घ्या... साधंसुधं बनण्यासाठी काही 'करावं' लागणं म्हणजेच त्याला साधेपणा म्हणता येणार नाही. साधेपणा, सरळपणा ही एक प्रकारची सहज जाणीव आहे... म्हणूनच कबीरांनी 'सहज समाधीवर' कायम भर दिलेला आहे. 'सहज' याचा अर्थ ज्याची साधना करावी लागणार नाही, मुद्दाम प्रयत्न करावे लागणार नाहीत. साधुचा अर्थ आहे की जो सहज जाणिवेतूनच आपोआप विकसित होतो, आपोआप फुलतो, ज्यासाठी प्रयत्न करावे लागत नाहीत, श्रम करावे लागत नाहीत, जिथे जसे आहात तिथेच फुलणं, साक्षात्कारीत होणं! इंचभरसुद्धा मुद्दाम प्रयत्न नकोत... नाहीतर सगळं अवघड होऊन बसेल.

सुनो भाई साधो– "तुमच्यातल्या 'साधू'ला मीसुद्धा इथे पुकारले आहे. तुमच्यामध्ये बुद्धी ही साधू नाही... तर हृदय हे साधू आहे. हृदयाजवळ बरं-वाईट असा भेद नसतो, हृदयापाशी बऱ्यावाईटाचं कसलं गणितच नसतं. कोणत्याही गोष्टीचा छेद करण्याची कला हृदयाला अवगत नाही. कारण हृदय म्हणजे कात्री नव्हे... हृदयाजवळ जोडण्याची कला आहे, तोडण्याची नव्हे. म्हणूनच हृदय हे सुई-

दोऱ्याचं काम करीत असतं.

कबीरांच्या काळातच फरीद नावाचा साधू होता. त्यांना कोणीतरी सोन्याची कात्री भेट म्हणून दिली होती. त्या कात्रीबद्दल फरीद यांचं मत नंतर सांगतो. पहिल्यांदा कबीरांबरोबरच्या त्यांच्या एका छान मुलाखतीबद्दल सांगतो. एकदा दोघेजण एकमेकांना भेटले. दोन दिवस एकमेकांबरोबर राहिले. परंतु.... दोन्ही दिवस एकमेकांशी एकही शब्द बोलले नाहीत. शब्दांचा संवाद तिथे घडलाच नाही. एकही शब्द फरीदकडून बोलला गेला नाही, तसंच कबीरांकडूनही बोलला गेला नाही. दोघांनीही एकमेकांना गळामिठी मारली, हसले, बराच वेळ एकमेकांबरोबर बसले. कबीरांनी फरीदचं स्वागत केलं, ते परत जाताना वेशीपर्यंत पोहोचवायला गेले. परंतु एवढं सारं होताना एका शब्दाचीही देवाण-घेवाण घडली नाही. शिष्य कबीरांना आणि फरीदला म्हणाले, ''हा काय प्रकार आहे... आत्ता काहीतरी ऐकायला मिळेल, नंतर ऐकायला मिळेल अशी वाट पाहण्यात आमचे दोन दिवस गेले. आम्ही अक्षरश: कंटाळून गेलो... तुम्ही दोघं काहीच कसं बोलला नाहीत? आम्ही अगदी आतुरतेनं वाट पाहत होतो. दोघांच्या विचारातली काही मौल्यवान देवाण-घेवाण आम्हाला ऐकायला मिळेल असं वाटलं होतं.''

फरीद म्हणाले, ''जे बोलत राहतात ते अज्ञानी असतात. म्हणूनच आम्ही काहीही बोललो नाही. नाहीतर आम्हीही अज्ञानीच ठरलो असतो.'' कबीर आपल्या शिष्यांना म्हणाले, ''बोलण्यासारखं काही नव्हतंच मुळी. कारण आम्ही दोघांनी जे जाणायचं ते जाणलं आहे. त्यामुळे सांगायचं कुणाला? आणि ऐकायचं कुणी? हा मोठा प्रश्न! आणि पुनरुक्ती होणं हे चांगलं नाही. विनाकारण आपले कष्ट वाया का घालवायचे? जिथे मी आहे तिथेच फरीद आहे आणि जिथे फरीद आहे तिथे मी आहे. एकटा फरीद किंवा एकटा कबीर कुठे नाहीच. आम्ही दोघं एकच आहोत... तुमच्यासाठी आम्ही दोन वेगवेगळे होतो; परंतु आमच्यासाठी आम्ही एकच आहोत. तुम्हाला आमच्यातल्या गप्पा अपेक्षित होत्या; परंतु आम्ही गप्पा मारल्या असत्या तर आम्ही वेडेच वाटलो असतो. कारण त्या गप्पा एकानंच मारल्यासारख्या वाटल्या असत्या. कारण दुसरी व्यक्ती तिथे नव्हतीच मुळी...''

जर का दोन अज्ञानी माणसं भेटली तर भरपूर गप्पा होतात. एक अज्ञानी आणि एक ज्ञानी भेटला तरीही गप्पागोष्टी होऊ शकतात... परंतु दोन्हीही ज्ञानी भेटले तर काय गप्पा मारणार?... कारण एकमेकांना समजणं झालेलंच असतं. मग काय बोलायचं? एकही शब्द न बोलता, न ऐकता सर्व काही समजलेलं असतं... परंतु दोन अज्ञानी माणसं जेव्हा बोलतात तेव्हा... खूप काही बोललं-ऐकलं जातं... पण काहीही समजलेलं नसतं.

एक ज्ञानी आणि एक अज्ञानी यांच्यामध्येही गप्पागोष्टी होऊ शकतात. त्यातल्या

अज्ञानी माणसाची ऐकण्याची मनापासून इच्छा असेल तर निश्चितच त्याला काही लाभ होऊ शकतो... त्या अज्ञानी माणसाचं मन जर मोकळं असेल, हृदयात संवेदनशीलता असेल तर कुठलंही बीज हृदयात अंकुरित होऊ शकतं.

तर फरीदला भेट मिळालेल्या एका सोन्याच्या कात्रीबद्दल मी सांगत होतो... फरीद त्या कात्रीबद्दल म्हणाले, "हे पाहा ही कात्री तुम्ही मला देताय... पण माफ करा... याचा मला काय उपयोग... आमचा धंदा आहे तो जोडण्याचा! मोडण्याचा माझा धंदा नाही... तेव्हा तुम्हाला मला काहीतरी द्यावं वाटत असेल तर एखादा सुई-दोरा भेट म्हणून द्या... एखादी गोष्ट जोडण्यासाठी त्याचा उपयोग आहे."

संतांचं कामच मुळी जोडण्याचं आहे. हृदयाचा धंदा हा जोडण्याचा असतो. परंतु बुद्धीचा धंदा तोडण्याचा असतो. शास्त्री-पंडित मंडळी तोडण्याचं काम करतात आणि संत-महात्मे जोडण्याचं काम करतात. या शास्त्री-पंडितांमुळेच या जगाची अपरिमित मोडतोड झालेली आहे. तीनशे धर्म!... कुणामुळे? तर पंडितांमुळे. पंडित मंडळी कोणत्याही गोष्टीतले सूक्ष्मातिसूक्ष्म भेद शोधून काढतात आणि संतमंडळी अभेद्य गोष्टी शोधत राहतात. दोन गोष्टींना जोडणारा पूल ते शोधत असतात. पंडित मंडळी दोन गोष्टींना तोडणाऱ्या गोष्टी शोधत असतात. त्यामुळेच खरा विरोध असतो तो संत आणि पंडित यांच्यामध्ये. संत माणूस आणि पापी माणूस यांच्यामध्ये वास्तविक विरोध नाही, तर वास्तविक विरोध आहे तो संत आणि पंडित यांच्यामध्ये.

खऱ्या धर्माचा जन्म संतांपासून होतो आणि विनाशाची सुरुवात पंडितांपासून होते. ज्या वेळी धर्माचा जन्म होतो त्या वेळी शास्त्री-पंडित पहिल्यांदा त्याचा कब्जा घेतात. तुमच्यामधलं साधुत्व जे आहे त्याचा संबंध हृदयाशी असतो... का? तर हृदय ही अप्रशिक्षित गोष्ट आहे. बुद्धी ही प्रशिक्षित असते. तिला 'तयार' केलेलं असतं... या बुद्धीला समाजानं तयार केलेलं असतं आणि हृदयाला परमात्म्यानं! हृदयाला शिक्षित करण्यासाठी कुठलंही विद्यालय नाहीये किंवा कोणता उपायही नाही... म्हणूनच करुणा किंवा प्रेम याचं प्रशिक्षण देणाऱ्या संस्था कुठेही निघू शकल्या नाहीत, हे आमचं भाग्यच म्हणायचं. अशा जर का संस्था निघाल्या तर ते दुर्भाग्यच म्हणावं लागेल. कारण मग तुम्ही एक मशीन बनून जाल... तुमची बुद्धी तर केव्हाच यंत्र झालेली आहे. परंतु हृदय अजून तरी यंत्र बनलेलं नाहीये हे नशीब. तुमच्या हृदयाच्या स्पंदनात अजूनही निसर्गाची धडधड चालू आहे. या धडधडीतले थोडेसे स्वर परमात्मा देतो इतकंच... आपली बुद्धी मात्र पूर्णपणे यांत्रिक बनलेली असते आणि तीसुद्धा समाजानं बनवलेली असते. म्हणूनच बुद्धीच्या द्वारा तुम्ही कधीही परमात्म्यापर्यंत पोहोचू शकत नाही. म्हणूनच तर त्या मार्गानं अजूनपर्यंत कोणीही तिथपर्यंत पोहोचू शकलेलं नाहीये. तिथपर्यंत पोहोचायचे मार्ग म्हणजे प्रेम, करुणा, प्रार्थना आणि आस्था.

साधुत्वाविषयी मी जेव्हा बोलतो तेव्हा ते बोलणं तुमच्या हृदयाला संबोधून असतं– त्यामुळे इथे या ठिकाणी जे काही सांगितलं जाईल त्याबद्दल फक्त जाणून घ्या... विचार करत बसू नका. कारण 'विचार' हे बुद्धीचं शस्त्र आहे. हृदय हे नेहमी जाणून घेण्याच्या अवस्थेत असतं आणि बुद्धी ही नेहमी 'विचार' करायच्या अवस्थेत असते. दोघांचा कुठेही मेळ बसत नाही. तुमची बुद्धी ही नेहमी तर्क करीत राहते; परंतु हृदय फक्त 'पाहत' असतं. हृदयाला डोळे असतात. बुद्धी आंधळेपणानं चाचपडत असते. बुद्धी ही आंधळ्याची काठी आहे. रस्ता कुठे आहे हे शोधण्यासाठी आंधळा ती काठी आपटत असतो. परंतु हृदयाला रस्ता साफ दिसत असतो. त्यामुळे त्याला चाचपडण्याची गरज भासत नाही. बुद्धीचे तर्क हे निष्फळ ठरतात... परंतु हृदयाचं 'पाहणं' निष्फळ ठरत नाही.

'सुनो भाई साधो' याचा अर्थ हृदयापासून ऐका, अंतरंगापासून ऐका, साधेपणानं प्रतिसाद द्या– सरळपणानं ऐका... तर्क आणि विचार त्यात घुसडू नका... मनामध्ये श्रद्धा आणि भाव ठेवून ऐकत चला... बरोब्बर समजेल!

आता आपण कबीरांचे शब्द पाहू. एक एक शब्द हृदयापर्यंत झिरपू द्या.

'माया महाठगिनी हम जानी'

माया म्हणजे काय?... एका वस्तूच्या जागेवर दोन वस्तूंचा भास होणे म्हणजे माया. तुम्ही मद्यपान केल्यानंतर नशेत रस्त्यानं चालता. समोरून एक मनुष्य येत असेल तर तुम्हाला ती दोन माणसं आहेत असं वाटतं... एका घराऐवजी दोन घरं दिसतात. एका दरवाजाऐवजी दोन दरवाजे दिसतात.

एकदा मुल्ला नसरुद्दीन एका मित्राला निरोप देत होता... रात्री खूप उशिरापर्यंत दोघंही मद्यपान करीत होते. मित्र म्हणाला, "अंधार बराच आहे. मला रस्त्याची जरा माहिती द्या." नसरुद्दीन म्हणाला, "एक लक्षात ठेव... इथून शंभर पावलं चालल्यानंतर तुला दोन रस्ते दिसतील, त्यातल्या डाव्या बाजूच्या रस्त्यानं चालू लाग... कारण उजव्या बाजूला रस्ताच नाहीये. मी अनेक वेळा तिथून गेलोय आणि भरकटत राहिलो. तिथे रस्ता नाहीच आहे."

मुल्ला नसरुद्दीन एकदा आपल्या मुलाला सांगत होता... दोघंही दारूच्या गुत्त्यात पित बसले होते... तर तो सांगत होता... "हे बघ, समोर जी चार माणसं बसलेली आहेत ती जेव्हा आठ माणसं म्हणून दिसायला लागतील तेव्हा उठायचं. तेवढीच प्यायची आणि चालायला लागायचं." मुलगा बापाला म्हणाला, "पण बाबा... मला तर तिथं दोनच माणसं दिसतायत!"

नसरुद्दीन आधीच बराच प्यायला होता. ज्या वेळी तुम्ही नशेमध्ये असता तेव्हा आतून कापत असता आणि त्याच कारणानं बाहेरच्या सगळ्या वस्तूंमध्ये तुम्हाला कंपनं दिसत असतात. नशेमध्ये असताना आतून तुम्ही दोन वृत्तींमध्ये विभागले

गेलेले असता. कारण तुमचा मूळ आत्मा कधीही बेहोशीत जात नसतो. तो असतो तिथेच असतो. बेहोशी असते शरीरात, मनात...! ती आत्म्यापर्यंत नसते. ज्या क्षणी नशेची बेहोशी तुमच्या शरीरात प्रवेश करते त्या क्षणापासून तुमची 'दोन' व्यक्तिमत्त्वं बनून जातात. तुमचा आत्मा वेगळा राहतो आणि शरीर आणि मन निराळं होतं. शरीर आणि मन यामध्ये तसा फारसा भेद नाहीच. दोन व्यक्तिमत्त्वांमधल्या तुमच्या या विभागणीमुळे समोरचं सगळं काही हलणारं असं दिसू लागतं. मनामधून चलबिचल झाल्यानंतर बाहेरही चलबिचल जाणवू लागते.

माया ही एक बेहोशी आहे... नशा आहे.

कबीर म्हणतात 'माया महाठगिनी हम जानी!' माया महाठगिनी आहे हे तर आम्हालाही जाणवलेलं आहे. तिच्यामुळे सगळीकडे एकाच्या जागी दोन दोन दिसतात.

> *'निरगुन फांस लिए कर डोलै, बोलै मधुरी बानी ।'*
> *'केसव के कमला होई बैठी, सिव के भवन भवानी ॥'*

हे पद जरा समजून घेऊया.

रामाच्या बरोबर सीता आहे, कृष्णाबरोबर राधा आहे, शंकराच्या बरोबर पार्वती आहे आणि विष्णूबरोबर लक्ष्मी आहे... हिंदू लोकांनी फार फार विचारपूर्वक या प्रतिकांची योजना केली आहे... ती कशासाठी? तर तुमच्यासाठी. मनुष्यप्राण्यासाठी! कारण तुमची व्यक्तिमत्त्वं दोन भिन्न स्वरूपात विभागली गेली आहेत. तुमच्या दृष्टीनं परमात्मा हा एक असूच शकत नाही. तुमच्या आतमध्ये जी नशा आहे, जी चलबिचल आहे, जी माया आहे, जो भ्रम आहे, त्यानुसार तुमच्या दृष्टीला शंकर आणि पार्वती हे दोन दिसतात. तुमच्यामधली ही चलबिचल, हा भ्रम जेव्हा नष्ट होईल त्या क्षणी तुम्हाला साक्षात्कार होईल की शंकर आणि पार्वती हे एकच आहेत. तीच तर अर्धनारीनटेश्वराची प्रतिमा आहे. ज्या क्षणी ही चलबिचल संपेल, नशा संपेल, त्या क्षणी तुम्हाला जाणवेल की लक्ष्मी ही विष्णूमध्ये विलीन झाली आहे आणि विष्णू लक्ष्मीमध्ये विलीन आहे.... दोनाऐवजी एकच आहे... केवळ तुमच्यासाठी त्या दोन प्रतिमा आहेत... का? तर तुम्ही नशेत आहात.

तुमच्यामध्ये ही नशा निर्माण करणारा कोण आहे? मद्यप्राशन न करताही तुम्ही नशेत आहात. अनेक प्रकारची दारू तुम्ही प्यायलेली आहे. तुम्ही आसक्ती प्यायलेली आहे. तुम्ही मोह प्राशन केला आहे. अहंकार प्राशन केलाय. द्वेष, ईर्ष्या, महत्त्वाकांक्षा, घृणा, मत्सर हे सारं प्राशन केलेलं आहे. कुणास ठाऊक किती प्रकारची दारू तुम्ही प्यायलेली आहे...

मद्याचा अर्थच मुळी असा आहे... बेहोश करणे! खरं पाहता दारू न पिता तुम्ही

नशेमध्ये आहात. कारण दारू ही फक्त बंद बाटलीतूनच मिळते असं नाही, तर ही जीवनाच्या कणाकणामध्येही भरलेली आहे... तुम्ही उत्सुक असाल तर तिचे सारे दरवाजे तुमच्यासाठी उघडेच आहेत...

दारूचा अर्थ 'आतून' कंप पावणे... डोळ्याला स्पष्टपणे काही न दिसणे... डोळ्यातली जाणिवेची नजर नष्ट होणे, दारूच्या नशेमध्ये तुम्हाला जे दिसल्यासारखं वाटतं ते नसतंच मुळी.... नशेमध्ये तुम्ही दृष्टी आणि सृष्टी हरवून बसता.

विचार करा... ज्या वेळी एखाद्या गोष्टीच्या मोहात तुम्ही आकंठ बुडालेले असता, त्या वेळी जे समोर असतं ते तुम्हाला दिसत नाही. तुमच्यातला मोह तुम्हाला जे दाखवत असतो तेच तुम्हाला दिसत असतं. ज्या वेळी तुम्ही क्रोधात असता त्या वेळी तुम्हाला निराळंच दिसत असतं.

एखाद्या स्त्रीच्या अथवा पुरुषाच्या मोहामध्ये तुम्ही जेव्हा असता, तेव्हा त्या व्यक्तीइतकं सुंदर तुम्हाला कोणीच वाटत नाही. जगामध्ये हीच व्यक्ती सर्वांत सुंदर, सर्वांत चांगली वाटत राहते... कालपर्यंत ती स्त्री एक साधारण स्त्री होती. हजारो वेळा तुमच्यासमोरून ती वावरली असेल. परंतु त्या वेळी तुम्ही तिची दखलही घेतली नसेल. मग आज एकदम काय? आज तुमच्या मनात तिच्याबद्दल मोह निर्माण झालाय, तुमच्या अंतरंगात एका संमोहनानं प्रवेश केला आहे, एका बेहोशीनं जन्म घेतलेला आहे. त्या स्त्रीमध्ये काहीच फरक पडलेला नाहीये. ती पूर्वी होती तशीच आहे. एकाएकी ती सुंदर झालेली नाही, होणारही नाही... फरक पडलाय तो तुमच्या नजरेत. कारण मोह निर्माण झाल्यामुळे तुमची नजर बदलून गेली आहे. त्यामुळे तुमच्या नजरेला ती कालची साधारण स्त्री आज सर्वांत सुंदर वाटते आहे. खरं पाहता आज तुम्ही जे समजताय ते वास्तव नाहीये; तुम्ही जे पाहताय ते म्हणजे तुमच्या मनातल्या स्वप्नाचा विस्तार आहे... ती स्त्री म्हणजे तुमच्या डोळ्यासमोरचा एक पडदा बनून गेली आहे आणि त्या पडद्यावर तुम्ही तुमच्या मनातलं एक स्वप्न पाहताय... एकदाचं लग्न करून टाका तिच्याशी, राहा तिच्याबरोबर... मग पाहा स्वप्न हळूहळू तुटत जातील. कारण स्पष्ट आहे, की स्वप्नं ही सदासर्वकाळ चालू राहत नाहीत. स्वप्नांचा गुणधर्मच मुळी विरून जाण्याचा आहे. दिवसाचे चोवीस तास कुणी स्वप्न बघू शकत नाही. तसंच चोवीस तास कुणी नशेमध्येही राहू शकत नाही. शिवाय कायमचे नशेमध्ये राहण्यासाठी कोणता उपायही नाहीये.

नित्य राहणारी गोष्ट एकच. ती म्हणजे सत्य! स्वप्न हे नित्य, चिरकाल टिकू शकत नाही... अगदी खूप प्रयत्न करून स्वप्न ताणायचा प्रयत्न केलात, तर तुमच्याच लक्षात येईल की ते आता तुटण्याच्या बेतात आलं आहे आणि स्वप्न जेव्हा तुटतं, तेव्हा एक प्रकारची विरक्ती, एक प्रकारचे औदासिन्य, एक प्रकारचा

विषाद तुम्हाला घेरून टाकतो... आणि या विरक्ती आणि विषादाच्या माध्यमातून तुम्ही जेव्हा त्या स्त्रीकडे पाहायला सुरुवात करता, त्या क्षणापासून तीच स्त्री तुम्हाला अतिसामान्य वाटायला लागते... शिखरावरून एकदम खोल खड्ड्यातच!... आत्तापर्यंत अगदी सौंदर्यवान वाटत होती, ती आता एकाएकी कुरूप दिसायला लागते; घाणेरडी भासू लागते. समोरची स्त्री तीच असते, पुरुषही तोच असतो. फक्त अंतर्दृष्टी बदललेली असते. स्वप्न संपून गेलेलं असतं.

कबीर म्हणतात, ''माया महाठगिनी हम जानी''

तुमच्या अंतरातल्या बेहोशीचं नाव आहे 'माया'!

माया... तुमच्या निद्रेचा एक प्रकार! माया! तुमच्या स्वप्न पाहण्याची प्रक्रिया...

तुम्ही जर धनलोभी नसाल तर धनलोभी माणूस म्हणजे काय प्रकारचा मनुष्य असतो, याची तुम्ही कल्पनाही करू शकणार नाही. त्याला रोजच्या पैशाअडक्यात काय दिसतं? तो रोजच्या रोज तिजोरी उघडून अशा काही नजरेनं त्या संपत्तीकडे पाहत असतो की जणू एखादा प्रियकर त्याच्या प्रेयसीकडे पाहत आहे. एखादा कवीही असा भावविभोर होणार नाही इतका हा मनुष्य त्या संपत्तीच्या नुसत्या दर्शनानं एवढा रोमांचित होऊन जातो. अशा धनलोभी मंडळींची त्या धनाकडे पाहण्याची त्यांची नजर जर तुम्ही पाहिलीत तर तुम्हालाही जाणवेल त्यांच्या डोळ्यातली ती विलक्षण चमक! या धनलोभी माणसांना जर कोहिनूर हिरा रस्त्यात पडलेला दिसला तर त्यांची शुद्धच हरपून जाईल. खरं पाहता कोहिनूर हा एक दगडच! परंतु तुम्हाला आतपर्यंत हलवून सोडण्याचं सामर्थ्य त्यामध्ये आहे. कोहिनूर ही एक परिस्थिती आहे. ज्यामुळे तुमच्या अंतरंगात निद्रिस्त असलेली नशा जागी करण्याचं कार्य केलंय.... त्या नशेमध्ये कोहिनूर ज्या प्रकारे तुम्हाला दिसतो तसं त्यात काही नाहीच. जे काही तुम्हाला दिसते आहे ते तुम्हीच निर्माण केलेलं आहे. जगामध्ये जे काही म्हणून तुमच्या दृष्टीला दिसतं ते जगामध्ये नाहीये, ते तुम्ही मनानं निर्माण केलेलं आहे. सत्ताधारी माणसं सत्तेमध्ये जे पाहतात आणि त्यामागे पिसाटासारखे धावतात, ती सत्ता त्यांनीच निर्माण केलेली आहे.

एकदा मुल्ला नसरुद्दीन रस्त्यानं चालला होता. पावसाळ्याचे दिवस होते. हलक्या सरी चालू होत्या. रस्त्यात एक राजकीय पुढारी भेटले. त्यांनी पाहिलं नसरुद्दीनजवळ छत्री नाही. ते आश्चर्यानं म्हणाले, ''काय नसरुद्दीन!..... छत्रीशिवायच काय फिरतोस?'' आपल्याजवळ छत्री नाही हे नसरुद्दीनला सांगायचं नव्हतं.... शिवाय सध्या छत्री घेणं परवडतही नव्हतं... नसरुद्दीननं डोकं चालवलं.... तो म्हणाला, ''मी एक आध्यात्मिक प्रयोग करतोय.... हा ध्यानाचाच एक प्रकार आहे. अवर्णनीय अशी अनुभूती देणारा हा अनुभव आहे. परमात्मा तुमच्यावर वर्षाव करतो आहे आणि तुम्ही त्या वर्षावात चिंब व्हायच्या ऐवजी छत्री घेता? छ्या... केवढ्या

मोठ्या अनुभवापासून वंचित होताय... बंद करा ती छत्री आणि शांतपणे पावसात उभं राहून पाहा... पाहा देववाणी होते का नाही ते? ईश्वराची प्रचिती निश्चितच जाणवेल... बघा करून हा प्रयोग...''

त्या पुढाऱ्याचा खरं म्हणजे विश्वास बसला नाही; परंतु तरीही त्यानं विचार केला की बघूया तर करून...! एकदा करून पाहायला काय हरकत आहे?... दुसऱ्या दिवशी तो प्रचंड रागारागानं नसरुद्दीनकडे आला आणि म्हणाला, ''नसरुद्दीन, चेष्टेलासुद्धा काही मर्यादा आहे. तू सांगितल्याप्रमाणे तुझा तो प्रसिद्ध प्रयोग केला आणि रात्रभर ताप भरला मला. सगळेजण झोपल्यानंतर भर पावसात उभा राहिलो आणि माझी जी काय अवस्था झाली.... अरेरे... वाटलं.... हा काय मूर्खपणा आपण करतोय?... कसला हा वेडेपणा आपण केलाय...''

''बस्स!'' नसरुद्दीन तात्काळ म्हणाला... ''हे एवढं तरी तुम्हाला समजलं हे काय कमी आहे? आपण वेडे आहोत याची जाणीव होणं.... म्हणजे... वा! वा!... पहिल्याच प्रयोगात एवढी मोठी प्रचिती?... अजूनही प्रयोग करत राहा.... बघा आणखीन प्रचिती येईल.''

मनुष्य आतून जसा असतो ती अंतर्गत परिस्थिती जर बदलली गेली नाही, किंवा नष्ट केली नाही तर बाह्य जगात तुम्ही परमात्मा पाहू शकणार नाही. त्याची प्राप्ती तुम्हाला होणार नाही. कारण तुम्ही प्राप्त करून घेणार त्या सांसारिक गोष्टी! तुम्ही तुमच्या नजरेनं दुनियेकडे पाहणार. मुख्य प्रश्न परमात्म्याच्या शोधाचा नाहीये, तर प्रश्न आहे तो अंतरंगातली धुंदी नष्ट करण्याचा. कारण बेहोष मनुष्य जिथे जाईल तिथे बेहोषीच मिळवेल.

अगदी आतल्या गाभ्यातून मायेचा वेढा दूर झाला पाहिजे, हव्यास संपला पाहिजे, मोह दूर झाला पाहिजे. असं झालं तरच जिथे तुम्ही असाल तिथे तुम्हाला ईश्वरप्राप्ती होऊ शकेल. कारण परमात्मा तुमच्या चारही दिशांना आहेच. त्याच्या व्यतिरिक्त दुसरं कोणीही तुमच्या आसपास नाही. तुम्ही त्याला ओळखू शकला नाहीत हा मोठा चमत्कार आहे. तुम्ही निश्चितच कुठल्यातरी बेहोषीत असणार.

कुणीतरी महावीरांना विचारलं, ''साधू कोणाला म्हणावं?''

महावीरांनी उत्तर दिलं, ''जो जागृत आहे तो साधू! सदैव जागा असलेला मनुष्य साधू असतो... तसंच, जो झोपेत असतो तो असाधू!''

तुमच्या 'आतमध्ये' एक जागं राहण्याची प्रक्रिया आहे, तशीच एक झोपी जाण्याची प्रक्रिया आहे. स्वप्नं पाहण्याची क्षमता आहे, तशीच सत्याचा शोध घेण्याचीही क्षमता आहे. त्यामुळे तुम्ही जागे राहू शकता तसेच झोपीही जाऊ शकता. या दोन्ही क्षमता तुमच्यामध्येच आहेत. त्यातली झोपी जाण्याची क्षमता म्हणजे 'माया'! रात्री तुम्ही स्वप्नं पाहता आणि स्वप्नं पाहण्यासाठी झोपी जाण्याची

आवश्यकता असते. झोपेत गेल्याशिवाय स्वप्नांचा प्रवेश होऊ शकत नाही. जागेपणी स्वप्नं पडत नाहीत. या जड विश्वाकडे, या जगाकडे पाहताना तुम्ही जवळजवळ झोपेत असता. त्यामुळेच तुम्हाला पैशामध्ये परमात्मा दिसतो, हाडामांसामध्ये सौंदर्य दिसतं, भोजनामध्ये जीवनाचं सार सापडतं, वस्त्रप्रावरणांमध्ये जीवनाची कला दिसते, सगळ्या निरर्थक गोष्टींमध्ये तुम्हाला जीवनातला महान अर्थ वाटतो. जीवनातला खरा अर्थ म्हणजे काय, जीवनाचं खरं सार म्हणजे काय याचा तुम्हाला पत्ताही नसतो. कारण तुम्ही निद्रिस्त असे जगत असता, आणि स्वप्नं पाहत असता.

'माया महाठगिनी हम जानी।'

माया म्हणजे काही एखादं दार्शनिक तत्त्व नाही. दार्शनिकांनी 'माये'बद्दल अत्यंत तर्ककठोर, दुर्बोध आणि कठीण असे सिद्धांत फक्त उभे केले आणि सगळ्यांनाच गोंधळात टाकलं. तुम्ही मंडळींनी त्यांचे ते सिद्धांत वाचले तर तुमचा पूर्णपणे गोंधळ उडून जाईल. हे माया प्रकरण म्हणजे काहीतरी अवघड गोष्ट आहे असंच तुम्हाला वाटेल. कारण त्यातल्या प्रत्येकाची व्याख्या निराळी आहे. कोणी म्हणाले, माया म्हणजे परमात्म्याची शक्ती आहे. कोणी म्हणाले, माया ही परमात्म्याची छाया आहे. प्रत्येकासमोर प्रश्नचिन्हच आहे. शंकराचार्यांना तर मोठा प्रश्न पडला की ही माया येते कुठून? सगळं काही ब्रह्मस्वरूप आहे तर मग माया येते कुठून? त्यांच्याजवळसुद्धा कोणतंच उत्तर नाही, कारण खरोखरच 'माया म्हणजे खरं काय' याचं स्पष्टीकरण नाहीच आहे.

परंतु....! परंतु अगदी सखोलतेनं विचार केला तर लक्षात येईल की माया म्हणजे एक मनोवैज्ञानिक तत्त्व आहे. माया म्हणजे कुठलंही दार्शनिक तत्त्व नाही.... किंवा तिचा कुठेही ब्रह्माशीही संबंध नाही, किंवा अस्तित्वाशीही संबंध नाही... तिचा संबंध आहे तुमच्याशी! माया ही 'तुमची' सावली आहे, ब्रह्माची नव्हे. तुमच्यातल्या धुंदीचं नाव आहे माया! म्हणूनच तुम्ही जेव्हा केव्हा अगदी गाभ्यातून जागरूक व्हाल, सजग व्हाल, साक्षी व्हाल, तेव्हा ही माया आपोआप विरून जाईल. तुमच्यातली ही धुंदी सहजपणे विरघळून जाईल.

माया हे जर का ब्रह्मतत्त्व असेल तर तुम्ही जागरूक कसे व्हाल? तुम्ही तिचा त्याग कसा काय करणार? नाही. माया हे ब्रह्माचं स्वरूप नाहीये तर माया हे तुमचंच स्वरूप आहे. त्यामुळे या ब्रह्मतत्त्वाच्या भानगडीत पडूच नका. अर्थात तुमच्यामधला मायेचा अंश जोपर्यंत नष्ट होणार नाही, तोपर्यंत तुम्हाला ब्रह्मतत्त्वाचं आकलनही होणार नाही. 'माया' हा शब्द खूपच महत्त्वाचा आहे. सखोल अर्थाचा आहे... तसा अगदी नेमका अर्थ काढायचा झाला तर इंग्रजी 'मॅजिक' हा शब्द त्यासाठी अत्यंत योग्य आहे.

तुमच्यामध्ये स्वप्न विणत बसण्याची एक चमत्कारिक खोड असते. स्वप्नांचे इमले बांधत बांधत तुम्ही अस्तित्वातही नसलेल्या गोष्टी मनामध्ये निर्माण करत राहता. एखाद्या अंधाऱ्या रात्री रस्त्यावरून एकटे चालत असताना तुमच्यामध्ये भीती ठाण मांडून बसते. कारण भीती हा मायेचाच एक भाग आहे. त्या वेळी साधी झाडाची पानं सळसळली तरीही तुम्हाला वाटतं कुणीतरी मागून येतंय! तुमचे हातपाय कापायला लागतात. दिवसा-उजेडामध्ये, आजुबाजूला मंडळी असताना या भीतीचा मागमूसही नसतो. रात्रीच्या वेळी मात्र स्वत:च्या पायाचे आवाजही दुसऱ्या कोणाचे तरी वाटत असतात– वाटतं की कोणीतरी पाठलाग करीत आहे. अंधारात मोठमोठे वृक्षसुद्धा 'भुते' उभी राहिल्यासारखे वाटतात.

एकदा कधीतरी स्मशानात जाऊन पाहा... प्रत्यक्षात नसलेल्या गोष्टीही तुम्हाला दिसायला लागतील आणि त्या गोष्टी इतक्या प्रभावीपणे दिसतील की त्यांच्यापुढे तुमचं स्वत:चं अस्तित्वही क्षीण वाटू लागेल. शिवाय तुम्ही जर का जास्तच घाबरायला लागलात तर मग मात्र...

परंतु एखादे वेळी स्मशानाच्या रस्त्यावरून जाताना हा स्मशानाचा रस्ता आहे हे जर का माहीत नसेल तर भीतीचा लवलेशही वाटणार नाही. कोणतीही भुतंखेतं रस्त्यात भेटणार नाहीत, कुठलेही ढोल वाजणार नाहीत, कोणत्याही मशाली दिसणार नाहीत, कोणत्याही अधांतरी ज्योती इकडून तिकडे जाणार नाहीत. कारण हे सारे जाणिवेचे खेळ असतात... आता याउलट अगदी एखाद्या साध्या रस्त्यावरून जाताना चुकून मनामध्ये वाटलं की हा स्मशानाचा रस्ता आहे तर मात्र खैर नाही.

माझा एक मित्र होता. तो स्वत: अतिशय धीट असल्याची सतत बढाई मारायचा... एक लक्षात घ्या की जेव्हा एखादा मनुष्य धीट असल्याच्या बढाया मारतो, तेव्हा निश्चितपणे तो आतून खरा घाबरट असतो. कारण मनुष्य नेहेमीच स्वत:जवळ जे नाही त्याबद्दल बढाया मारीत असतो... तर हा मित्र एकदा घरी पाहुणा म्हणून आला. मी त्याला विचारलं, ''काय रे, भुताखेतांनाही घाबरत नाहीस का?...'' त्यावर गुर्मीतच तो म्हणाला, ''का घाबरायचं? भुतंखेतं नसतात मुळी. या सगळ्या मनाच्या कल्पना असतात. मी कशालाच घाबरत नाही. माझ्यासमोर भुतं आणून उभी करा... बघा मी घाबरतो का?''

मी म्हणालो, ''थांब जरा... अगदी योग्य वेळी आला आहेस.''

हे ऐकल्यानंतर मात्र तो जरा चपापला.

मला विचारलं... ''म्हणजे काय?''

मी म्हणालो, ''समोरच्या घरात भुतांचा अड्डा आहे. आज रात्री तुझ्या झोपण्याची सोय तिथेच करूया झालं... तू आणि सगळी भुतं... बस्स!''

तो थोडा हसला... परंतु ते हसणं केविलवाणं होतं... उगाचच काहीतरी

बोलायचं म्हणून तो म्हणाला, "कशाला? मी तर भुतांना घाबरतच नाही... मग कशाला तिथे जायचं?"

मी म्हणालो, "तू घाबरत नाहीस ना? मग जात का नाहीस?..."

आता तो चांगलाच गोत्यात आला होता. अतिशय गोंधळलेल्या अवस्थेत उगाचच इकडे-तिकडे हिंडू लागला. थोडा उदासही झाला... खरं म्हणजे समोरच्या घरात भूतबित काहीच नव्हतं. सगळ्यांनाच ते माहीत होतं. एक तेलाचा व्यापारी तिथं रिकामी पिंप ठेवायचा. ती पिंप दिवसा गरम हवेत प्रसरण पावायची आणि रात्री मूळ आकारावर यायची. त्या वेळी त्यांचा आवाज व्हायचा. हजार, दोन हजार पिंपांतून येणारा आवाज विचित्र वाटायचा... भुता-खेतांची गर्दी आवाज करतेय असंच वाटायचं... तर, या बहाद्दराला मी तिथे दुसऱ्या मजल्यावर झोपवलं आणि घरात आलो. रात्री साधारण दोन वाजता जोरजोरात किंचाळण्याचे आवाज यायला लागले... पाहिलं तर खिडकीत उभा राहून अस्ताव्यस्त अवतारात 'वाचवा, वाचवा' करून हा आपला ओरडतोय! मी त्याला म्हटलं... "हे बघ, तुला किल्ली दिलेली आहे. तेव्हा तूच जिना उतरून खाली ये ना!..." तो ओरडून मला म्हणाला, "ज्या खोलीत भुतं गोंधळ घालतायत त्याच खोलीवरून मी मुळीच येणार नाही. कारण मला तिथूनच यावं लागेल.... मी कसा काय येऊ? तुम्ही बाहेरून एखादी शिडी लावा. मग मी उतरतो...!" काय करणार? भलताच घाबरलेला होता.... लावली मग बाहेरून शिडी! थरथर कापत शिडी उतरताना तो चक्क खालीच पडला. नंतर मी त्याला परोपरीनं समजावून सांगितलं, परंतु तो मानायलाच तयार होईना. तो म्हणाला, "तुम्ही खोटं बोलताय. मी प्रत्यक्ष तिथे पाहिलंय. एका पिंपातून दुसऱ्या पिंपात भुतं जाताना मी या डोळ्यांनी पाहिलंय. त्यानंतर मात्र स्वतःच्या निर्भयपणाच्या बढाया त्यानं कधीही मारल्या नाहीत. निदान माझ्यासमोर तरी... मी त्याची कितीतरी समजूत घातली. "अरे, त्या रिकाम्या पिंपांचे ते आवाज येत होते!... ती भुतं नव्हती काही..." पण तो मानायला तयारच नव्हता. तो म्हणाला, "काही बोलूच नका. जोपर्यंत मला अनुभव नव्हता तोपर्यंत ठीक होतं. आता मी अनुभव घेऊन बोलतोय..."

हा असा अनुभव म्हणजे माया...

म्हातारी माणसं संसाराबद्दल बोलताना ज्या 'अनुभवा'चा आधार घेत असतात, तो अनुभवही असाच मायेचा असतो. फक्त मायेतून सुटून एखादा मनुष्य जो अनुभव सांगतो तेव्हाच त्या अनुभवाचं एक विशिष्ट मूल्य असतं आणि अशी माणसं फार फार दुर्मिळ असतात. इतर सामान्य माणसांच्या अनुभवांना काहीही मूल्य नसतं. कारण तुमच्या कल्पना या तुमच्या बेहोषीतून निर्माण झालेल्या असतात.

म्हणूनच कबीर म्हणतात 'माया महाठगिनी हम जानी। निरगुन फांस लिए कर डोलै।' ते म्हणतात, 'निर्गुणापेक्षा दुसरा मोठा चमत्कार नाही. तुम्ही निर्गुण आहात,

तुम्ही ब्रह्म आहात, तुम्ही जगाची ऊर्जा आहात, निराकार, शुद्ध. आता यापेक्षा आणखीन चमत्कार कोणता?'

या मायेनं निर्गुणाला जखडून ठेवलेलं आहे. निर्गुणाभोवती या मायेचा विळखा आहे. त्याच्या हातात हात घालून ती मनसोक्त डोलते आहे. 'निरगुन फांस लिए कर डोलै, बोलै मधुर बानी' ही माया खूप मधुर बोलणारी आहे आणि अर्थातच... त्याशिवाय का इतकी मंडळी तिच्या जाळ्यात आपोआप जातात... फार फार गोड बोलते ही माया. खूप सुंदर सुंदर स्वप्नांचे महाल तुमच्यासमोर उभे करते. तुमच्या भोवती त्या स्वप्नाचं एक विशिष्ट स्वरूप ती उभं करते. ते स्वरूप इतकं मनमोहक, इंद्रधनुषी आणि गाढ असतं की तुम्ही स्वतःला आपोआप त्यामध्ये वाहू देता आणि स्वप्नांचा माग काढायला तुम्ही चालू लागता.

जगातला प्रत्येक मनुष्य आपापल्या या स्वप्नाच्या मागे धावत सुटलाय. परंतु त्याची ती स्वप्नं कधीही पुरी होणारी नाहीत. कारण ती खरी नाहीतच.... ती अस्तित्वातच नाहीयेत... अखेरीला तुमच्या प्रत्ययाला येईल की आपली झोळी रिकामीच आहे. सगळं काही मिळवलं तरीही हात रिकामेच आहेत आणि नाही मिळवलं तरीही रिकामेच. अखेर मृत्यू दारात येऊन ठेपतो, सगळी स्वप्नं मोडून पडतात आणि जाग येते की आयुष्य व्यर्थ वाया घालवलं. स्वप्नांच्या आभासात जीवनातला बहुमूल्य वेळ आपण वाया घालवला. जिथे सत्याचा शोध आवश्यक होता तिथं स्वप्नांमागे धावलो. लहान मुलं फुलपाखरांमागे धावतात तशी मोठी माणसंही या वेगळ्या प्रकारच्या स्वप्नांच्या फुलपाखरांमागे धावत असतात. दोघंही धावतच असतात. तुम्ही मुलांना वेड्यात काढता... 'काय रे त्या फुलपाखरांमागे धावता. फुलपाखरांना घेऊन काय करणार आहात?'

परंतु मुलांना हे बोलताना तुम्ही स्वतःच वेड्यासारखं कशाच्या तरी मागे धावणं विसरत असता.

निवडच करायची म्हटली तर मुलांचं फुलपाखरांमागे धावणं हे एका अर्थी तुमच्या धावण्यापेक्षा चांगलंच आहे. तुम्ही मोठी माणसं तर नोटांमागे धावता, मोठमोठ्या पदांसाठी धावता, दिल्ली हा तुमचा मोक्ष... सगळे राजकारणी आपले दिल्लीकडे धावतात, पैसा हा त्यांचा आत्मा... ते धनसंचयामागे लागले आहेत. मुलं दगडगोटे गोळा करतात आणि हे लोक हिरेमाणकं गोळा करतात. फरक तो काय? दगडगोटे आणि हिरेजवाहीर यात कोणताही फरक नाहीये.

तसं पाहता एक साधारण दगड आणि अगदी कोहिनूर हिरा यांत काय फरक असणार आहे? दोन्हीही दगडच! परंतु मोठमोठे सम्राटसुद्धा यामुळे वेडे झाले होते.

पहिल्यांदा कोहिनूर हिरा रणजितसिंह यांच्याजवळ होता. त्यांच्या मृत्यूनंतर व्हिक्टोरिया राणीची नजर त्यावर पडली. कोणत्याही परिस्थितीत तो हिरा तिला

हवाच होता. राणी व्हिक्टोरियाजवळ अफाट संपत्ती होती. कधीही सूर्य न मावळणारं साम्राज्य पायाशी लोळत होतं... पण.... तरीसुद्धा कोहिनूर मात्र तिला शांत झोपू देत नव्हता; चैन पडू देत नव्हता. खुद्द रणजितसिंह राणीला चिडवण्यासाठी तो हिरा आपल्या घोड्याला बांधत असत. स्वत: न वापरता घोड्याला तो हिरा ते बांधत असत.

रणजितसिंहांनंतर त्यांचा मुलगा गादीवर आला. तो सज्ञान नसल्याने राणीनं त्याला इंग्लंडला बोलावून घेतलं. सज्ञान नसल्यामुळे तो कायदेशीरपणे गादीवर बसू शकत नव्हता. अर्थातच तोपर्यंत त्याच्या शिक्षणाचा भार ब्रिटिश राजवटीनं स्वीकारला होता. तो मुलगा सर्वांना सांगायचा... ''माझ्यामध्ये यांना काडीचाही रस नाहीये. रस आहे तो कोहिनूरमध्ये. ही बाई महाचोर आहे. काहीही करून तिला कोहिनूर हवाच आहे.'' आणि तसंच झालं... कोहिनूर शेवटी गेलाच तिकडे... 'मुलगा अजून लहान आहे... कुठेतरी तो कोहिनूर हरवून टाकेल.' असं म्हणून ब्रिटिशांनी कोहिनूर तिकडे नेला.... तो परत केलाच नाही.

जिच्या पायाशी अफाट संपत्ती लोळण घेत होती, त्या राणीलाही कोहिनूरचा मोह सुटला नाही. तर, सांगायचं कारण इतकंच की मोठी माणसंसुद्धा अशी दगडधोंड्यांच्या मागे लागतात. लहान मुलं फुलपाखरांमागे धावतात ती फुलपाखरं निदान जिवंत तरी असतात. तुमची फुलपाखरं तर मृत झालेली आहेत, निर्जीव आहेत... तरीही.... मनुष्याचं धावणं संपत नाही. कारण मायेचा विळखा जबरदस्त असतो... ही माया सगळीकडे एकच असते. ती लहान मुलं, मोठी माणसं असा भेद कधीही करीत नाही.

जोपर्यंत तुम्हाला जाग येत नाही तोपर्यंत जे काही कराल ते मूर्खासारखंच कराल... मायेच्या बंधनातली प्रत्येक कृती ही मूर्खासारखीच असते.

मी जेव्हा जेव्हा मायेच्या संदर्भात बोलतो तेव्हा माया आणि ब्रह्म यांच्या सिद्धांताविषयी मला काहीही कर्तव्य नसतं; आणि तसं ते नाहीच.... कबीरांनासुद्धा या सिद्धांताविषयी काहीही घेणं-देणं नाहीये. तुमच्या अंतरंगातल्या बेहोषीचं नाव आहे माया; तुमच्यातल्या झोपेच्या प्रवृत्तीचं नाव आहे माया... तुम्ही झोपेत जगत असता... तुमच्या चारही बाजूला स्वप्नं विखुरलेली आहेत... त्यातून बाहेर पडण्यासाठी ध्यानाची गरज आहे... ध्यान हा मायेला तोडण्याचा प्रयोग आहे. म्हणूनच ध्यानातून तुम्हाला जेव्हा 'जाग' येईल तेव्हा मायेचे तुकडे तुकडे होऊन गेलेले दिसतील. नंतर सभोवार डोळे उघडून पाहाल तर तुम्हाला ब्रह्माची प्राप्ती झालेली दिसेल... जोपर्यंत मायेनं जखडलेले असता तोपर्यंत सत्याचं दर्शन होणं कठीण आहे.

'निरगुन फांस लिए कर डौले, बोलै मधुरी बानी ।'

फार फार मधुर वाणीची आहे. सगळ्यांना जाळ्यात पकडते... रुपयांचा खणखणाट किती मधुर वाटतो, सुंदर स्त्रीचं दर्शन किती मधुर वाटतं, जेव्हा एखादं उच्च पद

तुमच्याकडे चालून येतं तेव्हा किती मधुर वाटतं. त्याच्यामागे कितीही का कडवटपणा असेना; परंतु त्याचं प्रथमदर्शन तर सुभगच वाटतं ना? एखादं विषारी औषध साखरेचा लेप चढवून तयार करावं त्याप्रमाणे... जीवनातलं सगळं विष आपण पचवायला तयार असतो... फक्त... थोऽऽडासा मायेचा लेप पाहिजे. त्यातलं विष नंतर आपली नखं काढेना का बाहेर.... पण त्या वेळी फार उशीर झालेला असतो. एक लक्षात ठेवा... ज्या गोष्टींमध्ये सुरुवातीला सुख वाटत असतं; परंतु नंतर दुःख प्राप्त होत असतं, तेव्हा समजावं की ही गोष्ट मायेपासून निर्माण झाली आहे आणि ज्या गोष्टीमध्ये सुरुवातीला दुःख आणि नंतर सुख प्राप्त होत असतं, ती मायेपासून निर्माण झालेली नाही याची खात्री बाळगावी.

म्हणूनच तपश्चर्येचं उदाहरण देतो. तपामध्ये सुरुवातीला अडचणी वाटतात; दुःख वाटतं; परंतु अंतिम प्राप्ती सुखाची असते. भोगाची व्याख्या याच्या अगदी उलट आहे. भोगामध्ये सुरुवातीला सुख वाटतं... परंतु अंती दुःख पदरी येते. भोगामध्ये सुरुवातीला तुमच्या स्वागतासाठी सुख उभं असतं. कारण मायेचा सेवकच आहे तो. परंतु हात जोडून उभ्या असलेल्या त्या सुखाच्या मागे दुःख लपलेलं आहे, हे तुम्हाला कळत नसतं.

मोक्षाची इच्छा धरून ज्या वेळी तुम्ही तपश्चर्येला आरंभ करता, साधनेचं कठोर व्रत अंगिकारून सत्याच्या शोधार्थ वाटचाल करता, तेव्हा त्या वाटचालीत सुरुवातीला तुम्हाला दुःखाशीच सामना करावा लागतो. त्या दुःखाला जर का तुम्ही घाबरलात तर समजावं की मायेच्या मोहनिद्रेतून तुम्हाला कधीही जाग येणार नाही... पण त्याच दुःखाशी तुम्ही धैर्यानं जर का सामना केलात, डगमगला नाहीत, तर तेच दुःख चटकन नष्ट होऊन जातं आणि परमसुखाचे दरवाजे तुमच्यासाठी खुले होतात. दुःखाला अशा तऱ्हेनं सहजपणे पेलणं हीच तपश्चर्या आहे.

सुखाच्या पाठीमागे धावणं, फुलपाखरांच्या मागे लागण्यासारखं आहे. गंमत अशी आहे की जे सुखाच्या मागे धावतात त्यांच्या पदरी शेवटी दुःखच येतं; परंतु सुरुवातीला दुःख भोगण्याची ज्यांची तयारी असते ते मात्र अंती परमसुखाचे धनी होतात.

या गोष्टीला अत्यंत जाणीवपूर्वक समजून घेणं गरजेचं आहे. कारण हे समजून घेतल्याशिवाय 'माये'ला आपल्यापासून तोडणं शक्य होणार नाही. तिच्या मधुर अशा विळख्यातून सुटणं शक्य होणार नाही. अतिशय मोहात पाडणारं स्वप्न आहे तिचं.

'केसव के कमला होइ बैठी, सिव के भवन भवानी ।
पंडा के मूरत होई बैठी, तीरथ में हू पानी ।।
जोगी के जोगिन होइ बैठी, राजा के घर रानी ।
काहू के हीरा होइ बैठी, काहू के कौड़ी कानी ।।

भक्तन के भक्ति होइ बैठी, ब्रह्मा के ब्रह्मानी ।
कहै कबीर सुनो भई साधो, यह सब अकथ कहानी ।।'

कबीर म्हणतात, सांगता न येणारी कहाणी तुम्हाला सांगतो– सांगता न येणारी गोष्ट म्हणजे बुद्धीच्या, तर्काच्या पलीकडची गोष्ट. भाषा ही तर्काची तसंच बुद्धीची वाहक आहे. त्यामुळे तर्कयुक्त गोष्टीच फक्त सांगितल्या जातात. परंतु इथे तर सगळंच अतर्क्य– कारण इथे तुम्ही स्वतःहून दुःख ओढून घेतलेलं आहे. आता याचा अर्थ काय? कारण आपण तर कायम सुखाची अपेक्षा करत असतो. मग स्वतःच्या हातानं आम्ही दुःख कसं काय ओढून घेतो?... म्हणूनच तर असं म्हणण्याचा प्रघात आहे की दुसऱ्याच्या कारणानं आम्ही दुःखात पडतो. उदा. पती हा पत्नीमुळे दुःखात, पत्नीही पतीमुळे दुःखात, मुलगा वडिलांमुळे, वडील मुलांसाठी– मुलांमुळे इत्यादी. आम्ही कायमच आमच्या दुःखाला दुसऱ्याला कारण धरीत असतो... हे जास्त तर्काला धरून वाटतं ना?... बरोबरच आहे... कारण आम्ही स्वतः आमच्या दुःखाला कसे काय कारण होणार? आम्ही तर कायम सुखाच्या मागे.

गोष्ट तर खरोखरच चमत्कारिकच आहे. कारण तुम्ही सुखाच्या मागे धावता म्हणून दुःखाचे धनी होता... ही अशी गोष्ट विचित्र वाटली तरीही सत्य आहे आणि जोपर्यंत तुम्ही सुखाचीच अपेक्षा करत राहाल तोपर्यंत दुःख तुमची साथ सोडणार नाही. म्हणूनच दुःख उपभोगण्यासाठी मनाची तयारी करा.... पाहा मग सुखाची प्राप्ती होईल की नाही?...

आयुष्यभर काहीतरी मिळवण्यासाठी शोध घेत राहणं, धावत राहणं– आणि शेवटी हातात फक्त दुःख पडणं म्हणजेच आयुष्यभर निरुद्देश भटकत राहणं. तुम्हाला जर का कोणी सांगितलं की, धावणं थांबवा आणि स्वस्थ राहा तर निश्चितच तुम्हाला योग्य ती प्राप्ती होईल. या वाक्यात खूपच विरोधाभास वाटतोय ना!... परंतु हेच सत्य आहे... जोपर्यंत धावत राहाल तोपर्यंत काहीच मिळणार नाही. थांबलात तर सर्व काही मिळेल.... कारण उघड आहे. ज्याच्या शोधार्थ तुम्ही भटकत आहात ते तर तुमच्यातच आहे. तुमच्या अंतरंगात आहे. तिथं लपलेलं आहे; ज्या गोष्टीच्या शोधार्थ भटकत आहात ती गोष्ट तर तुम्ही स्वतःच आहात. तुम्ही धावून धावून जाणार तरी कुठे?... जितके धावत राहाल, तितके तितके स्वत्ःपासून दूर जाल... स्वतःच्या शोधापासून दूर जाल... म्हणून म्हणतो.... थांबा... थांबून स्वतःला शोधण्याचा प्रयत्न करा.

'जे थांबतात ते काहीतरी मिळवतात,' हे वाक्य जरा तर्कविसंगत आहे. विस्तारानं सांगायचं तर जे 'योग्य' तिथे थांबतात ते काहीतरी प्राप्त करतात.... आता सामान्य विचारांची माणसं म्हणतील, इतकं धावूनही काही मिळत नाहीये तर आणखीन

धावा, धावत राहा– जरा आणखीन जोरात धावा– गणित अगदी साधं आहे. धावून मिळत नाही, म्हणजे तुमचं धावणं वेगात नाही. कुठेतरी काहीतरी कमी पडतंय.... कदाचित दिशा चुकीची असेल... दिशा बदला, गती वाढवा आणि लक्ष्य गाठा...

परंतु लक्ष्य जर तुमच्यातच लपलेलं असेल तर दिशा कुठलीही निवडली तरी ती चुकीचीच निघणार... नाही का? कारण... तुमच्या अंतरंगात दिशांचा संबंधच नाहीये.

आमच्या 'आतली' दिशा आम्ही कधी गृहित धरलेलीच नाही. आपण सगळे समजता दिशा दहा आहेत... मी तर म्हणतो त्या अकरा आहेत. दहा बाहेरच्या आणि एक आतली... आठ दिशा चारी बाजूला.... एक खाली, एक वर... आणि आतमध्ये? या 'आतल्या' दिशेचा विचार केलाय कधी? भूगोलानं या दिशेचा कधी विचारच केलेला नाही.

ज्याला तुम्ही शोधताय ते तुमच्यातच लपलेलं आहे. तुम्ही स्वत:लाच शोधत आहात– तेव्हा कोणत्याही दिशेला जा, ती चुकीचीच निघणार; कोणताही मार्ग निवडा... तो हरवणारच, शिवाय सावकाश किंवा वेगानं धावण्याचा प्रश्नच नाहीये. जितके वेगानं धावाल तितके लक्ष्यापासून दूर जाल...

थांबा! दहा दिशांचा विचार सोडून द्या. तिथेच थांबा, जिथे आहात तिथेच! 'सहजता' यालाच म्हणतात. कोणताही मार्ग नाही, त्यासाठी आटापिटा नाही, धावणं नाही, आसनं, व्रत, कठोर साधना... काहीही नाही. चूपचाप आहात तिथेच शांतपणे थांबा. तिथेच सगळं काही आहे. ज्याचा शोध घ्यायचा ते तिथेच आहे.

धावणं म्हणजे माया आणि थांबणं म्हणजे ब्रह्म! म्हणूनच थांबलात तर ब्रह्माची प्राप्ती होईल... तुम्ही धावत राहिलात तर मनाची सहाय्यता तुम्हाला गरजेची असेल. कारण मन म्हणजे यंत्र आहे. ते तुम्हाला मार्ग सुचवतं, त्यातले अडथळे दाखवतं... ते कसे पार करायचे याबद्दल सूचना देतं. म्हणूनच धावत राहायचंच असेल तर मनाची मदत घेणं आलंच. जितका जास्त प्रवास करायचा तितकी ती मदत जास्त घेणं आलंच आणि आपल्याला तर मनाचा अडथळा दूर करायचाय! कारण तेव्हाच आपलं साध्य प्राप्त होणार आहे.

मन ही माया आहे. मन थांबलं की प्रवास थांबला. धावणं थांबलं! ज्या क्षणी तुम्ही आतल्या आत पूर्णपणे– शांतपणे– थांबता, तेव्हा 'विचारांची' एखादी हलकी लहरसुद्धा उठत नसते– त्या क्षणी तुम्ही मुक्कामाला पोचता... मनातल्या मनात हसू येतं की अरेच्चा, या मुक्कामासाठी मी किती काळ धावलो... आणि धावल्यामुळेच मुक्काम मिळत नव्हता. केवळ स्वत:मुळेच दु:खात होतो. पण समजत होतो की दुसऱ्यामुळे आपल्याला दु:ख होतंय. जोपर्यंत 'दुसऱ्यांमुळे' आपल्याला दु:ख होतंय ही तुमच्या मनातली भावना नष्ट होत नाही तोपर्यंत तुम्ही धावतच राहणार. कारण

तुम्हाला दुःख देणारा दुसरा कोणीही नाहीये... तुमची स्वतःची जीवनपद्धती, तुमचं स्वतःचं वागणंच दुःखाला कारणीभूत आहे. कारण तुमची जीवनपद्धती ही मायेनं लपेटलेली आहे.

विचार करा– तुमच्या घरात चोरी होते... तुम्ही दुःखी होता. तुम्हाला वाटतं हे दुःख चोरामुळे झालंय. चोरानं दुःख दिलं... मी म्हणतो चोर कसा काय दुःख देणार? 'तुमची' धनाबद्दल आसक्ती होती म्हणून तुम्हाला दुःख झालं. तुम्हाला आसक्ती नसती तर चोरानं धन चोरून नेल्यानंतर तुम्हाला दुःख झालं असतं का? नाहीच! उलट, 'चला! मोठ्या ओझ्यातून मुक्त झालो.' असं वाटून तुम्ही आनंदानं सुस्कारा सोडला असता. उलटपक्षी, चोराला तुम्ही धन्यवाद दिले असते... परंतु धनाची आसक्ती असल्यामुळे तुम्ही तुमच्या दुःखाला चोराला जबाबदार धरता.

एखाद्याची बायको मृत्यू पावते... नवरा छाती पिटून आक्रोश करतो... हे परमात्म्या.... इतका कठोर का झालास? किती हे माझं दुर्भाग्य?... माझ्याच बाबतीत हे का घडावं? हे दुःख भोगण्यासाठी मलाच का निवडलंस?... मी तर रोज तुझी पूजाअर्चा करतो, प्रार्थना करतो, मंदिरात जातो, गीता वाचतो... कुराण वाचतो, मशिदीत जातो... त्याचं हे फळ?

आता परमात्मा तुम्हाला दुःख देतो, का तुमची आसक्ती तुम्हाला दुःख देते? विचार करा. बायकोशी तुम्ही बांधले गेले होता, या स्त्रीमध्ये आपलं सारं सुख सामावलं आहे असंच तुम्ही मानत होता. आता तर ती मरून गेली... आता सुख कुठलं? याच केवळ कारणानं तुम्ही दुःखी होता.

विचार करा की तुमच्या स्वतःच्या कारणानंच तुम्ही दुःख भोगत असता आणि ही जाणीव जितकी जास्त खोलवर होत जाईल, तितके तुम्ही या दुःखाला धैर्यानं सामोरे जाल, ते दुःख तोडून टाकायला शिकाल. आता दुःखाच्या मार्गावरून हट्टानंच मार्गक्रमणा करायला जाल तर गोष्ट वेगळी. पण नंतर मात्र 'दुसऱ्यामुळे मी दुःखी झालो' ही तक्रार करता कामा नये. तेव्हा सांगायचा मुद्दा असा की दुःख नको असेल तर त्याच्या मूळ कारणाला समजून घ्यायचा प्रयत्न करा.

एखाद्या वेळी एखाद्या माणसानं शिवी दिली की तुम्ही रागानं लाल होता... हा माणूस शिवी देतोय म्हणून मी रागावतो आहे असं स्पष्टीकरण देता. परंतु खरं कारण वेगळं आहे. शिवीमुळे तुम्ही क्रोधित होत नसून तुमच्यातल्या अहंकारामुळे तुम्ही क्रोधित झालेले असता. त्या अहंकाराला त्या शिवीमुळे धक्का लागलेला असतो. 'माझ्यासारख्या प्रतिष्ठित मनुष्याला हा माणूस शिवी देतोय.' हा प्रतिष्ठितपणाचा अहंकार! शिवीमुळे या अहंकाराला ठेच लागते... परंतु हेच जर का तुमच्यात अहंकाराचा लवलेशही नसेल तर ती शिवी एखाद्या वाऱ्याच्या झुळुकेसारखी आली तशी निघून जाईल. तुम्हाला तिचा स्पर्शही होणार नाही.

विचार केलात तर लक्षात येईल की कितीतरी वेळा असं घडलेलं आहे! एखाद्या सकाळी पायाला ठेच लागते आणि दिवसभर मग त्याच ठिकाणी सारखे धक्के लागतात, ठेचा लागत असतात. जिन्यावरून उतरताना आपटले जाता, एखाद्या माणसाचा धक्का लागतो, खुर्चीजवळून जाताना तिला धडकले जाता, बूट घातल्यानंतर ते लागायला लागतात, आंघोळ करायला लागल्यानंतर तिथेच झोंबायला लागतं.... दिवसभर असं काही ना काहीतरी घडत राहतं. तुम्हाला वाटतं हे आजच असं का घडतंय? साधी पहिल्यांदा ठेच काय लागली अन् दिवसभर आपलं तेच; परंतु तुम्ही हे विसरता की रोज हेच होत असतं; परंतु रोज ठेच लागलेली नसल्याने ते समजत नसतं. रोज खुर्ची याच ठिकाणी लागत होती, रोज बूट असेच लागत होते, रोज मुलगा येऊन, पायावर पाय देऊन खेळत होता.... परंतु.... तिथे ठेच लागलेली नसल्यानं ते कळत नव्हतं. आज मात्र त्याची जाणीव होत असते.

कुणीतरी शिवी देतं, आणि मनाला ठेच लागते. कारण आतमध्ये अहंकार असतो. कुणी स्तुती केली की तुम्ही हर्षभरीत होता, कुणी निंदा केली की खिन्न होता.... ही कसली गुलामी? यामध्ये 'दुसरं' कोणीही कारणीभूत नाहीये. तुमचे तुम्हीच आहात. जितके खोलवर तुम्ही तुमच्या दु:खाचा विचार कराल तर कळेल की या दु:खाला आपणच जबाबदार आहोत. तीच माया! ज्या कारणानं तुम्हाला दु:ख होतंय ते कारणच मग नष्ट करा नं! एखाद्यानं शिवी दिली की त्याला म्हणा... 'तुझी फारच कृपा झाली.'... जिथे घाव बसला असेल तिथे तो अशा तऱ्हेनं नष्ट करा.

कबीर म्हणतात, ''निंदक नियरे रखिए, आंगन कुटी छवाय.'' तुम्हाला जो कोणी शिवी देतो त्याला तुम्ही घरीच घेऊन या. 'बाबा रे... माझ्याजवळच राहा. माझ्याच अंगणात तुला घर बांधून देतो.' 'आंगन कुटी छवाय' कारण तू दूर राहिलास तर काही सांगता येत नाही कधी भेटशील किंवा भेटणारही नाहीस. तेव्हा असं कर की माझ्या अंगणातच राहा...'' कबीर सांगतात.... त्या निंदकाची आपल्याच जवळ अशी छान व्यवस्था करा की तो कायम जवळ राहील... आणि तुम्हाला तुमच्या अहंकाराचा अनुभव प्राप्त होईल.

मुख्य प्रश्न आहे तो अहंकार टाकून देण्याचा! अंतरातून स्वत:ला बदलण्याचा!... परंतु तुम्ही बदलणार कसे? कारण सर्व दु:खाची जिम्मेदारी दुसऱ्यावर ढकलल्यानंतर तुम्ही तुमच्या 'आतमध्ये' डोकावणार तरी कसे?

अंतरातल्या याच आंधळेपणाचं नाव आहे माया! ही माया असंख्य रूपं घेऊन तुमची दिशाभूल करत असते. तिच्या विविध रूपांना अंतच नाहीये. तुम्ही इच्छा धराल तसं रूप ती धारण करते. कारण माया म्हणजे एक स्वप्न आहे.

म्हणूनच कबीर म्हणतात की भक्तासाठी 'मूर्ती' ही मायाच असते. तिला सांभाळत सांभाळत तो फिरत असतो.

पंजाबमध्ये एकदा एका घरात मी पाहुणा म्हणून राहिलो होतो. सकाळी अंघोळीसाठी जाताना बाजूच्या खोलीकडे पाहिलं आणि आश्चर्य वाटलं.... एका कोपऱ्यात 'गुरूग्रंथसाहेब' पोथी ठेवलेली. त्याच्याजवळ दांतवण आणि एक लोटा ठेवलेला.... मी आश्चर्यचकित होऊन विचारलं तर मला सांगण्यात आलं की गुरूग्रंथसाहेबांना सकाळी दांतवण करण्यासाठी हे ठेवलेलं आहे. एक ग्रंथ.... मूर्तीसुद्धा नाही.... आणि त्या ग्रंथासाठी दांतवण वगैरे सरंजाम ठेवलेला.... एक वेळ एखादी मूर्ती असती तर आपण समजू शकलो असतो.... अर्थात ती समजूतही वेडेपणाचीच म्हणावी लागेल. कारण तुम्हीच बाजारातून आणलेली मूर्ती... आणि तिच्यासमोर दांतवण आणि लोटा कशासाठी?.... परंतु एखाद्या ग्रंथासमोर हे असं ठेवणं म्हणजे खरोखर हद्दच! परंतु तसं झालंय खरं. कारण ग्रंथाचं नाव आहे गुरूग्रंथसाहेब! त्या ग्रंथात एक व्यक्तिमत्त्व बसवून टाकलंय 'साहेब'! तेव्हा कदाचित या ग्रंथसाहेबांना जेवणही दिलं जात असेल, झोपवलंही जात असेल... आणि जागंही केलं जात असेल.

कबीर म्हणतात, '*भक्तन के भक्ति होइ बैठी, जोगी के जोगन होइ बैठी, राजा के घर रानी । पंडा के मूरत होइ बैठी, तीरथ हू में पानी।*'

आपल्या साऱ्या सांसारिक जीवनामध्ये मायेनं विविध रूपांमध्ये स्वतःला प्रकट केलेलं आहे... प्रश्न एवढाच आहे की जिथे जिथे म्हणून तुमची आसक्ती जडेल, आंधळेपणानं तुम्ही कशाची तरी हाव धराल... तिथे तिथे 'माया' तुमच्यासमोर उभी ठाकेल; स्वतःचं खरं स्वरूप दाखवेल... या ठिकाणी ग्रंथाची अभिलाषा आहे; आता हा ग्रंथच मुळी माया बनलेला आहे. माझी अभिलाषा धरलीत... म्हणजेच मायेनं तुमचा कब्जा घेतला तर तुम्ही दुःखी व्हाल. कारण जिथे माया आहे... तिथे दुःख आहे.

तेव्हा जागे व्हा...

माया महाठगिनी हम जानी।...

जागे व्हा.... आणि स्वतःमध्ये डोकावून पाहा... मायेची किती किती रूपं तुम्ही जमवलेली आहेत ते समजेल...

समजून घेणं हे गरजेचं आहे; पुरेसं आहे. तोडण्याची गरजच नाही. तुम्हाला समज आली तर तुम्हीच स्वतःला हसाल.... ''अरेच्चा! या गुरूग्रंथसाहेबसमोर मी दांतवण आणि लोटा ठेवलाय.... काय करतोय मी?''

मंदिरातल्या मूर्तीसमोर गुडघे टेकून हात जोडून त्या मूर्तीबरोबर बोलतोय.... काय वेडेपणा?.... कुणाशी बोलतोय आपण?... स्वतःलाच हसाल.

मंडळी तर मूर्तीसंबंधातसुद्धा नाराज, नाखुश असतात. गंमत आहे. समजा मुलाला नोकरी लागावी म्हणून मूर्तीसमोर हात जोडलेत आणि कर्मधर्मसंयोगानं

मुलाला नोकरी लागली की तुम्ही आनंदित होता. मूर्तीबरोबर बोलता.... तुझ्यामुळे चांगलं झालं, नोकरी लागली, खरोखरच तुझ्या कृपेविना काहीही होत नसतं.... परंतु याउलट नोकरी नाही लागली की मात्र मग मूर्तीला फेकून देण्याची तयारी होते.

रागाच्या भरात मूर्ती फेकणारे अनेक लोक मला चांगले माहीत आहेत. इतके दिवस पूजा-प्रार्थना करतोय; पण काहीच प्रगतीशील घडत नाही. मग काय करणार?

एक माणूस माझ्या माहितीचा आहे. पहिल्यांदा तो नास्तिक होता. नंतर आस्तिक झाला. मी कारण विचारलं तर सांगायला लागला.... मुलाला नोकरी लागत नव्हती. सगळे प्रयत्न करून झाले.... अगदी लाच देऊनसुद्धा पाहिलं. काहीही उपयोग होईना. तेव्हा मग हनुमानाच्या मंदिरात गेलो. त्याला सांगितलं की मुलाला नोकरी लावलीस तर आयुष्यभर तुझा भक्त होऊन राहीन आणि काय सांगता... लागली मुलाला नोकरी. आता झालोय हनुमानाचा भक्त....

याच्या मुलाला नोकरी लागण्यासाठी हनुमान कसे बिचारे जबाबदार ठरले गेले. खरं म्हणजे काहीही संबंध नाही. कारण हनुमानजींनी काही एम्प्लॉयमेंट एक्स्चेंज उघडलेलं नाहीये, नाही का? आणि समजा उघडलं तर ते माणसांना कशाला नोकऱ्या लावतील. माकडांनाच लावणार... नाही का? कारण प्रत्येकजण शेवटी स्वत:चे नातेवाईकच पाहणार.

मी त्या माणसाला म्हणालो, ''तू तर माकडासारखा दिसत नाहीस.'' तो आश्चर्यानं म्हणाला, ''म्हणजे? याचा अर्थ काय?'' मी त्याला म्हणालो, ''अरे वेड्या, स्वत:ला किती महत्त्वपूर्ण समजतोस? हनुमान तुझी काय म्हणून फिकीर करणार?'' तर असा हा मनुष्य आस्तिक झाला. आता दर मंगळवारी प्रसाद घेऊन हा देवळात जातो. परंतु तरीही हा माणूस भरवसा ठेवता येण्यासारखा नाही. कारण समजा कधी काळी मुलाची नोकरी गेली, बायको मेली की हा बिथरणार. कारण हनुमान तरी किती किती गोष्टींत साथ देणार. हजार भानगडी हा त्यांच्यासमोर मांडणार.... कुठे कुठे परमेश्वर धावणार. मग याची पूजा-अर्चा एकदम बंद. म्हणूनच याची भक्ती म्हणजे मायेचा भाग आहे. याची पूजा-प्रार्थना सगळं खोटं आहे... कारण ज्या ठिकाणी अपेक्षा आहे, मागणी आहे, तिथं कसली पूजा, कसली भक्ती! जिथे आकांक्षा आहे तिथे वासना असते. वासनेचा प्रार्थनेशी काहीही संबंध नाही आणि ज्या वेळी वासना संपते तिथे प्रार्थना करण्यासारखं काहीही शिल्लक राहत नाही. कारण त्या वेळी तुमचं संपूर्ण जीवनच मुळी एक प्रार्थना झालेलं असतं. वेगळी प्रार्थना करण्यासारखं काहीही राहिलेलं नसतं. या वेळी प्रार्थनापूर्ण अंत:करणानं, कृतज्ञतेच्या भावनेनं तुम्ही जगत असता. प्रकृतीनं इतकं काही दिलेलं आहे, जरुरीपेक्षा जास्तच... परमात्म्यानं योग्यतेपेक्षा जास्त दिलेलं आहे... काय आहे

तुमची योग्यता? तुम्हाला जीवन बहाल केलंय हे पुरेसं नाहीये का? नोकरी पाहिजे म्हणून पूजा करता? जागृत होण्याची, जागं होण्याची तुम्हाला इतकी क्षमता दिलेली आहे की तुम्ही प्रबुद्ध होऊन जावं! हे इतकं पुरेसं नाही का? नोकरी पाहिजे म्हणून ईश्वराकडे उपकार मागता?

जे दिलं गेलंय तेच जरुरीपेक्षा जास्त आहे... खऱ्या भक्ताचं तेच लक्षण आहे. आणखीन पाहिजे, ही भावना खऱ्या भक्ताची नाही. अशा तऱ्हेचे हिशेब करत राहिलात तर मंदिरांमधून खोटे भक्तच सापडतील.

खरा भक्त मंदिरात जाईलच कशाला? कारण त्याच्या दृष्टीनं ही सारी सृष्टी, सारं अस्तित्वच मुळी एक मंदिर आहे. तो जिथे आहे ते मंदिर! आणि तो जे काही करतोय तीच प्रार्थना!

कबीर म्हणतात, "जे काही काम करू, तीच पूजा." म्हणूनच कबीरांना कधीही कुणी मंदिरात जाताना पाहिलं नाही. काशीच्या पंडितांनी, पुजाऱ्यांनी म्हणूनच त्यांना कधीही मान्यता दिली नाही. मृत्यू समीप आल्यानंतर कबीरांनी सांगितलं की मला मगध देशात घेऊन चला... असं म्हणतात की मगधमध्ये जो मरतो तो गाढव बनतो आणि काशीमध्ये जो मरतो तो मुक्त होतो. स्वर्गात जातो.... कबीर आयुष्यभर काशीमध्ये राहिले; पण मरताना शिष्यांना म्हणाले, मला काशीमध्ये मरायचं नाही. मला मगधला घेऊन चला. कारण काशीमध्ये मेलो आणि स्वर्गाला गेलो तर त्यात माझं काय कर्तृत्व? मगधात मरून मला स्वर्ग गाठायचा आहे.

कबीरांची ही एक गंमत सांगितली! अतिशय धैर्यवान मनुष्य होते ते. ईश्वरावर जर विश्वास असेल तर मगधमध्ये मेलं काय अन् काशीमध्ये मेलं काय? काय फरक पडणार?

लोकं तर मरायला मुद्दामहून काशीला जातात. जगतात गाढवासारखी आणि मरणाची इच्छा धरतात काशीमध्ये. का? तर मोक्ष मिळावा म्हणून!

कबीर मात्र संपूर्ण जीवन जगले संतांसारखं काशीमध्ये आणि मृत्यूसमयी मगधमध्ये मरणाची इच्छा धरली. लोक विचार करतात जगावं कसंही; परंतु मरावं मात्र काशीमध्ये. म्हणजे जगा कसेही... परंतु मरताना मात्र रामाचं नाव घ्या... गंगाजल तोंडात घाला... बस्स. काम फत्ते!

फार फार चाणाक्ष मंडळी आहात तुम्ही व त्या चलाखीचाच विस्तार म्हणजे तुमचा धर्म आहे. अगदी कसंही जगावं. मायेच्या पाशात स्वत:ला गुरफटवून घेऊन जगावं... आणि मरताना मात्र तोंडामध्ये रामनाम... व्वा!

एक लक्षात ठेवा तुमच्या तोंडून रामाचं नावही घेतलं जाणार नाही. कारण मृत्यूसमयी असं काहीतरी तोंडातून निघणार की जे आयुष्यभर केलेलं आहे. संपूर्ण जीवनभर जसं जगाल त्याचंच सारं अखेरीला तोंडून येणार.

एखादा माणूस मृत्यूपंथाला लागतो. त्याच्या कानाशी पुरोहित, पंडे मंडळी रामनामाचं उच्चारण सतत करत असतात. प्रत्यक्ष तो मनुष्य म्हणू शकत नसतो... तो मनातल्या मनात मायेला जमा करत असतो. आयुष्यभर जे मिळवलं त्याचे हिशेब मनात करत असतो. जे नाही मिळवता आलं त्याची खंत करीत असतो.

नव्या जगात प्रवेश करण्याची, नवीन गर्भात प्रवेश करण्याची तो तयारी करत असतो. कदाचित दुसऱ्या जन्मात राहिलेलं सारं मिळवता येईल, तिजोरी रिकामी आहे ती भरता येईल, कामना केलेली स्त्री मिळू शकेल, आणखीन हे काही हवं होतं ते मिळालं नाही. ते कदाचित मिळू शकेल इत्यादी एक ना अनेक.... हा मनुष्य मनातल्या मनात मायेची सगळी बीजं जमा करतोय.... शरीराचा त्याग करण्यापूर्वी मायेची ही सारी बीजं एकत्र करून दुसऱ्या जन्मात प्रवेश केलेला बरा म्हणजे पुन्हा मायेसह यात्रा सुरू! मोल देऊन 'रामनाम' घ्यायला बोलावलेले, पंडे-पुरोहित मनातल्या मनात हिशोब करत असतात की या जप करण्याचे किती पैसे मिळणार! शेवटी ते भाडोत्रीच.... फार गंमतशीर गोष्ट आहे ही.... इकडे मरणारा माणूस मनामध्ये माया जमा करतोय, भाडोत्री माणसं राम राम म्हणत मायेचे हिशोब मांडतायत आणि या दोघांच्यामध्ये बिचारे 'राम' अडकून पडले आहेत. म्हणूनच कबीर सत्य तेच सांगतात.

'निरगुन फांस लिए कर डोले, बोलै मधुरी बांनी ।'

सर्वचजण अडकले गेले आहेत. पुजारी, पंडे, भक्त सगळे सगळे मायेमध्ये अडकले आहेत. मायेची फक्त रूपं बदलत जातात. पण फास तोच असतो. तुम्हाला ज्या वेळी स्वत:ला आपण कशाततरी अडकून गेलोय असं वाटेल, तेव्हा जरा स्वत:मध्ये डोकावून पाहा... तिथे माया दिसेल. म्हणूनच ज्या ज्या वेळी जिथे कुठे तुम्हाला अशी जाणीव होत जाईल तिथे तिथे हळू हळू.... सावकाशपणे.... समजून घेऊन त्या मायेला तोडून टाकण्याचा प्रयत्न करा.... समजून घेऊ म्हणण्याचा अर्थ गैरसमजुतीनंही तुम्ही तिला तोडू शकता– कारण बहुधा लोक तसंच करतात आणि मग तिची थोडीतरी नामोनिशाणी राहतेच. तिथून मग पुन्हा सुरू होतो तिचा खेळ. म्हणून समजून घेऊन, शांतपणे तिला तोडून टाका. घाई करू नका.... नाहीतर मग मायेतून सुटायचं म्हणून एका पत्नीचा त्याग करायला जाल, तर दुसरी कुठे ना कुठे मिळेलच. घराचा त्याग कराल, आश्रमात पोचाल, आत्तापर्यंत घराचा मोह होता आता आश्रमाचा मोह निर्माण होईल.... म्हणूनच कच्चं, अपरिपक्व असं काहीही तोडू नका. कारण कच्चं पूर्णपणे तोडलं जात नसतं. म्हणून म्हणतो समजून काय ते करा. समजून करणे याचा अर्थ पूर्णपणे पक्व होऊन, परिपक्वतेनं करणे. पूर्णपणे जाणून घेण्याचा आधी प्रयत्न करणे–

खोलवर पूर्णपणे जाणून घ्या.... का अडकलोय या मायेत? कसला हा विळखा आहे? का मी बांधला गेलोय यामध्ये? कसलं हे बंधन मला आतून बांधून ठेवतंय? अंतरंगात प्रवेश करा, कारण शोधून काढा, सर्व बाजूने त्या कारणाचा विचार करा. मग बघा, ज्या क्षणी पूर्ण समज येईल.... तेव्हा कारणच नष्ट होऊन जाईल... तुम्हाला स्वत:हून तोडून टाकण्याची गरजच भासणार नाही.... जसं झाडाचं एक पान पूर्ण पिकतं, वाळतं तेव्हा ते खाली गळून पडण्यासाठी एखादी झुळूकसुद्धा पुरते. कुऱ्हाडीनं त्याला तोडावं लागत नाही.

परंतु बहुतकरून मंडळी कुऱ्हाडी घेऊनच तोडून टाकतात. तुमचे तथाकथित साधुसंन्यासी हे असंच कुऱ्हाड घेऊन तोडून टाकतात. पण घाव कायम राहतो; पुन्हा नवीन ठिकाणी तो घाव भरून काढण्याचे ते प्रयत्न करत राहतात.... तेच ते धावणं.... पुन्हा पुन्हा.... काहीच फरक नाही. नावं बदलतात, स्वरूपं बदलतात.... माया पुन्हा नवीन ठिकाणी आपलं बस्तान बसवते.

परिपक्व, प्रौढ, जागृती, समज हे सारे शब्द मायेचा त्याग करण्याच्या दृष्टीनं महत्त्वाचे आहेत.... घाई अजिबात नको.... कारण परमात्म्याला कसलीही घाई नाही. आपल्यातली समज धैर्यानं सखोल करणं महत्त्वाचं! जसजशी समज खोलवर जात जाईल– अंतरंगातून जाग येत जाईल– तसतसं समजायला लागेल की शिवीमध्ये काहीच त्रास नसून, त्रास जो काही आहे तो माझ्या अहंकारात आहे... म्हणूनच अहंकार समजून घेण्याचा प्रयत्न करा. ज्या दिवशी ही जाग पूर्णपणे येईल त्या वेळी दिसेल की अंतरंगात एक सुकलेलं पान लटकत होतं. ते आता गळून पडलेलं आहे... त्याच्या गळून पडल्यानंतर तुम्ही मुक्त होऊन जाता.

> *'माया महाठगिनी हम जानी ।*
> *कहे कबीर सुनो भाई साधो, यह सब अकथ कहानी ।'*

या सूत्रापासून आपण सुरू केलं.... न सांगता येणाऱ्या या गोष्टी पण कबीरांनी सांगितल्या आहेत. खूप कौशल्यानं आणि मधुरपणे त्या सांगितल्या आहेत. खूप स्पष्टपणे सांगितल्या आहेत. तर्काचा कुठेही गोंधळ नाही. साध्यासुध्या. एका अशिक्षित माणसाचे हे शब्द आहेत. तुम्हीसुद्धा तर्क-वितर्काची भेंडोळी निर्माण करू नका. कबीरांना साधेपणानं समजून घेण्याचा प्रयत्न करा. कबीरांचा भाव तुमच्यामध्ये जर प्रकट होण्याची तुमची योग्यता असेल तर समाधीसाठी तुम्हाला वेगळे प्रयत्न करावे लागणार नाहीत.

म्हणूनच जागं होणं पुरेसं आहे, जागं होणं म्हणजे क्रांती, जागं होणं म्हणजे रूपांतरण आहे...

समज आली नसेल तर काहीतरी करावं लागतं.... म्हणूनच म्हणतो ध्यान करा,

साधना करा.... का? तर तुम्हाला अजून समज आलेली नाही. समज आल्यानंतर मात्र काही करण्यासारखं उरतच नाही. 'अनकिये सब होय!' कबीरांचं वचन आहे. काहीही करावं लागत नाही 'अनकिये सब होय!' अर्थात याचा अर्थ असा नाही की तुम्हाला काही करावं लागणार नाही. तुम्हाला तर खूपच काही करावं लागेल. त्या खूप 'काही करण्यामुळेच' जाग येण्याची क्षमता वाढेल.

इथे जे काही ध्यानाचे प्रयोग चालणार आहेत ते पूर्णपणे मग्न होऊन, एकाग्रतेने करा... त्यातच काही क्षणी कबीर म्हणतात, त्याप्रमाणे त्या परमअवस्थेची क्षणिक झलक तुम्हाला जाणवून जाईल... परंतु एक लक्षात घ्या... स्वत:ला संपूर्ण विलीन करण्यामध्ये थोडा जरी अंश स्वत:चा राखून ठेवलात तर... निश्चितच काहीतरी चुकीचं घडेल. त्यामुळे पुरेपूर ध्यानामध्ये बुडून जा. आपल्या बाजूनं संपूर्णपणे साधना करा आणि बाकी सारं परमात्म्यावर सोडून द्या. एवढे प्रयत्न करूनही नाहीच काही पदरी पडलं, तर मात्र तुम्ही त्याला जबाबदार नाहीत. सुरुवातीला स्वत:च्या बाजूनं संपूर्ण प्रयत्न केल्यानंतरच बाकी सारं परमेश्वरावर सोडून द्या. आधीच परमेश्वरावर सोपवून मोकळे झालात तर– परमेश्वर तुमच्यापर्यंत येऊ शकणार नाही.... आणि तुमचे प्रयत्न जेव्हा आधी पूर्ण होतात तेव्हा कशाचीच गरज राहत नाही.

एकदा एक नाव चालली होती. नावेमध्ये प्रवाशांबरोबर एक फकीरसुद्धा बसलेला होता. एकाएकी वादळ सुरू झालं, नाव हेलकावे खाऊ लागली. बुडायला लागली. सगळे प्रवासी गुडघे टेकून परमेश्वराचा धावा करायला लागले. फक्त फकीर मात्र शांत बसलेला होता. काही वेळानंतर वादळ निमलं. लोकांनी फकीराभोवती कोंडाळं केलं आणि विचारलं, "तुम्ही तर फकीर आहात, संन्यासी आहात. खरं म्हणजे तुम्ही सर्वांसाठी प्रार्थना करायला हवी होती; पण तुम्ही तर अगदी स्वस्थ बसून होता. हा काय प्रकार आहे?"

फकीर म्हणाला.... "जोपर्यंत आपल्या हातात काही करण्यासारखं असतं तोपर्यंत आपण जर का काहीच केलं नाही तर आपल्याला प्रार्थनेचा कोणताही हक्क नाही. परमेश्वर तुमच्यापर्यंत कधी येतो? तर तुम्ही आधी काहीतरी प्रयत्न केलेले आहेत. जोपर्यंत काहीतरी करण्यासारखं तुमच्याजवळ शिल्लक आहे तोपर्यंत परमेश्वराची गरज पडता कामा नये."

ध्यानप्रयोगात संपूर्णपणे बुडून जा. तुमच्याजवळ करण्यासारखं काहीही जेव्हा उरत नाही तेव्हा ईश्वराचा हात तुमच्या डोक्यावर येतो. अचानक तुम्हाला कुणीतरी उचलून घेतल्याची संवेदना होते, कुणीतरी आपल्याला मार्गावरून चालवत असल्याची अनुभूती येते.... 'अनकिये सब होय.'

आपल्या बाजूनं संपूर्ण प्रयत्न करा.... नंतरच त्याच्या बाजूनं सुरुवात होते.

∎

सूत्र

मन माया तो एक है, माया मनहिं समाय ।
तीन लोक संशय पड़ा, काहिं कहूं समुझाय ॥
बेढ़ा दीन्हों खेत को, बेढ़ा खेतहि खाय ।
तीन लोक संशय पड़ा, काहिं कहूं समुझाय ॥
मन जानै सब बात, जानत ही औगुन करै ।
काहे की कुसलात, कर दीपक कुंबै पड़ै ॥
मन सागर मनसा लहरि, बूड़ै बहुत अचेत ।
कहहिं कबीर ते बांचि हैं, जिनके हृदय विवेक ॥
मन दीया मन पाइये, मन बिन मन नहिं होइ ।
मन उन्मन उस अंड ज्यूं, अनल अकासां जोई ॥
मन गोरख मन गोविन्दौ, मन ही औघड़ होइ ।
जे मन राखै जतन करि, तो आपै करता सोइ ॥
तन के जोगी सब करै, मन को करै न कोइ ।
सब विधि सहजे पाइये, जो मन जोगी होइ ॥
मन ऐसो निरमल भया, जैसो गंगा नीर ।
पाछे-पाछे हरि फिरै, कहत कबीर-कबीर ॥

प्रवचन दुसरे

मन गोरख मन गोविन्दौ

मन माया तो एक है, माया मनहिं समाय ।
तीन लोक संशय पड़ा, काहिं कहूं समुझाय ॥

मी पहिल्या प्रवचनात सांगितलं त्याप्रमाणे माया म्हणजे ब्रह्माशी जोडलेलं एखादं दार्शनिक तत्त्व नाहीये, तर ती म्हणजे प्रत्येक मनुष्याच्या मनाशी जोडली गेलेली प्रक्रिया आहे. माया म्हणजे कुठला शास्त्रीय सिद्धांत नव्हे तर ती म्हणजे मानसशास्त्रीय आणि मनोवैज्ञानिक गोष्ट आहे. म्हणूनच जे कोणी विज्ञानाचा शोध घेत असतील, सिद्धांत जमा करत असतील, तर्क-वितर्कांची भेंडोळी गोळा करत असतील तर निश्चितच ते चुकीच्या मार्गानं शोध घेतायत, असं म्हणावं लागेल आणि जो मायेलाच जाणून घेऊ शकत नसेल तो ब्रह्माला कसा काय जाणणार? भ्रम म्हणजे काय हे समजल्यावाचून सत्य कसे समजणार? अंधाराला नीट समजून घेतल्याशिवाय प्रकाशाला खऱ्या अर्थानं समजणं कसं शक्य आहे?.... चूक व्यवस्थित कळल्यानंतरच मनुष्य सत्याच्या जवळ पोहोचत असतो. असत्याची ओळख जसजशी पटत जाते, तसतसं सत्य जवळ येऊ लागतं... हाच एकमेव योग्य रस्ता आहे. सत्याच्या जवळ जाणारा दुसरा मार्ग नाही. एखाद्या असत्य गोष्टीला पूर्णपणे ओळखा. ही गोष्ट असत्य आहे हे पूर्णपणे जाणून घ्या. मग पाहा सत्याची दारं आपोआप उघडली जातील.

सर्वांत पहिली गोष्ट म्हणजे ओळखणे.... चूक कोणती आहे? संभ्रम कसला आहे? कुठे भटकले गेलोय? योग्य मार्गाची काळजी सोडून द्या. पहिले आपण भटकले गेलोय हे ओळखा, कुठे भटकतो आहोत हे ओळखा... मग पाहा... मार्ग समोरच दिसतो.

सत्य काय आहे याची अजिबात चिंता करू नका... अर्थात तुम्हाला ते कळणारही नाही, कारण सत्याला जाणून घेण्याचा कोणताही उपाय नाही. जोपर्यंत असत्याला तुम्ही जोडले गेले आहात, तोपर्यंत सत्याला ओळखण्याचा कोणताही उपाय नाही. तुम्ही स्वतःच जोपर्यंत असत्य आहात तोपर्यंत सत्य कसं काय ओळखणार– म्हणूनच असत्य काय आहे हे पहिल्यांदा जाणून घेतलं पाहिजे, ओळखलं पाहिजे.

एखाद्या डॉक्टरकडे तुम्ही जाता तो तुमच्या स्वास्थ्याची चिंता करत नसतो, तो चिंता करतो तो आजार काय असेल याची; आजार कुठे असेल हे तो शोधत असतो. तो निदान करतो ते आजाराचं! स्वास्थ्याचं नाही. कारण आजार काय आहे हे एकदा कळलं की तो नष्ट करायला उपाययोजना करता येते. आजार नष्ट झाल्यानंतर उरतं ते स्वास्थ्य! स्वास्थ्याला साध्या-सरळ मार्गानं तुम्ही मार्गावर आणू शकत नाही.... स्वास्थ्यासाठी जगभरात कोणतीही वैज्ञानिक परिभाषा नाही, आणि तशी ती होऊ

पण शकत नाही. शब्दांच्या बंधनात, व्याख्येच्या बंधनात त्याला बांधता येत नाही. 'स्वास्थ्य' हा शब्द फार अर्थपूर्ण आहे, महत्त्वपूर्ण आहे. स्वत:मध्ये जे स्थित... ते स्वास्थ्य! आत्मस्थितीचं नाव म्हणजे स्वास्थ्य! स्वत:पासून जो भटकला गेलाय तो स्वस्थ... जो स्वत:च्या 'केंद्रापासून' दूर गेलाय तो आजारी! आणि जो केंद्राकडे परत आलाय तो स्वस्थ! स्वस्थ म्हणजे स्व-स्थिती! परंतु ही स्थिती प्राप्त करून घेण्यासाठी प्रथम आजार ओळखावा लागतो... निदान होतं ते नेहमी रोगाचं. स्वास्थ्याचं नाही. त्यामुळे ओघानंच इलाज होतो, तो रोगावर! स्वास्थ्यासाठी नाही आणि रोग बरा झाल्यानंतर तुम्ही आपोआपच स्वस्थ होता.

ब्रह्माची प्राप्ती करून घेण्यासाठी काही उपाय नाही. ब्रह्म म्हणजे परमस्वास्थ्य! मायेला आपण जाणू शकतो कारण तो एक रोग आहे. जसजसं निदान व्हायला लागतं, जसजसे तुम्ही मायेला ओळखायला लागता, तसतशी माया अदृश्य व्हायला लागते.

एक गोष्ट आणखीन लक्षात घ्या, डॉक्टरांना आधी निदान करावं लागतं, आणि नंतर त्यावर इलाज करावा लागतो. परंतु आत्म्याची परीक्षा करताना होणारं 'निदान' हाच एक इलाज असतो, 'निदान' हाच उपचार असतो. योग्य रीतीनं ओळखलं, जाणून घेतलं, मुक्त झालो.... बस्स! दुसऱ्या कुठल्या औषधाची गरजच नाही. कारण हा आजार म्हणजे 'भ्रमाचा' आजार आहे. एखाद्या अंधाऱ्या रात्री रस्त्यावरून दूरवर जाताना एखाद्या वठलेल्या वृक्षाकडे पाहून तुम्हाला एखादा मनुष्य उभा असल्याचा भास होतो, एखादा चोर-दरोडेखोर असावा असं वाटतं. जसजसे जवळ जाता तसतसा होणारा भास नष्ट व्हायला लागतो. तुमच्या हातात दिवा असेल तर लगेच कळून येतं की हा वृक्ष आहे. अशा वेळी तुम्ही असं विचारणार का, की या भासापासून सुटका कशी करून घेऊ म्हणून?... नाही! त्या वठलेल्या वृक्षाची हा वृक्षच आहे अशी ओळख मनाशी पटवली गेली, की मग आपोआप मनानं निर्माण केलेला भास दूर होतो. म्हणून आजाराचं 'निदान', त्याची ओळख हाच एक इलाज असतो असं मी म्हणतो.

असं त्याला योग्य तऱ्हेनं जाणून घेणं म्हणजेच सत्याची प्राप्ती करून घेण्याचा मार्ग! मार्गसुद्धा नाहीच... तर सत्याची प्राप्तीच होणं, असं म्हणता येईल. म्हणूनच कबीर सुरुवातीलाच मायेसंबंधी बोलतात... माया म्हणजे काय?

पहिलं सूत्र–

'मन माया तो एक है, माया मनहिं समाय ।
तीन लोक संशय पड़ा, काहिं कहूं समुझाय ।'

कुणाला समजावणार?... सगळी मंडळी चर्चा करायला लागली... मायेच्या

संदर्भात इतके सिद्धांत आत्तापर्यंत मांडले गेले आहेत, की संपूर्ण प्राचीन भारताचा इतिहास या सिद्धांतांनी भरून गेलेला आहे.

म्हणूनच कबीर म्हणतात, 'तीन लोक संशय पड़ा, काहिं कहूं समुझाय.' तुझा सिद्धांत चूक आणि माझा बरोबर, हे स्पष्ट करण्यासाठी मंडळी तर्क-वितर्क लढवतात. त्यामुळे समजावणार तरी कोणाकोणाला?

आणि खरी गोष्ट तर अगदी साधी सरळ आहे. माया म्हणजे काय हे शोधण्याची मुळी गरजच नाहीये. 'मन माया तो एक है' मनाचा विस्तार म्हणजेच माया.

'माया मनहिं समाय ।'

मायेला नष्ट करावं लागत नाही. माया ही मनामध्येच असते. मनाची विकृती म्हणजेच माया. कुठला आहे आजार?... आजारपणासाठी तरी एका गोष्टीची गरज असते ते म्हणजे तुम्ही जिवंत असणं. कारण मेलेल्या माणसाला कधीही कोणताही आजार होत नसतो. मेलेला माणूस सुदैवी असतो, कुठलाही आजार नाही, कुठलीही भीती नाही... डॉक्टरांची दारं ठोठावणं नाही, उपचार करून घेणं नाही. काहीच नाही.... मेलेल्या माणसांना आणखीन एक फायदा म्हणजे तो पुन्हा मरू शकत नसल्याने त्यांना मृत्यूचीही भीती नाही.

आजारपणासाठी एका गोष्टीची गरज आहे, ती म्हणजे तुम्ही जिवंत असणं. जिवंतपणाशिवाय 'आजारपण' घडू शकत नाही. याचाच अर्थ असा की आजारपण ही जीवनाचीच एक विकृती आहे. जीवनच कुठेतरी बिघडलं गेलंय, काहीतरी चुकलं गेलंय, म्हणून हे आजारपण! जीवनाचा प्रवाह सागराकडे जाण्याऐवजी कुठेतरी वाळवंटाकडे वळला गेलाय... असं वाटावं जणू काही! परंतु अर्थातच प्रवाह आहे जीवनाचाच. तो सागराकडे जावो अथवा वाळवंटाकडे... परंतु प्रवाह मात्र आहे तो जीवनाचाच! वाळवंटामध्ये तुम्ही भरकटले जाणार, सगळं वाळवंट तुमच्या जीवनाची ऊर्जा पिऊन टाकणार, तुम्हाला नामर्द करून टाकणार, तुम्हाला कमजोर करून टाकणार... म्हणूनच वाळवंटापासून तुम्हाला काहीही प्राप्ती होणार नाही. तुम्ही फक्त रस्ता चुकलेले वाटसरू म्हणून आणखीन भटकत राहणार; परंतु सागरात मात्र?... सागरामध्ये मात्र तुम्हाला सर्व काही मिळणार. सर्व चांगल्या गोष्टींची प्राप्ती होणार.

विचार करण्यासारखी गोष्ट! वाळवंटामध्ये नदी लुप्त होते, तशीच सागरातही ती लुप्त होते. परंतु वाळवंटामध्ये लुप्त झाल्यानंतर तिला सागराची प्राप्ती होत नसते, सागरात मात्र ती लुप्त झाल्यानंतर तिला सागराची प्राप्ती होते... लुप्त होणं दोन्हीकडे आहे, दोन्ही ठिकाणी स्वत:चं अस्तित्व मिटून घेणं आहे. परंतु एका ठिकाणी त्या मिटून घेण्यात काहीही प्राप्ती नाही. दुसरीकडे मात्र अमर्याद प्राप्ती.

संसारामध्ये मनुष्य हरवला जातो, लुप्त होतो. तसाच... परमात्म्यामध्येही

हरवला जातो, लुप्त होतो; परंतु संसारातलं लुप्त होणं हे नदी वाळवंटामध्ये लुप्त होण्यासारखं आहे. ती सुकत जाते, सडत जाते, मार्ग मिळवण्यासाठी हाका देते, मुक्त व्हायला पाहते... पण काहीही उपयोग होत नाही. मार्ग मिळत नाही. हजारो निरनिराळ्या धारांमध्ये ती विभागली जाते. वाळवंट तिला पूर्णपणे शोषून घेत असतं. कोणताही अंतिम टप्पा मिळत नाही, काहीच हाती लागत नाही. सागरामध्ये मिळून जाताना जो हर्षोल्हास निर्माण होतो, तसं इथं काहीही घडत नाही... पूर्ण समर्पण, पूर्ण समाधीवस्था इथे घडत नाही... अशीतशीच ती संपून जाते. हरवली जाते– दुःखानं, विषादानं! हे संपून जाणं जेव्हा सागरामध्ये संपून जाणं होतं, तेव्हा निराळं होतं. संपून जाण्याची घटना दोन्हीकडे एकच होते. परंतु सागरामध्ये विलीन होतानाची मजा काही वेगळीच असते. इथे या ठिकाणी संपून जाताना कोणतंही दुःख, विषाद नसतो. कारण इथे नदी लुप्त होऊन सागरात ती मोठी होते. म्हणजेच याला संपून जाणं म्हणता येणार नाही, तर या क्रियेला प्राप्त करून घेणं म्हणता येईल. कारण इथं नदीचं छोटं स्वरूप नदीसारखंच मिटून जाणार आहे, एक छोटासा क्षुद्र प्रवाह मिटून जातो तसा! जुने किनारे हरवले जाणार आहेत, जुनं नाव संपणार आहे. आता सगळं स्वरूपच विराट होऊन जाणार आहे. नदी मुळी संपूर्ण सागर बनून जाणार आहे. आत्तापर्यंत ती क्षुद्र होती आता ती विराट झाली आहे. आत्तापर्यंत दोन्ही काठांना ती बांधली गेली होती. आता तिची सारी बंधनं विरून गेली आहेत. आत्तापर्यंत तिला सीमा होत्या. आता ती असीम आहे. मनुष्यप्राणीसुद्धा दोन तऱ्हांनी विलीन होत असतो... जीवनप्रवाहसुद्धा दोन तऱ्हांनी विलीन होत असतो... एक तऱ्हा मायेची! माया म्हणजे वाळवंट! जिथे तुम्ही प्रचंड धडपड करता; परंतु हाती काही लागत नाही. सतत धावत राहता परंतु पोहोचत कुठेच नाही; गोंधळ खूप माजवता परंतु जीवनात संगीत निर्माण करीत नाही, संघर्ष खूप करता परंतु सतत हार पत्करावी लागते; सतत पराजयाला सामोरं जावं लागतं... विजय कधीच मिळत नाही.

पराजय ही या संसाराची कथा आहे. इथे जो जातो तो पराभूत होऊन परत येतो. या ठिकाणी संपून जाणं होतं, ते सडून जाण्यासारखं संपणं होतं.

एखाद्या बीजाला एखाद्या दगडावर ठेवा... बघा तिथं ते संपून जाईल, मृत होईल. त्याच बीजाला जमिनीत टाका. बघा... तिथेही ते संपूनच जाईल, मिटून जाईल... परंतु त्या मिटण्यातून तिथं नवा अंकुर येईल. म्हणजे बीजरूपानं ते मृत होईल; परंतु अंकुररूपानं ते जिवंत राहील. तुम्ही बीजाला सडतसुद्धा ठेवू शकता... त्यालाच माया म्हणतात. तुम्ही बीजाचा वृक्षही बनवू शकता. त्याला ब्रह्म म्हणतात. दोन्ही गोष्टी तुमच्यातच लपलेल्या आहेत. माया म्हणजे तुमचं भरकटणं आहे आणि ब्रह्म म्हणजे तुमचं मार्गावर येणं आहे. रोग तुमचाच आणि स्वास्थ्यही तुमचंच.

रोगाचं निदान करणं मात्र गरजेचं आहे म्हणजे मग तुम्ही भरकटले जाणार नाही.

'मन माया तो एक है, माया मनहिं समाय ।
तीन लोक संशय पड़ा, काहिं कहूं समुझाय ।'

तुमच्या चुकीच्या वागणुकीची परिणती म्हणजे माया आणि तुम्ही ठिकाणावर असल्याची परिणती म्हणजे ब्रह्म! शिवाय एक गोष्ट लक्षात ठेवा की ब्रह्म प्राप्त करून घेण्याचे मुद्दामहून प्रयत्न मुळीच करू नका... कारण ब्रह्माला साधं सरळ शोधण्याचा कोणताही उपाय नाही. तुम्ही फक्त एकच करा... ते म्हणजे मायेच्या विळख्यातून बाहेर या... म्हणजे आपोआप ब्रह्माची प्राप्ती होईल. कारण जिथे विकृतीच नष्ट होते तिथे शक्ती आपोआप प्रकट होते.

बेढ़ा दीन्हों खेतको, बेढ़ा खेतही खाय ।
तीन लोक संशय पड़ा, काहिं कहूं समुझाय ॥

शेताच्या चारही बाजूला काटेरी झुडुपं लावतात; कुंपण घालतात... शेताच्या रक्षणासाठी ते कुंपण असतं. तुमच्या रक्षणासाठी तुमचं मन हे कुंपण असतं.... तुम्ही असं कुंपण घालता, अशी झुडपं लावता की सगळं शेतच ती खाऊन टाकतात. कुंपण होतं ते शेताला वाचवण्यासाठी... परंतु आता काय झालं तर कुंपणाचंच जंगल एवढं माजलं गेलंय की पीक काढायला जागाच उरली नाही.

मन हे एक कुंपणच आहे, तेही कुंपणासारखं उपयोगी आहे; परंतु तेच जर तुमचं सर्व अस्तित्व व्यापून टाकत असेल तर मग काय उपयोग? कुंपणानंच शेत खाल्ल्यासारखं होणार नाही का?

परंतु हे असंच नेहमी होत असतं. हेच मायेचं दुसरं सूत्र! जीवनामध्ये नेहमी कुंपणच शेताला खात असतं आणि लोकांना पत्ताही लागत नाही. जगण्यासाठी अन्न, निवारा, सुरक्षितता या साऱ्या गोष्टी पाहिजेतच... त्या आवश्यकच आहेत. परंतु होतं काय, की मनुष्य गरजेपुरता विचार न करता शेवटपर्यंत वेड्यासारखा त्याच्याच मागे लागतो. घर पाहिजे, घर पाहिजे, असं म्हणून एखादा मनुष्य सारखी घरंच बांधत राहतो. त्यात राहायला जायची गोष्टच नाही. पैसा कमवायला लागायचं ते फक्त पैसाच कमवत राहायचं. त्या पैशाचा उपभोग घेणं शून्य! त्यामध्ये तो इतका बुडून जातो की महत्त्वाची गोष्ट विसरतो, ती म्हणजे पैसा हे एक फक्त उपयुक्त कुंपण होते. परंतु तेच आता शेत बनून गेलंय. धनाची गरज निश्चितच आहे; परंतु त्यालाही एक सीमा आहे. कोणतीही गरज ही अमर्याद नसते. त्यावरची वासना मात्र अमर्याद असते. गरज फार फार छोटी असते. अन्न, वस्त्र, निवारा... गरजेपुरत्याच या गोष्टी लागतात. या जगामध्ये फक्त गरजेपुरती आवश्यकता भागवली जाईल तर एकही मनुष्य भुकेला राहणार नाही, दरिद्री राहणार नाही, कारण इथं आवश्यकता

आहे; ती गरजेपुरती आहे... मर्यादित आहे. पशु-पक्ष्यांच्या गरजा पुऱ्या होतात; परंतु माणसाच्या कधीही पुऱ्या होत नाहीत. वृक्ष आपल्या गरजा स्वत:हून भागवतात. त्यांना तर कुठे जाण्यासाठी हातपायही नाहीत. एकाच ठिकाणी उभे राहतात बिचारे आणि गरजा भागवतात. पशु-पक्ष्यांना तर माणसाइतकी बुद्धी आणि शिक्षणही नाही, तरीही स्वत:च्या गरजा ते पूर्णपणे पुऱ्या करतात. मग मनुष्यच त्या का पुऱ्या करू शकत नाही? काहीतरी गडबड आहे. आवश्यकता असणं, गरज असणं ठीक आहे; परंतु वासना असणं महाभयंकर आहे... फरक काय आहे? आवश्यकता हे कुंपण आहे... वासना मात्र पूर्ण शेत बनून गेलीय.... तुमच्या गरजा पुऱ्या होऊ शकतात. परंतु तुमच्या वासना पूर्ण होऊ शकत नाहीत. म्हणूनच जरुरी संपली की थांबणं महत्त्वाचं. तिथेच थांबायला पाहिजे. पुढे आसक्तीकडे जाणं म्हणजे वेडेपणा आहे. कारण वासनेला अंत नाही.

माझ्या माहितीतला एक माणूस आहे. त्याची सात घरं आहेत. कित्येक हजार रुपये त्याचं भाडं येतं; परंतु तो मनुष्य एका छोट्याशा खोलीत भाड्यानं राहतो. एक सायकल त्याच्याजवळ आहे. त्या सायकलवरून हा मनुष्य भाडेवसुलीसाठी बाहेर पडतो. एका खोलीत राहतो, हॉटेलमध्ये जेवतो. त्या माणसाच्या मालकीच्या एका बंगल्यामध्ये राहण्याची माझ्यावर एकदा वेळ आली... माझे एक स्नेही त्याच्या बंगल्यात राहत होते. मी त्यांचा पाहुणा होतो.... मी एक दिवस मित्राला विचारलं... हा मनुष्य कोण आहे? कसले त्याचे फाटके कपडे, सायकल तर अक्षरश: डबडीच... खडखड आवाज करत ती चालत असे. मित्र हसला आणि म्हणाला, "अहो, हा मनुष्य या बंगल्याचा मालक आहे..." त्या माणसाकडे पाहून कुणाचाही विश्वास बसला नसता की हा सात घरांचा मालक आहे म्हणून! फाटके कपडे, एक डबडी सायकल.... अशा अवस्थेतला हा मनुष्य सात घरांचा मालक. सात घरांची अंदाजे किंमत वीस लाख होत होती. हजारो रुपये भाडं तो वसूल करत होता... पण राहत होता एका खोलीमध्ये. पाच रुपये महिना भाड्याच्या खोलीत! या मनुष्याच्या जगण्याला कुंपणानंच खाऊन टाकलेलं होतं.

माझ्या घरासमोर एक डॉक्टर राहत होते. मिलिटरीतले निवृत्त डॉक्टर होते ते. मिलिटरीमध्ये असताना दुखापत झाल्यामुळे त्यांच्या नियुक्त वेळेआधी ते निवृत्त झाले होते. बऱ्यापैकी पेन्शन मिळत होती. एक लाखाचा बंगला होता आणि दोन लाख बँकेमध्ये होते. त्यांचं रोजचं भोजन म्हणजे चहा आणि पापड– बस्स. एवढ्यावरच ते जगत होते. एक दिवस आजारी पडले. हृदयविकाराचा झटका आला. वाचा गेली. त्यांच्याजवळचे नातेवाईक असे कोणीही नव्हते. अर्ध्या घरात एक भाडेकरू ठेवला होता... तो भाडेकरू माझ्याकडे आला आणि म्हणाला, डॉक्टरांची वाचा गेली आहे. मला वाटतं त्यांची अवस्था फार गंभीर आहे. त्यांना

ताबडतोब दवाखान्यात हलवलं पाहिजे. म्हणून नंतर रुग्णवाहिका मागवली गेली....
त्यात ठेवण्यापूर्वी त्यांनी मला खूण केली की 'घराला कुलूप घालून किल्ली माझ्या
ताब्यात द्या!' वाचा गेली होती म्हणून हा खुणेचा कारभार! त्यानंतर तासाभरानं ते
गेले. समोर किल्ली ठेवलेली पाहिल्यानंतरच मेले... मरताना खिशामध्ये पाच हजार
होते... परंतु जाण्यापूर्वी त्यांनी मला विचारलं होतं की डॉक्टरांचे पैसे कोण देणार
म्हणून!... सगळा गमतीचा मामला...

कुंपणानं शेत खाऊन टाकणं ते असं!... योग्य समज आपल्याजवळ असेल तर
लक्षात येईल की मन हे अतिशय उपयोगी आहे. मन म्हणजे रडार यंत्र आहे.
विमानांसाठी रडारचा अतिशय उपयोग असतो. दोनशे मैलांपर्यंतची सूचना रडार
यंत्रावर आधी येते. फोटो येतात. विमानाची गती इतकी तीव्र असते की दोनशे
मैलांची सूचना आधी नाही मिळाली तर टक्करच होणार. मध्ये ढग आहेत का,
कुठलं यान आहे का, कुठला पक्षी आहे का... हे सारं पडद्यावर दिसत असतं. शंभर
मैल आधीच तुम्हाला स्वत:चं संरक्षण करावं लागतं; कारण वेग इतका प्रचंड
असतो की दोनशे मैल आधी सूचना नाही मिळाली तर टक्करच.

मन हेसुद्धा एक रडार यंत्र आहे. अत्यंत वेगवेगळ्या प्रकारांनी तुम्हाला ते सूचना
देत असतं. झलक दाखवत असतं. शहाण्या माणसांसाठी मन अत्यंत उपयोगी
आहे. परंतु बेअक्कल माणसांसाठी मात्र मन हे भयंकर धोकादायक ठरू शकतं.
कारण बेअक्कल माणसं मनाचा योग्य तो उपयोग कधीच करीत नसतात. मनच
त्यांचा उपयोग करून घेत असतं. गुलाम मालक बनतो आणि मालक गुलाम बनतो,
ही तुमची अवस्था. गृहस्थावस्थेला मी नेहमीच असं म्हणतो की कुंपणानं शेत
खाल्लं! आणि माझ्या दृष्टीनं संन्यासी अवस्था म्हणजे शेत हे शेतच राहतं आणि
कुंपण हे कुंपणच राहतं. कुणीच कुणाचा कब्जा घेत नाही. कुंपण शेताला खात नाही
आणि शेत कुंपणाला खात नाही. कारण गरज तर दोन्ही गोष्टींची असते. कुंपणाचीही
गरज असतेच शेताच्या संरक्षणासाठी.

म्हणून कुंपणाप्रमाणेच मन हेही उपयोगी आहे. जीवनात त्याची अत्यंत आवश्यकता
आहे. परंतु कुठे थांबायचं याचं भान पाहिजे.

पैसा, धन या आवश्यक गोष्टी आहेत; परंतु आयुष्यभर पैसाच जमा करत राहणं
हा वेडेपणा आहे. राहायला घराचीही जरुरी आहेच. परंतु आयुष्यभर घरच बांधत
राहणं आणि बांधलेल्या घरामध्ये राहायला वेळही न मिळणं इतकं आयुष्य व्यर्थ
घालवणं हा वेडेपणा आहे. कपडे आवश्यक आहेत. परंतु सतत कपडेच घेत राहणं
हा मूर्खपणा.

अगदी साधारण मनुष्यसुद्धा जर पूर्ण विचारपूर्वक आपल्या जगण्याचं आयोजन
करेल तर मनासारखं उत्तम यंत्र दुसरं नाही. अजूनपर्यंत मनाशी सामना देऊ शकेल

असं कोणतंही यंत्र तयार करणं भल्याभल्या शास्त्रज्ञांना जमलेलं नाही. मन ही अशी विलक्षण गोष्ट आहे की ते दूरवरपर्यंत पाहू शकतं, अगदी समीप पाहू शकतं, परिस्थितीचं गणित मांडू शकतं. संरक्षणाचे उपाय शोधून काढतं, जीवनाला अनेक संकटांतून वाचवण्याचे हजारो विविध मार्ग निर्माण करत असतं. म्हणून म्हणतो, आवश्यकता तर सर्व गोष्टींचीच आहे; परंतु तेच म्हणजे जीवन नाही. दारावर एखादा द्वारपाल कामाला ठेवणं ठीक आहे; परंतु स्वत:च द्वारपाल म्हणून उभं राहणं हा शुद्ध वेडेपणा आहे. कारण मग रक्षण तरी कुणाचं करणार?

लोक सतत आपल्या जीवनाची व्यवस्था नीट लावण्यातच पूर्ण आयुष्य घालवतात. त्यांना खऱ्या अर्थानं जगण्याची संधीच कधी मग मिळत नाही. तुम्ही रोज टाळाटाळ करता... खऱ्या अर्थानं जगणं वगैरे बघू नंतर... आधी जमवाजमव तर करू... असं करत करत पूर्ण आयुष्य खर्ची पडतं.... जमवाजमव कधीच पुरी होत नाही.

एक लक्षात घ्या... ज्याला खरंखुरं जीवन जगायचं आहे त्याच्याजवळ काही गोष्टींची उणीव असलेलं जीवन जगण्याचं कौशल्य हवं; कारण सर्व गोष्टी या एकदम मिळतच नसतात. मन तुम्हाला सतत चिथावण्या देत असतं. हे कमी आहे, ते कमी आहे. हे आणखी जमव, ते जास्त जमव. मन सतत म्हणणार.... अजून राहायला जाऊ नकोस; कारण ताजमहाल जोपर्यंत मिळत नाही तोपर्यंत घरं घेत राहा आणि मनाचंच सतत ऐकत जाल तर जीवन जगण्यासाठी वेळच मिळणार नाही.

जीवन फार छोटं आहे आणि मनोकामनांना अंतच नाही. आवश्यकता तसं पाहता फार कमी असतात. त्या सर्वांच्या पुऱ्या होऊ शकतात. परंतु नेहमी आपण पाहतो की आवश्यकता असलेल्या गोष्टींचं जेव्हा मनुष्य वासनांमध्ये रूपांतर करतो तेव्हा मग मात्र त्याला अंत राहत नाही. आणि त्यानंतर मग वैताग आला की या साऱ्या आवश्यक गोष्टींचासुद्धा त्याग करायला लागतो, तेव्हाही त्याला अंत नसतो.

जगामध्ये दोन तऱ्हांची माणसं असतात. दोन तऱ्हांच्या वेड्या माणसांनी हे जग बनलेलं आहे. एक तऱ्हा आहे ती म्हणजे आवश्यक गोष्टींमध्येच जीवन व्यर्थ घालवणारा मनुष्य! अशा तऱ्हेनं जीवन जगण्यानंही नंतर कंटाळून जातो, वैतागतो आणि दुसरा वेडेपणा सुरू करतो. तो म्हणजे सगळ्या आवश्यकतांचा त्याग करणं.... बरोब्बर शीर्षासन करण्यासारखी उलट क्रिया!... भोजनाचा त्याग करणं, सतत उपास करणं.... असं.... म्हणजे होतं कसं? तर एकतर भोजनच सारखं करत राहायचं नाहीतर एकदम सतत उपासच करत राहायचं... मधली अवस्था नाहीच... संतुलन कुठे नाहीच.

मुल्ला नसरुद्दीन एकदा आजारी पडला. खोकला, दमा सुरू झाला. डॉक्टरांकडे गेला. डॉक्टर म्हणाले आजार काही नाही; परंतु तुझ्या कपड्यांना, तोंडाला सिगारेटचा

वास येतोय. दिवसातून किती सिगारेट ओढतोस?''

तो म्हणाला, ''फार काही नाही... होत असतील दहा-बारा....''

डॉक्टरांनी सांगितलं, ''तुझ्या दोन्ही फुप्फुसात सिगारेटमुळे निकोटीन साचत चाललं आहे. तेव्हा हळूहळू सिगारेट पिणं कमी कर. एकदम नको करू... असं बघ. रोजच्या जेवणानंतर एक असं प्रमाण ठेव.... एक महिन्यानंतर भेटायला ये. मग पाहू.''

एक महिन्यानंतर नसरुद्दीन डॉक्टरांकडे गेला तर डॉक्टरांनी ओळखलंच नाही. सगळ्या अंगावर सूज आलेली.... तेही घाबरले. त्याला म्हणाले, ''अरे... तू तर ओळखायलाही येत नाहीस. सिगारेट कमी करण्यानं असं झालं?...''

नसरुद्दीन म्हणाला, ''झालंय तर सगळं सिगारेटमुळेच.''

डॉक्टरांनी विचारलं... ''मी सांगितलं तसंच केलंस ना?''

नसरुद्दीन उत्तरला, ''तुम्ही सांगितल्याप्रमाणेच तर केलं; पण आता दिवसातून चार-पाच वेळा भोजन करावं लागतं.''

म्हणजे थोडक्यात काय?... तर एका वेडेपणातून सुटका झाली की दुसरा वेडेपणा सुरू होतो. वेड्या माणसांचाही त्यांचा म्हणून एक तर्क असतो. तो त्या तर्काशी अगदी सुसंगत असतो आणि मनानं निर्माण केलेले तर्क जर का अंमलात आणत असाल तर मग वेडेपणाची मालिकाच चालू राहते.

मनाचा तर्क म्हणजे काय आहे?

मनाचा तर्क असा असतो.... समजा, एक वेळा जेवण केल्यानं जे समाधान मिळतं, ते समाधान वीस वेळा जेवल्यामुळे कितीतरी वाढत असणार... मग चला... वीस वेळा जेवू... हे इतकं साधं मनाचं गणित असतं. परंतु आपलं जीवन या अशा तर्कावर– या गणितावर– चालत नसतं. कारण एक वेळ जेवल्यानं फायदा होतो म्हटल्यानंतर वीस वेळा जेवणं यामध्ये वीसपट फायदा होत नसतो. वीस वेळा जेवल्यानंतर आज नाही तर उद्या तरी तुम्हाला त्रास होणारच, तुम्ही रोगी बनाल. नंतर नंतर जेवण समोर आलं तरी ते फेकून देण्याची इच्छा होईल. इतके कंटाळून जाल की जेवण पूर्ण बंद करून उपासच करण्याची इच्छा होईल. आतासुद्धा तुमच्या तर्काचं गणित साधं सोपं आहे. जेवणानं इतकं नुकसान होत आहे म्हणजेच सगळ्या दुःखाचं मूळच भोजन आहे. चला मग आता उपास! सगळ्या जगामध्ये उपासाचे निरनिराळे पंथ आहेत. आता तुम्ही दुसरं टोक गाठणार. तिथेही दुःख आहेच.

मध्यबिंदूवर थांबणे हा मनापासून मुक्ती मिळवण्याचा मार्ग आहे. कारण मन हे नेहमी अतिरेकामध्ये जगत असतं. घड्याळाच्या लंबकाप्रमाणे एकदा या टोकाकडून त्या टोकाकडे... मध्यावर थांबणं नाहीच. कारण मध्यावर थांबणं म्हणजे घड्याळ बंद पडणं आहे... ज्या क्षणी तुम्ही मध्यावर थांबाल त्या क्षणी तुमचं मनाचं घड्याळ

थांबेल. त्याक्षणी 'माया' थांबेल. माया तुमच्यामध्ये विरघळून जाईल. त्यातूनच तर विराट सौंदर्याचा जन्म होत असतो. बुद्धत्वाचा जन्म होतो. त्यातून कबीर जन्मतात, श्रीकृष्ण जन्मतात, जिझस ख्राईस्ट जन्मतात.

बेढ़ा दीन्हों खेतको, बेढ़ा खेतहि खाय ।
तीन लोक संशय पड़ा, काहिं कहूं समुझाय ।।

मन हे तसं पाहता फार फार उपयोगी आहे, त्याचा उपयोग करा; परंतु त्याला मालक बनवू नका. कारण ते जर का मालक बनलं तर मात्र फार धोकादायक आहे. 'मना'चं अजिबात ऐकू नका, मनाचा सल्ला घेऊन वागू नका. ऐका जरूर... पण वागणूक स्वत:चीच ठेवा. योग्य निर्णय घेण्याची पूर्ण क्षमता स्वत:मध्ये वाढवलीत तर मन तुमचं काही एक नुकसान करू शकत नाही. म्हणजे मग तुम्ही अतिरेकी भोजनही करणार नाही आणि अतिरेकी उपासही करणार नाही. जे काही कराल ते सम्यक कराल... सम्यक भोजन हे सर्वांत चांगलं! शरीर जास्त करून भुकेलं नाही तसंच जास्त भरलेलंही नाही अशी अवस्था. अशा तऱ्हेनं सर्व बाजूनं सुयोग्य संतुलन राखलं गेलं तर जीवनच सारं सम्यक बनून जाईल.

जिथे जिथे समता येईल, जिथे जिथे तुम्ही मध्यावर थांबाल, तिथे तिथे सम्यकत्वाचा उदय होईल. एक तर तुम्ही सारखे बोलत राहता किंवा म्हणत राहता, की आता आम्ही मौनात राहणार... एक तर संसार करणार, नाहीतर हिमालयात जाणार... इथे सम्यकत्व कसं काय निर्माण होणार.... याउलट, तुम्ही संसारात असे नाही का राहू शकत, की संसार बाह्यजगात असेल पण तुमच्या 'आत' तो नसेल. संसारातून मार्गक्रमणा करणं भाग आहे; पण त्याचा हलकासा ओरखडाही स्वत:वर उठवून घेतला नाहीत तर सम्यक बनणं काय अवघड आहे... संसारातून प्रवास जरूर करा... पण त्याचा एवढाही ठसा स्वत:वर उमटवून घेऊ नका.

कबीरांनी म्हटलंय, खूप जपून मी ही संसाराची चादर विणलीय. खूब जतनसे ओढी चदरिया, ज्यो की त्यो धरि दीन्ही – जशी मिळाली होती तशीच ती परत केली.... जशी होती तशी! 'खूप जपून!... 'जपणे' हीच तर महत्त्वाची गोष्ट. जपणे म्हणजे पूर्ण जागृतपणे, सम्यकपणे प्रबुद्ध होऊन करणे. कबीर म्हणतात... कुणाला समजावू? कुणी ऐकायला येतच नाही.... कुणाला समजत नाही....

मलासुद्धा अनेक वेळा हे प्रत्ययाला येतं. उदा. तुम्हाला जर का एखादी टोकाची भूमिका घेऊन सांगितलं तरच पटतं... उपास करा असं म्हटलं तर तुम्हाला पटतं... परंतु बेताचा आहार घ्या म्हटलं तर पटत नाही. सोडून द्या हा संसार-प्रपंच... यात फार दु:ख भरलंय.... असं प्रवचन दिलं की तुम्ही संसार त्यागायला तयार होणार; कारण यापूर्वी त्यातल्या अतिरेकाचा अनुभव तुम्ही घेतलेला असल्यानं एकदम

संसाराचा त्याग करणं वगैरे तुम्हाला पटून जातं. त्या अतिरेकातून तुम्ही पुरेसे दु:खी झालेले असता. त्यामुळे तो त्यागायची जवळजवळ मनाची तयारी झालेली असते. म्हणूनच या संसारापासून दूर पळा असं कुणी सांगितलं की पळायची तयारी होते. याच तर कारणामुळे जगामध्ये पळपुट्यांची संख्या भरपूर झालेली आहे.... एका अतिरेकातून दुसऱ्या अतिरेकाकडे वाटचाल. एवढाच याचा अर्थ.

तुमचे तथाकथित साधुसंन्यासी पक्के पलायनवादी आहेत. कारण ते म्हणजे तुमचीच रूपं आहेत. लंबकाच्या एका दिशेला तुम्ही आहात आणि दुसऱ्या दिशेला ते आहेत इतकंच. तुम्ही स्त्रीच्या मागे मागे धावता ते स्त्रियांपासून दूर दूर थांबतात. तुम्हाला संपत्ती जमवण्याचा अट्टाहास, तर ते संपत्तीला स्पर्शही करायला घाबरतात... दोन्ही टोकंच! खूप आसक्ती बाळगावी असं काहीही धन-संपत्तीत सामावलेले नाहीये किंवा त्याची भीती बाळगण्यासारखंही काही नाही. ती जमवण्याचा अट्टाहास करणं जितकं वेडेपणाचं आहे तितकंच त्यापासून दूर पळणं म्हणजेसुद्धा एक प्रकारचा वेडेपणाच आहे. धन-संपत्तीचा उपयोग कसा करायचा यात शहाणपणा आहे आणि जो मनुष्य त्याचा सम्यक उपयोग करणं जाणतो, तो जमवण्याचा अट्टाहास करत नाही किंवा त्यापासून दूरही पळत नाही. कारण धन हे साधन आहे. साधनाचा सम्यक उपयोग करणंच गरजेचं आहे.

माझा अनुभव असाच आहे... तुम्हाला मध्यावर कुठेतरी थांबवण्यासाठी माझे नेहमी प्रयत्न असतात. हा सुवर्णमध्य तुम्ही गाठावा म्हणून माझा आटापिटा असतो. परंतु ते तुम्हाला कळत नाही. तुम्हाला कोणतीतरी अतिरेकी भूमिका हवी असते. तुमचं एक टोक गाठून झालेलं आहे, पुरेसे भोग भोगून झालेले आहेत... आता तुम्हाला हवंय दुसरं टोक... तुम्हाला मध्य नको आहे... तुम्हाला दुसरं टोकंच हवंय.... लंबकासारखं! मी म्हणतो मध्यावर थांबा. तुमच्या ते लक्षात येत नाही. कारण थांबणं तुम्हाला माहीतच नाही... धावणं हीच तुमची प्रकृती आहे. दिशा कोणती का असेना, धावत राहणं हाच तुमचा धर्म आहे. तुम्ही धावण्याला तयार आहात, थांबायला तयार नाही.

म्हणूनच कबीर म्हणतात, ''तीन लोक संशय पडा, काहिं कहूं समुझाय.''

कबीर पूर्णत: मध्यममार्गी आहेत, सम्यक आहेत. त्यांचं सम्यकत्व आपल्या समजण्यातलं आहे. रोज बाजारात जातात, रोज कपडे विणतात, रोज ते बाजारात विकतात, परंतु रोज संध्याकाळी जे काही जमतं ते वाटून टाकतात. अशा तऱ्हेनं संसार सोडलेला नाही. परंतु तो पकडूनही ठेवलेला नाही. हीच तर खरी कला आहे. संसार सोडलेला नाही. तो कसा? तर कपडे विणतात, बाजारात विकतात, पैसा मिळवतात, घराच्या आवश्यकता पूर्ण करतात. हा झाला संसार..... आता संध्याकाळी जे काही उरतं ते वाटून टाकतात हा झाला संन्यास... म्हणजे दिवसभर गृहस्थ आणि

रात्री संन्यासी.

तुमचे संन्यासी म्हणजे दिवसभर संन्यासी आणि रात्री गृहस्थ. वरवर पाहता संन्यासी पण आतून मात्र गृहस्थ; परंतु कबीर मात्र वरवर गृहस्थ आहेत आणि आतून मात्र संन्यासी!

जीवन कशाला म्हणतात... तर प्रत्येक गोष्ट अतिरेकी! आणि मन तर काय प्रचंड लोभी... सम्यकत्व, संतुलन म्हणजे मनाचा जणू काय मृत्यूच.

'मन जानै सब बात, जानत ही औगुन करै ।
काहे की कुसलात, कर दीपक कुंबै पड़े ॥

कबीरांचं हे वचन तर अतिशय सुंदर आहे. हे नुसतं म्हणून उपयोगी नाही तर ते हृदयात जपून ठेवलं पाहिजे.

मन जानै सब बात, जानत ही औगुन करै।

नुसत्या ज्ञानानं काहीही होत नसतं, कारण मन तर सर्व काही जाणतच असतं; परंतु सर्व काही जाणूनही ते उलटच वागत असतं म्हणजे कळतं, पण वळत नाही...

तुम्ही पुरते जाणून असता की क्रोध ही अत्यंत वाईट गोष्ट आहे. परंतु तरीही तुम्ही सतत त्याचाच वापर करता....

घृणा करणं हे पाप आहे हे तुम्हाला चांगलं माहितेय; पण तरीही तुम्ही घृणा करताच. लोभ बाळगला की मनुष्य त्यामध्ये जाळ्यात फसल्यासारखा फसतो हे माहीत असूनही तुम्ही लोभी होता.

'मन जानै सब बात, जानत ही औगुन करै ।
काहे की कुसलात...'

यात मनाची कुशलता कोणती?

'कर दीपक कुंबै पड़े...'

हातामध्ये दिवा घेऊन विहिरीत पडणं म्हणजे काय?

इथं दिवाच कुचकामी असणार, नकली असणार. कारण विहीर तर खरी आहे... म्हणूनच कबीर म्हणतात, 'काहे की कुसलात'.

शास्त्री, पंडितांनाच पाहा नं... त्यांचं जीवन आहे तसंच आहे. अज्ञानी माणसासारखं.... दोघांच्यामध्ये रत्तीभरसुद्धा फरक नाही. असलाच भेद तर तो इतका आहे की अज्ञानी माणसं आपला अज्ञानीपणा लपवण्यामध्ये कुशल नसतात.... पंडित मंडळी फारच कुशल असतात. परंतु दोघांच्या वागणुकीमध्ये, जीवन जगण्यामध्ये एवढासुद्धा फरक नाही. राग, लोभ, मोह, माया, दोघांनाही सारखंच... यांचं ज्ञान आहे ते सडकं, आणि दुसरीकडून उधार घेतलेलं आहे.... नाहीतर ज्ञान.... म्हणजे अग्नीसारखं

असतं. अग्नीमध्ये जसं सोनं टाकल्यानंतर ते जास्तच उजळून निघतं, आणखीन शुद्ध होतं.... तसंच या ज्ञानाचं आहे. या अग्नीत तुम्ही आपलं मन ओतलंत तर ते आणखीन शुद्ध होणार, त्याला उजाळा येणार. परंतु कधीकधी ज्ञान सडकं, कुजकंही असू शकतं. तेव्हा त्या ज्ञानाला अग्नीचं स्वरूप येणार नाही. ते राखेसमान असतं. या शास्त्री-पंडितांचं ज्ञान हे याच प्रकारचं आहे.

आत्ता या क्षणी मी जे काही तुमच्याजवळ बोलतोय ते ज्ञान तुम्ही ग्रहण करता ते अग्नीसारखं आहे, ताजं आहे; परंतु मी मरून गेल्यानंतर ते राख होणार आहे; परंतु गेल्यानंतरच ते तुम्हाला पटणार आहे. तेव्हाच तुम्ही त्यावर विचार करणार; परंतु त्या वेळी ते राख असणार... ती राख फासून तुम्ही साधू म्हणून वावरणार.... पण यामुळे तुमचं जीवन बदलू शकणार आहे का?... कदापि नाही.

असे राख फासलेले साधू आपण सगळीकडे पाहत असतो. एक सांगतो, अग्नीमध्ये सतत परिवर्तन होत असतं.... राखेमध्ये तसं होत नाही. राख आहे तशीच राहते. जिथे कधीतरी पूर्वी अग्नी असतो तिथे राख असते. परंतु भूतकाळातल्या गोष्टींमुळे कधीही क्रांती घडत नसते. ती घडत असते ती वर्तमानकाळातल्या घटनांमुळे. महावीरांच्या राखेमध्ये तुम्ही स्वत:ला कितीही लपेटून घ्या, तुमचं मन कधीच प्रज्वलित होणार नाही. बुद्धांच्या राखेमध्ये कितीही स्वत:ला लपेटा... काहीही उपयोग होणार नाही. अग्निकलश आहे... सुंदर आहे. परंतु त्यामुळे कुठलीही क्रांती होणार नाही. जिवंत गुरू शोधणं जास्त गरजेचं आहे. तोच जिवंत अग्नी आहे... अंतरात अग्नी पेटलेला असेल तर मिळवलेलं ज्ञान इतस्तत: जाण्याचा संभव फार कमी असतो. तेव्हाच जीवन म्हणजे काय याचं खरं आकलन होतं... समजा, तुम्हाला स्वत:लाच अंतरात कळून चुकलं की क्रोध हा वाईट आहे तर तुम्ही क्रोधाच्या आहारी जाणारच नाही, नाही का!... परंतु हे असं आकलन तुम्हाला स्वत:ला कधीच होत नाही.... दुसरे कोणीतरी तुम्हाला सांगतात – बुद्ध, महावीर, श्रीकृष्ण सांगतात की क्रोध हा वाईट आहे. हे तुम्ही ऐकलेलं असतं, प्रत्यक्ष डोळ्यानं त्याचा अनुभव घेतलेला नसतो... तो म्हणजे कानानं केलेला संग्रह असतो. डोळ्याचा अनुभव नसतो. ज्ञाना-ज्ञानात असंच अंतर असतं. एक ज्ञान जे कानाद्वारे श्रवणानं मिळतं आणि एक ज्ञान जे डोळ्यानं, दर्शनानं मिळतं. माया आणि ब्रह्म यामध्ये चार अंगुलीचं हे असंच अंतर आहे; जे कान आणि डोळ्यात आहे. कानाद्वारे जे ज्ञान मिळत असतं ते पोकळ असतं आणि अनुभवानं जे मिळतं ते वास्तविक असतं... हे सर्व काही तुम्हाला चांगलं कळतं.... कबीर म्हणतात, ''मन जानै सब बात।'' मनाला सगळं काही समजतं. वेगळं काही सांगण्याची गरजच नाही.

'जानत ही औगुन करे।'...

कळून-सवरूनही व्यवहार मात्र पूर्णपणे अज्ञानी माणसासारखा! तुमच्या जीवनाचं

तात्पर्य शेवटी ज्ञान नसून अज्ञानच ठरतं. मनामध्ये ज्ञान भरून राहिलं आहे; परंतु बाहेर? पंडित आणि ज्ञानी यांच्यात हाच फरक तुम्हाला दिसेल. पंडित मंडळींमध्ये तुम्हाला अज्ञानाची दुर्गंधीच जाणवेल. फक्त शब्दजंजाळाव्यतिरिक्त तिथे काहीही नाही. परंतु ज्ञानी माणसामध्ये तुम्हाला जागृततेचा सुगंध जाणवेल; कारण ज्ञानी मनुष्य जे काही करतो ते स्वत: आकलन करून, स्व-जाणिवेनं करत असतो.

एक लक्षात ठेवा की सत्य हे नेहमी स्वत:चंच असतं. ते कधीही उधार नसतं. कुणाकडून तरी उधार घेऊन सत्य जवळ वागवण्याचा कोणताही उपाय उपलब्ध नाहीये. ते चोरी करून मिळवता येत नाही, बाजारात ते खरेदी करून मिळवता येत नाही किंवा भीक मागून मिळवणंही शक्य नसतं. स्वत:लाच सत्य प्राप्त करून घ्यावं लागतं आणि स्वत:नं प्राप्त करून घेतलेल्या गोष्टींवरच तुमचं जीवन बदलू शकतं.

'मन जानै सब बात, जानत ही औगुन करे ।
काहे की कुसलात...'

पांडित्य, ज्ञान, मनोव्यापार यांचं खरोखरच मूल्य कोणतं? सर्व अवगुण जसेच्या तसेच राहणार असतील तर या पांडित्याचा, ज्ञानाचा उपयोगच काय? या मिळवलेल्या कौशल्याचा उपयोग काय? ही कुशलता तुमच्या हातातला दिवा नाही बनू शकत, हा कसला दिवा?

'कर दीपक कुंबै पड़ै ।' हातात दिवा असून विहिरीमध्ये पडायला होतं.

रामकृष्ण म्हणतात, घार नेहमी आकाशात उंच उडते... परंतु ती उंच उडते याचा अर्थ असा नव्हे की खाली तिचं लक्ष नाहीये. तुम्ही मुळीच भ्रमात राहू नका. कारण ती उंच आकाशात उडत असते खरी; परंतु तिचं सगळं लक्ष असतं ते खाली कचऱ्याच्या ढिगाऱ्यावर मरून पडलेल्या उंदरावर. ती वाट पाहत घिरट्या घालत असते, संधी कधी मिळतेय, लोकांचं येणं-जाणं कधी बंद होतंय, रस्ता शांत कधी होतोय, इत्यादी इत्यादी. संधी मिळाली की एक झपटा मारायचा आणि उंदरावर झडप घालून पुन्हा उडून जायचं.

शास्त्री-पंडित हे सारे असेच उडत असतात उंच आकाशात; परंतु लक्ष असतं जमिनीवर. खाली जमिनीवर मेलेल्या उंदरावर लक्ष ठेवून ते आकाशातल्या गोष्टी करत असतात. खरी ज्ञानी माणसं मात्र आकाशात उडतात ती सर्वस्वानं आकाशात असतात. हाच तर फरक आहे. तुमचं जागृत होणं हे सर्वस्वी तुमचंच झालं पाहिजे. तुम्ही जागं होणं आणि ते तुमचंच बनून जाणं... यात जर का फरक असेल तर कबीर म्हणतात तसं–

'काहे की कुसलात, कर दीपक कुंबै पड़ै ।'
'मन सागर, मनसा लहरी, बुड़ै बहुत अचेत ।'

मन हे स्वस्थ, शांत असेल तर ते सागराप्रमाणे असतं; पण ते जर अस्वस्थ असेल तर ते चंचल लाटांप्रमाणे असतं. तुम्ही जेव्हा उतावीळ होता, उत्तेजित होता, तेव्हा तुमचं मन लाटांसारखं उसळायला लागतं... आणि तुम्ही जेव्हा शांत होता तेव्हा ते सागर बनून जातं... शांत, स्वस्थचित्त.

क्रोध, घृणा, मोह, लोभ या गोष्टींना ज्ञानी मंडळी पाप समजतात. कशासाठी? तर क्रोधामध्ये मनुष्य उत्तेजित होतो, मन लाटांप्रमाणे बनून जातं... अस्वस्थ बनतं. म्हणूनच ज्या गोष्टी मनाला अस्वस्थ करतात त्या सर्व पापच आहेत. ज्या गोष्टी मनाला शांत, स्वस्थचित्त करतात, त्या पुण्य आहेत.

पाप आणि पुण्याचं एकमेकांशी काहीही देणंघेणं नाही. सर्वसाधारणपणे माणसं समजतात की क्रोध म्हणजे पाप आहे. कारण त्यामुळे दुसऱ्या माणसाला आपण दु:ख देतो. परंतु तसं नाहीये. कारण समोरचा मनुष्य एखादा बुद्ध असला तर तुमच्या रागाचा त्याच्यावर काहीही परिणाम होणार नाही, त्याला दु:खही होणार नाही आणि काहीच वाटणार नाही. म्हणजे समोरच्या मनुष्याला दुखापत होवो ना होवो; परंतु तरीही क्रोध म्हणजे पापच आहे; कारण त्यामुळे तुम्हाला स्वत:लाच दुखापत होते. दुसऱ्यांना दुखापत वगैरे होऊ शकते, ते महत्त्वाचं नाही. महत्त्वाचं आहे ते म्हणजे तुमच्या मनाला दुखापत होणं. तुम्ही मनातून सैरभैर होऊन जाता, गोंधळून जाता, दोलायमान होऊन जाता. अंतरंगातली शांती तुमची तुम्ही नष्ट करता, अंतरातला आरसा धुरकट होऊन जातो आणि असं सततच तुम्ही क्रोधाच्या आहारी जात असाल, मोहाच्या आहारी जात असाल तर अंतरातला झरा शांत व्हायला अवधी कसा काय मिळणार, तो सतत वादळातच राहणार. तुम्ही हळूहळू हे विसरायला लागता की या तुफानी लाटांखालीच सागर लपलेला आहे म्हणून. कारण त्याला पाहण्याची संधीच आपल्याला मिळत नाही. ज्या वेळी एकही लाट नसेल, सगळ्या लाटा शांत होतील, तेव्हाच त्या सागराची प्रचीती तुम्हाला होऊ शकेल.

तर सांगायचा मुद्दा असा, की ब्रह्म आणि माया यामध्ये हा फरक आहे. ब्रह्म उत्तेजित होणं म्हणजेच माया आणि जेव्हा ब्रह्म शांत होणं म्हणजे ब्रह्म! किंवा माया जेव्हा शांत होते तेव्हा ब्रह्मस्वरूप प्राप्त होतं असं म्हणूया. माया ही ब्रह्माची उत्तेजित अवस्था आहे; आजारी अवस्था आहे. अस्वस्थ आणि विकृत दशा आहे.

'मन सागर, मनसा लहरी, बुड़ै बहुत अचेत ।'

मनाच्या या लहरींमध्ये कोण जाणे किती मंडळी आत्तापर्यंत बुडून गेलेली आहेत. या लाटा लहान राहत नाहीत. त्यामुळे जो बेसावध असेल, तो बुडणारच. जो बेशुद्धीत जगत असेल, झोपेत असेल, जागृत नसेल, तो बुडणारच. जागृतीची नावच यांना बुडण्यापासून वाचवू शकते.

'बुड़ै बहुत अचेत...
कहहिं कबीर तो बांचि हैं, जिनके हृदय विवेक ।'

कबीर म्हणतात, ज्यांच्या हृदयात जाणीवपूर्वक विचार आहेत त्यांच्याच लक्षात ही गोष्ट येईल. अन्यथा कुणालाही समजणार नाही. हृदयात विवेक! बुद्धीचं कौशल्य इथे काही कामाचं नाही. किती का तुम्ही तर्कनिष्ठ असाल, किती का शास्त्रांचा अभ्यास केलेला असेल, किती का सिद्धांत समजून घेतले असतील, यातलं काही म्हणजे काहीही कामाला येणार नाही.

हृदयामध्ये विवेक... काय आहे याचा अर्थ?

सर्वसाधारणपणे आपण समजतो की विचार हा बुद्धीशी निगडीत आहे आणि प्रेम हे हृदयाशी निगडीत आहे आणि कवी-लेखकांनी या मतप्रणालीचा तर भरपूर प्रचार केलेला आहे, ती प्रचलित केलेली आहे. परंतु ही मनोधारणा फसवी आहे. कारण विचार हा हृदयाशीसुद्धा निगडीत असतो. ज्या गोष्टीला तुम्ही प्रेम समजता, ते तुमचं आंधळेपण आहे. हृदयातला विचार जोपर्यंत जागृत होत नाही तोपर्यंत हे प्रेम उत्पन्न होणार नाही, जे कृष्ण आणि येशूच्या जीवनात फुललेलं होतं.

हृदयातल्या या विवेकाला तुम्ही कसे काय शोधाल?

एक लक्षात घ्या की बुद्धीचा विवेकाशी काहीही संबंध नाही. बुद्धीमध्ये विवेक नसतो तर विचार असतो. मन विचार करू शकतं. विवेक नाही! अमुक एक गोष्ट चूक आहे, अमुक एक गोष्ट बरोबर आहे, हा विचार मन करू शकतं. चूक का बरोबर याबद्दल तर्क करू शकतं आणि अनुमान असं काढलं जातं की सारे तर्क ज्या बाजूला आहेत ती बाजू बरोबर! परंतु याला विवेक म्हणता येणार नाही, हे तर गणित आहे. जीवनात काही समस्या उत्पन्न झाली की तुम्ही विचार करता की आता काय करायचं? मन अनेक तऱ्हेचे पर्याय तुमच्यासमोर उभं करतं... मग प्रत्येक पर्यायाच्या बाजूनं आणि विरोधात तर्क मांडत राहतं.... सारे तर्क एकत्र केल्यानंतर तुम्ही विचार करता आणि ज्या बाजूला जास्त लाभ आहे, जी बाजू वजनदार आहे, त्या बाजूचा स्वीकार करता... याला विवेक म्हणता येत नाही, तर हा विचार आहे.

मग विवेक म्हणजे काय आहे?

विवेक म्हणजे जागृततेची अशी अवस्था आहे की तिथे तुम्हाला विचार करावा लागत नाही... जिथे स्पष्टपणे काहीतरी प्रकट होतं, तुमचे अंतश्चक्षू पूर्णपणे उघडे असतात, तुमच्यासमोर हे करू का ते करू हे पर्याय मुळीच नसतात. तुमचे डोळे इतके प्रगाढपूर्ण उघडे असतात की जे बरोबर असतं तेच दृष्टीसमोर येतं... विचार करावा लागत नाही.

एखादा आंधळा मनुष्य बाहेर जायचं असेल तर विचारतो की रस्ता कुठल्या बाजूला आहे? डाव्या का उजव्या? जिना कुठे आहे? काठीनं ठोकून पाहत पाहत

तो चालत राहतो. परंतु ज्या मनुष्याला डोळे आहेत... तो विचारत बसणार नाही की रस्ता कुठे आहे? दरवाजा कुठे आहे? त्याला बाहेर जायचंय... तो उठणार, बाहेर जाणार. दरवाजा आहे का नाही ते तो विचारातही घेणार नाही. डोळे आहेत म्हटल्यानंतर हे सगळे विचार करण्याचं कारणच काय.... नाही का? उठलं. बाहेर गेलं... बस्स! जसं काही मध्ये दरवाजा नाहीच. डोळेच नसतील तर प्रश्न पडतो की दरवाजा कुठे आहे? उजवीकडे का डावीकडे? काही आपटून पाहावं लागतं आणि मग मार्ग चालावा लागतो.

विचारात विवेकाची कमी असते. विचार हा विवेकाचा पूरक आहे.

अंधांचं प्रश्न विचारणं आणि काठी आपटणं हे डोळ्यासाठी पूरक आहे. ज्या मनुष्याजवळ डोळे आहेत त्याला सगळंच दिसतं आणि त्याला जे काही दिसतं त्यानुसारच तो मार्गक्रमणा करतो. या मार्गावरून चालू का नको हा विचार तो करीत बसत नाही. विवेकामध्ये द्वंद्व नसतं. विचारांमध्ये द्वंद्व असतं. विचारांमध्ये पर्याय असतात, विकल्प असतात. विवेकामध्ये पर्याय नसतात. विकल्प नसतात. म्हणूनच विवेक निर्विकल्प आहे... समोर प्रकट होतं, दृष्टीला पडतं आणि मनुष्य त्याप्रमाणे चालू लागतो. म्हणूनच अतिशय चमत्कारिक गोष्ट अशी आहे की विचारांनुसार तुम्ही जे काही करता त्याचा परिणाम म्हणजे पश्चात्ताप हेच होतं. कारण मन करायला सांगतं एक तेव्हा समोर दुसरे पर्याय उभे असतात. समजा, दोन स्त्रियांबद्दल तुम्हाला आसक्ती आहे. एक श्रीमंत आहे परंतु कुरूप आहे आणि दुसरी सुंदर आहे परंतु दरिद्री आहे. आता यात तुम्ही कोणताच निर्णय घेऊ शकत नाही. कारण तुम्हाला संपत्तीचाही लोभ आहे, तसा सुंदरतेचाही आहे. आता काय करायचं?

कोणताही समझोता केला तरीही परिणाम धोकादायकच... आणि एकीची कुणाची निवड केली तरी पश्चात्तापच! समजा, श्रीमंत स्त्रीबरोबर लग्न केलं तरी रोज सकाळी उठून तिचा कुरूप चेहरा पाहणं भाग पडणार. पळणार तरी किती काळ दूर? केव्हातरी घरी यावं लागणारच.... तिचा चेहरा बघावा लागणारच. तुम्हाला पश्चात्ताप होणार... अरेरे.... त्या दुसऱ्या सुंदर स्त्रीबरोबर लग्न केलं असतं, तर बरं झालं असतं; परंतु सुंदर स्त्रीबरोबर समजा लग्न केलं असतं तरी काय झालं असतं. सौंदर्याचा उपयोग चार दिवसाचा. रोज रोज तेच पाहून त्याचीही सवय होऊन जाणार; परंतु रोज लागणाऱ्या पैशाचं काय? घराचं छप्पर फाटलंय, पोटात अन्न नाही. किती किती गोष्टी पैशावाचून अडल्या आहेत... रोज रोज पश्चात्ताप होणार.... अरेरे, श्रीमंत स्त्रीबरोबर लग्न केलं असतं तर किती बरं झालं असतं!

तेव्हा मनानं काहीही निवड केली तरी पश्चात्तापच पदरी येणार. म्हणूनच पश्चात्ताप ही मनाची निष्पत्ती आहे. कारण मनासमोर अनेक पर्याय उपलब्ध आहेत.

परंतु विवेकानं केलेल्या गोष्टींचा कधीही पश्चात्ताप होत नाही. कारण तिथं पर्याय

नाहीतच मुळी. त्यामुळे पश्चात्ताप तरी कशाचा करणार? म्हणूनच विवेकानं काम करणारी माणसं कधीही पश्चात्तापदग्ध होत नाहीत. मागे जे काही घडून जातं त्याचा ते पश्चात्ताप करत नाहीत; कारण ही मंडळी मागे वळून कधी पाहतच नाहीत. कारण दुसरा पर्याय तिथे नाहीये. जे व्हायचं होतं ते तसंच झालेलं असतं आणि जे होणार आहे तेही तसंच होणार.

म्हणून विवेकपूर्ण व्यक्ती ही सदाचीच शांत असणार. विचारानं चालणारी व्यक्ती अशांत असणार. कारण बुद्धी विचार करते आणि हृदय विवेक देतं!

तर मग हृदयाच्या या विवेकाला जागं कसं करायचं? हृदयाच्या विवेकाला जागं करण्याची प्रक्रिया म्हणजे ध्यान! महाविद्यालये, विश्वविद्यालयातून बुद्धीच्या विचारांना जागं करण्याचं काम केलं जातं. एका युवकाची बुद्धी प्रशिक्षित होण्यासाठी साधारण वीस-पंचवीस वर्षं लागतात.

माझ्याकडे येऊन मंडळी तक्रार करतात की पाच-सहा दिवस झाले ध्यान करून, अजून काहीच कसं घडत नाहीये!

एक स्पष्ट करतो... बुद्धी हा परिघ आहे आणि हृदय हे केंद्र आहे... वीस-पंचवीस वर्षं बुद्धी प्रशिक्षित करण्यासाठी घालवता आणि एखादं थर्डक्लासचं सर्टिफिकेट घेऊन बाहेर पडता आणि हृदयासाठी तीन दिवसही द्यायला तयार नसता.... मी तर म्हणतो हृदयासाठी पंचवीस जन्म दिले तरी अपुरे आहेत.... कारण हृदय हे केंद्र आहे.

ध्यानाची सगळी प्रक्रिया ही हृदयाच्या केंद्राला जागवण्याची प्रक्रिया आहे. फक्त भारतातच प्राचीन काळी हे दोन्हीही प्रयोग करणारी विश्वविद्यालयं अस्तित्वात होती. नालंदा आणि तक्षशिला. ही दोन्ही विद्यापीठं बौद्धांच्या प्रभावाखाली उत्तम कार्य करीत होती; परंतु हे दोन्ही प्रयोग कालप्रवाहात नष्ट झाले. बुद्धीला प्रशिक्षित करणारं शिक्षण आणि हृदयातल्या विवेकाला जागवणारं शिक्षण, अशा दोन्ही प्रकारची शिक्षणं देणारी विद्यालयं भारताशिवाय जगात कुठेच नव्हती. अर्थात हे प्रयोग सफल झाले नाहीत. त्यामध्ये अनेक अडथळे निर्माण झाले. सर्वांत मोठा अडथळा असा की हृदयातला विवेक जागृत झाल्यानंतर मनुष्य सांसारिक राहू शकत नाही.... अशा माणसांसाठी संसार म्हणजे असार असतो. कोणताही पिता स्वतःच्या मुलाला अशा ठिकाणी पाठवायला तयार होणार नाही. कारण विवेक जागृत होणं म्हणजे वासनांपासून मुक्ती! सर्व मंडळी या विवेकाच्या जागृतीला घाबरतात. म्हणूनच हा प्रयोग असफल झाला. मनुष्याच्या चेतनाजगतातला हा फार महान प्रयोग होता.

नालंदामध्ये असा प्रयोग होत होता की ज्या प्रमाणात ज्ञानवृद्धी करता येईल, तेवढ्याच प्रमाणात ध्यानवृद्धी व्हायला पाहिजे. यातलं संतुलन कधीही नष्ट होता कामा नये यासाठी प्रयत्न होते. परंतु घडलं असं की नालंदातून जो छात्र बाहेर पडत

असे, तो संन्यस्त वृत्तीचा बनूनच बाहेर पडायचा. हा प्रयोग कसा काय चालू राहणार? हा माणूस संसार काय करणार? म्हणून आम्ही मंडळींनी नालंदा नष्ट करून फेकून दिलं आणि बौद्धांना हद्दपार केलं. या मुलखात बौद्ध धर्माचा नाश झाला; कारण या बौद्ध मंडळींनी या विवेकाला इतकं काही जागृत केलं की जी काही मंडळी जागृत झाली ती या जगाच्या काही कामाची राहिली नाहीत. विराट अशा विश्वाच्या कामासाठी ती मंडळी कामी आली. क्षुद्र वासनेनं भरलेल्या जगात त्यांचा काही उपयोगच नव्हता.

समजा, मुलगा जागृत झाला तर बाप त्याला घरच्या धंद्याला कसा काय लावणार? कारण मुलगा म्हणणार की जरुरीपुरता धंदा करेन, जरुरीपुरतं कमावेन आणि आम्हाला तर जरुरीपेक्षा जास्त हवं असतं, जास्तीची हाव असते. कारण जरुरीपेक्षा जास्त धन कमावलं तरच मनुष्य श्रीमंत होतो. जरुरीपुरतं कमावलं तर मनुष्य 'गरीब' म्हटला जातो. गरजेपुरतं कमावलं तर तो मनुष्य गरीब समजला जातो. गरजेपेक्षा जास्त कमावलं की विलास, चैन इत्यादी गोष्टींचा जन्म होतो. विवेकपूर्ण व्यक्ती या सगळ्या गोष्टींपासून स्वत:चा बचाव करू शकते. कबीर म्हणतात, 'कहहिं कबीर ते बांचि है, जिनके हृदय विवेक।'

ज्यांच्या हृदयात विवेकाला स्थान आहे, जे ध्यानाकडे लक्ष केंद्रित करतात, त्यांनाच माझ्या या म्हणण्याचा अर्थ कळेल. कारण मन ही एक लहर आहे आणि मन हा सागरसुद्धा आहे. हे त्यांनाच फक्त कळू शकतं, दिसू शकतं.... कारण ध्यान करणारांच्या अनुभवाला असं अनेक वेळा येतं की मनाची लहर थांबलेली आहे आणि मन सागर बनून गेलं आहे. ही प्रचिती येणारांनाच कबीरांच्या वचनाचा अर्थ कळू शकेल. या प्रचितीविना तुम्हाला कबीर कधीही कळू शकणार नाहीत.

कबीरांवर डॉक्टरेट केलेली अनेक मंडळी माझ्यापाशी येतात, विद्यापीठानं त्यांना पदवी बहाल केलेली असते; परंतु त्यांच्याकडे पाहिल्यानंतर मला नाही वाटत की यांना कबीर समजलेले आहेत. कारण त्यांच्या हृदयामध्ये विवेक नावाची गोष्टच नाहीये मुळी.

या वचनाचा दुसराही अर्थ सांगता येईल–

'कहहिं कबीर 'ते' बांचि हैं, जिनके हृदय विवेक'

ज्यांच्या हृदयात विवेक आहे ते लोक खरे सुशिक्षित!

'मन जाने सब बात, जानत ही औगुन करे,
काहे की कुसलात, कर दीपक कुंबै पड़े ।'

विवेक नसलेली सारी मंडळी अशिक्षितच आहेत...

जिन्होंने बांचा है, जिन्होंने पढ़ा है.... पुस्तकं वाचण्याचा इथं काहीही संबंध नाही. हृदयाची पाटी वाचण्याचा इथं संबंध आहे....

'मन दीया मन पाइये, मन बिन मन नहिं होइ ।
मन उन्मन उस अंड ज्यूं, अनल अकासां जोइ ॥'

'मन दीया मन पाइये'... मनानं घालवलेलं आहे ते मनाकडूनच मिळू शकेल. मनानं भटकले गेले आहेत ते मनाकडूनच योग्य दिशेला पोहोचतील. मनानं भिकारी झाले आहेत ते मनाकडूनच सम्राट होतील. इथे मनच रुग्ण झालेलं आहे. ते जेव्हा स्वस्थ होईल तेव्हाच जे काही हरवलेलं आहे, निसटलेलं आहे, ते मिळून जाईल.

हा सगळा खेळ मनाचा आहे. ज्या शक्तीमुळे तुम्ही विचारांना प्रवृत्त होता, तिचाच हा सगळा खेळ आहे. ही शक्ती दोन प्रकारे, दोन रूपांमध्ये आविष्कृत होत असते. ती विचारांमध्ये प्रकट होते तेव्हा त्याच्या उचंबळणाऱ्या लाटा बनतात आणि ती ध्यानामध्ये जेव्हा वापरली जाते तेव्हा त्याचा सागर बनतो. 'मन' सागर बनून जातं.

म्हणूनच 'निर्विचार' अवस्था ही सगळ्या धर्मांचं सार आहे. कारण निर्विचार अवस्थेतच मनाची विचारांत खर्च होणारी शक्ती थांबते आणि – इतस्तत: भटकत असलेलं मन या निर्विचार अवस्थेत एका ठिकाणी थांबून राहतं– नंतर सगळी शक्ती ही पुन्हा तुमच्यामधेच परत येऊ लागते– यानंतर तुम्हाला काहीही गमवावं लागत नाही.

तुम्ही एखाद्या हजारो छिद्र असलेल्या बादलीसारखे आहात. तुम्ही बादली विहिरीमध्ये सोडता, खूप धप्पकन आवाज होतो. पाण्यात बुडल्यानंतर तुम्हाला वाटतं भरली गेलीच. परंतु जेव्हा तुम्ही दोरी वर खेचायला लागता तेव्हा तुम्हाला कळतं की ती बादली आता रिकामी होतेय. दोरी ओढून ओढून तुम्ही थकून जाता, हातात बादली येते तेव्हा कळतं बादली पूर्ण रिकामी आहे. जगातल्या लाखो लोकांचा हाच तर अनुभव आहे. आयुष्यभर आपल्या बादल्या ओढत असतात, खळखळाटाचा इतका मोठा आवाज होतो की वाटतं, भरलेली बादली हातात येणार, परंतु हातात बादली येते ती रिकामी. मरणापर्यंत हातात येते ती रिकामी बादली.... इतक्या ठिकाणी तिला छिद्रं असतात.

प्रत्येक विचार हे एक प्रकारचं छिद्र आहे. त्यामुळे तुमची त्यात शक्ती खर्च होते. जर का निर्विचार अवस्थेत तुम्ही असाल तर ही खर्च होणारी शक्ती वाचू शकते. ती शक्ती पुन्हा तुमच्या आत झिरपू लागते. तुम्ही सागर बनता.... ब्रह्म बनता. या जगातली जी भगवत्सत्ता आहे ती तुम्ही बनता... परंतु तुमची विचारांची छिद्रं बुजायला पाहिजेत.

'मन दीया मन पाइये, मन बिन मन नहिं होइ ।
मन उन्मन उस अंड ज्यूं, अनल अकासां जोइ ।।'

आकाश जसं सर्व गोष्टींमध्ये लपलेलं असतं, मग ते दृष्टीला पडो अथवा न पडो... परंतु ते असतं.... तसं तर आपल्या नजरेला असं सर्वत्र असलेलं आकाश कुठे दिसतं? हवेच्या एका एका कणामध्ये आकाशाचं अस्तित्व आहे; अग्नीच्या एका एका कणामध्ये आकाश आहे, पाण्याच्या कणाकणात आकाश आहे. अग्नी आकाशाला जाळू शकत नाही, हवा आकाशाला उडवू शकत नाही, तसं पाणी आकाशाला बुडवू शकत नाही; वाहून नेऊ शकत नाही. जसं आकाश सर्व चराचरामध्ये लपलेलं आहे तसंच ते या भगवत्सत्तेमध्येही लपलेलं आहे; जी सत्ता तुमच्यामध्येही लपलेली आहे. तुमच्यातल्या या लपलेल्या भगवत्सत्तेसाठी कबीरांनी फार मौल्यवान नाव दिलेलं आहे. जपानमध्ये झेन फकिरांनी ज्या अर्थाचं नाव दिलेलं आहे तेच नाव! झेन फकीर याला 'नो माईंड' म्हणतात आणि कबीर म्हणतात 'उन्मन' चेतनेची एक अशी अवस्था असते जिथे मनाचं अस्तित्व नसतंच. मनाचं अस्तित्वच नसणं याचा अर्थ काय? याचा अर्थ असा की विचार सगळे संपतात, थांबतात, विचारांच्या लाटा शांत होतात.... मन उन्मनी अवस्थेत पोहोचतं.

कबीरांचं वचन आहे, 'मन उन्मन हुवा, गगन गरजे, बरसे अभी!

मनाची अवस्था निर्विचार अशी झाली.

सगळं आकाश गर्जना करत आहे, अमृताचा वर्षाव करत आहे; परंतु मनामध्ये लाटांचे कल्लोळ असतील, तर हा अमृताचा वर्षाव विषासमान असतो.

'मन उन्मन हुआ, गरजे गगन, बरसे अमी ।'

उन्मन म्हणजे निर्विचार अवस्था.

'मन उन्मन, उस अंड ज्यूं, अनल अकासां जोइ ।'

या उन्मनी अवस्थेत आकाश अशा तऱ्हेनं लपलेलं आहे की ज्याप्रमाणे प्रत्येक कणात ब्रह्म लपलेलं आहे, ब्रह्मांड व्यापलेलं आहे, प्रत्येक अणुरेणूत आकाश लपलेलं आहे.

'मन गोरख मन गोविन्दौ, मन ही औघड़ होइ ।
जे मन राखै जतन करि, तो आपै करता सोइ ।।'

गोरख हे अत्यंत विलक्षण असे सिद्धपुरुष होऊन गेले. त्यांचं नाव नंतर नंतर विसरलं गेलं. बहुतेक वेळा काही मोठ्या लोकांची नावं अशीच विसरली जातात. कारण त्यांना समजून घेणं आमच्या आवाक्याबाहेरचं असतं... फक्त एकाच शब्दानं आम्ही त्यांची आठवण करतो, तो शब्द म्हणजे गोरखधंदा!

शब्दांना बऱ्याच कहाण्या असतात. गोरखधंदा हा शब्द गोरखपासून निर्माण झाला. त्यांनी स्वतः तो निर्माण केला नाही. त्यांना पाहिल्यानंतर इतरांनी तो शब्द

निर्माण केला. गोरख यांनी ध्यानासाठी एक विशिष्ट प्रक्रिया शोधून काढली होती; परंतु इतर मंडळींना ती पद्धती विचित्र वाटत असे. माझ्या पद्धतीबद्दलसुद्धा लोकांना असंच वाटतं. माझासुद्धा हा गोरखधंदाच आहे. लोकांना वाटतं काय हा वेडेपणा! हे काय करता आहात? गोरखांनी अशा काही क्लिष्ट पद्धती शोधून काढल्या की शिष्य सतत त्यातच मग्न होऊ लागले आणि लोक मग त्याला गोरख-धंदा म्हणू लागले. म्हणूनच तो फक्त शब्दच मग नंतर प्रचलित झाला. एखादा मनुष्य काही चित्रविचित्र करू लागला की लोक म्हणू लागले, काय गोरखधंदा करतोय हा! परंतु या शब्दामागे एका अपूर्व व्यक्तीचा इतिहास लपलेला आहे, हे कितीजणांना माहीत आहे?

गोरखांनी ध्यानासंदर्भात जितक्या काही पद्धती शोधल्या, तितक्या आजपर्यंत कोणीही शोधल्या नाहीत. या पद्धतींपुरती तुलना करायची झाल्यास बुद्ध, महावीर यांच्यापैकी कोणीही गोरखांशी स्पर्धा करू शकत नाहीत. मनाचा अडथळा तोडण्यासाठी गोरखांनी जितके उपाय सांगितले आहेत तितके आजपर्यंत कोणीही सांगितले नाहीत. म्हणूनच मी म्हणतो गोरख हे खरोखरच एक अपूर्व व्यक्तिमत्त्व आहे.

कबीर म्हणतात, *"मन गोरख मन गोविन्दौ।"*

मन हे गोरख आहे, मन हे गोविन्द आहे. योग्य ठिकाणापर्यंत पोहोचायच्या पद्धती तेच शोधत असतं आणि आपलं ठिकाणही तेच असतं. कबीरांनी हे दोन शब्द योजले ते यासाठी. गोरख म्हणजे पद्धती आणि गोविन्द म्हणजे पोहोचण्याचं ठिकाण! गोरख म्हणजे मार्ग आणि गोविन्द म्हणजे अंत... गोरख म्हणजे साधन आणि गोविन्द म्हणजे साध्य... अशा अर्थानं ते शब्द योजलेले आहेत.

मन हेच मुळी सगळा खेळ आहे. मार्ग तेच आणि ठिकाणही तेच.... त्याचीच प्राप्ती करून घ्यायची आहे आणि त्याच्यापासूनच ती मिळवायची आहे.

'मन गोरख मन गोविन्दौ, मन ही औघड़ होइ।
जे मन राखै जतन करि, तो आपै करता सोइ॥'

जो मनाला जपून ठेवेल, तोच ब्रह्मस्वरूप होईल. जो आपै करता सोई.... तोच विश्वाचा कर्ता होईल.

जे मन राखै जतन करि.... यातला 'जतन' शब्द लक्षात घेण्यासारखा आहे. 'जतन' शब्दाचा अर्थ काय आहे? समजा, तुम्हाला एखादा हिरा सापडला... तुम्ही काय कराल? गडबडीनं एखाद्या रुमालात लपवून तुम्ही तो खिशात ठेवाल. तो तुम्ही नीट बघणारसुद्धा नाही.... का? तर कुणाच्या दृष्टीस पडायला नको. रस्त्यावर गर्दी आहे, लोकांची गडबड आहे. घर तर दूर आहे. तुम्ही घाईघाईनं घरात जाणार, दार बंद करणार. हळूच दिवा लावून मग तो हिरा पाहणार! परंतु घरी पोहोचण्यापूर्वी तुम्ही अनेक वेळा खिशामध्ये हात घालून तो चाचपडला असणार निश्चित!...

'जतन' या शब्दाचा हाच अर्थ आहे. पुन्हा पुन्हा तो चाचपडत पाहणे...

या 'जतन' करायच्या सवयीपायीच अनेक खिसेकापूंना आपणच आमंत्रण देत असतो. कारण पुन्हा पुन्हा तुम्ही खिसे चाचपत असता. खिसेकापू मंडळी अशा मंडळींना बरोबर हेरतात. नाहीतर खिसेकापूंना कळणार तरी कसं काय की तुमच्या खिशामध्ये काहीतरी मौल्यवान आहे ते.

'जतन' म्हणजे खूप काळजीपूर्वक सांभाळणे. कबीरांनी एक सुंदर उदाहरण दिलेलं आहे... नदीवरून बायका डोक्यावर घट घेऊन येत असतात. डोक्यावर पाण्यानं भरलेला माठ असतो. परंतु या स्त्रिया अत्यंत सहजपणे कोणतीही काळजी न करता डोक्यावरच्या माठाला हात न देताही हसतखेळत, गप्पा मारत चाललेल्या असतात. प्रश्न पडतो मग या बायका माठाला सांभाळतात कशानं? कोणत्या पद्धतीनं हे घट त्या पडू देत नाहीत? तर आतमध्ये, अंतरंगात एक परिपूर्ण भान जागं असतं. हे भान त्या घटाला हिंदकळू देत नाही, पडू देत नाही. गप्पा, हसत खेळणं चालू असताना मनाच्या आत हे जपणं सतत चालू असतं.

कबीर म्हणतात संसार जरूर करा. परंतु बायका जितक्या सहजपणे डोक्यावरच्या माठाला नकळत सांभाळत असतात, हसतखेळत; परंतु आतून जपणूक करत सांभाळत असतात, अगदी तस्साच अंतरंगात भान जागं ठेवून संसार करा. दुकानात जा; परंतु भान ठेवा. बाजारात फिरा पण स्वत:ला हरवू देऊ नका. स्वत:ला सांभाळा. धनसंपत्ती असो, स्त्रीची आसक्ती असो... स्वत:ला सांभाळा.

जतनचा अर्थ आहे... आतलं भान! भितरी सुरति यासाठी गुरजिएफने एक शब्दप्रयोग केलाय सेल्फ रिमेंबरिंग – आत्मस्मरण! काहीही करा; परंतु स्वत:चं भान ठेवा. हेच जतन!

बुद्धांचा शब्द आहे– 'सम्यक स्मृती... राईट माईंडफुलनेस! काहीही करा; परंतु स्मरणात ठेवा की 'मी, मी आहे!' बुद्धांच्या स्मृती या शब्दाची चित्रविचित्र रूपांतरं होत होत नंतर तो सुरति असा झाला. कबीर आणि नानक ज्याला सुरति म्हणतात तोच बुद्धांचा स्मृती हा शब्द होय. लोकभाषेमध्ये सहजगत्या तो सुरति असा झाला. तरीही सुरति शब्दाला एक प्रकारचं माधुर्य आहे. बुद्धांच्या स्मृती या शब्दाचा सरळपणे 'मेमरी'शी संबंध जोडला जातो. पण सुरति हा शब्द निराळाच निर्माण झालेला आहे. सुरतिचा एक विशिष्ट अर्थ तयार झाला. एक आत्मभाव, एक बोध! 'जतन' शब्दसुद्धा 'यत्न'पासून बनलेला आहे. परंतु यत्नाचा जो काही अर्थ आहे तो 'जतन' शब्दाला लागू नाही.

'जतन' म्हणजे 'अंतर्भान.' आतमध्ये सतत जागे असणं. जसं, हिरा मिळाल्यानंतर तो अत्यंत जपून बाळगला जातो आणि मनामध्ये सतत त्याची आठवण *(सुरति)* असते, एक भान असतं. तुम्ही काहीही कृती करा. मनामध्ये भान राखा. सतत

विचार करा की आपण आपल्याला सांभाळायचं आहे. सांभाळण्याचं कारण काय बरं? सांभाळण्याचं कारण इतकंच की मनामध्ये विचारतरंग उठू नयेत. कारण तुम्ही भान ठेवलं नाहीत तर मनात लाटांचं थैमान माजेल, सागर हरवून जाईल... पण तुम्ही स्वत:ला जर का सांभाळलंत तर मात्र विचारांच्या लाटा उठणार नाहीत, पूर्णपणे सांभाळलंत तर लाटा पूर्णपणे शांत होतील. मनामध्ये विचारांचा एकही तरंग नसेल तर मन आरसा बनून जातं आणि मग त्या आरशात जे सत्य आहे तेच दिसू लागतं.

'मन गोरख, मन गोविन्दौ, मन ही औघड़ होइ ।
जे मन राखै जतन करि, तो आपै करता सोइ ॥'
'तन को जोगी सब करै, मन को करे न कोइ ।
सब विधि सहजे पाइये, जो मन जोगी होइ ॥'

प्रश्न शरीराच्या माध्यमाचा नाहीये तर मनाचं भान राखण्यातला आहे. तुम्ही किती का शरीराची साधनं करा; शीर्षासन, सिद्धासन, सर्वांगासन.... शरीर कितीही उलटं-सुलटं फिरवा ते काही महत्त्वाचं नाही. महत्त्वाची आहे ती 'आतल्या' चैतन्याची वृद्धी! चैतन्याची वृद्धिंगत होणारी ज्योत.

'तन को जोगी सब करै, मन को करै न कोइ ।'

तुम्ही असे कितीतरी साधू पाहिले असतील की ज्यांनी शरीरावर पूर्णपणे नियंत्रण मिळवलेलं आहे; परंतु त्यांच्या आतमध्ये डोकावून पाहाल तर समजेल की तेही सामान्यच आहेत.

एखादा योगी तीस दिवस जमिनीत स्वत:ला गाडून घेतो. श्वासावर, शरीरावर फार मोठं नियंत्रण त्यानं मिळवलेलं असतं, यात वादच नाही. कारण तीस क्षणही ऑक्सिजनशिवाय काढणं कठीण आहे तिथं पूर्ण तीस दिवस? तीस दिवसांनंतर त्याला बाहेर काढल्यानंतरही तो जिवंत आढळतो, तेव्हा तुम्हाला आश्चर्याचा धक्का बसतो. परंतु एका गोष्टीचं तुम्ही निरीक्षण केलंत तर लक्षात येईल त्याच्या डोळ्यांमध्ये कसलंही तेज दिसणार नाही. कबीर, बुद्ध किंवा गोरख यांच्या डोळ्यांतलं तेज त्या साधूच्या डोळ्यांत सापडणार नाही. त्या तेजाच्या ऐवजी एक प्रकारची उदासी तिथं तुम्हाला दिसेल. एक प्रकारचा झोपाळूपणा दिसेल. त्याच्या जीवनात कोणतंही चैतन्य सापडणार नाही. कारण ज्याच्या हृदयात ब्रह्म आहे, त्याच्या आसपास एक प्रकारचा सुगंध, एक चैतन्य, एक प्रकाश, तेजोवलय जाणवत असतं.

गमतीची गोष्ट अशी आहे की तीस दिवस यानं जमिनीत स्वत:ला का गाडून घेतलं, तर त्याला पाचशे रुपये इनाम मिळणार आहे. तुम्ही कोणत्याही साक्षात्कारी

व्यक्तीला पाचशे रुपयांसाठी जमिनीत गाडून घ्यायला सांगू शकाल?

या माणसानं शरीरालाच फक्त जिंकून घेतलं आहे. मनाला, हृदयाला नव्हे. मनाच्या साधनेची त्याला काही माहिती नाहीये.

असेही काही योगी आहेत की जे मनात आणल्याक्षणी हाताची नाडी बंद करू शकतात, हृदय बंद पाडू शकतात; पण कशासाठी– तर पैसा मिळवण्यासाठी. खरं पाहता त्यांचं स्थान सर्कसमध्ये आहे. सत्यामध्ये नाही. सर्कशीतलीच ही कामं आहेत. सत्याशी त्यांचं काय घेणं-देणं? तुम्ही दुकान मांडून बसला आहात, तसंच तेही दुकान मांडून बसले आहेत. तुमचं दुकान जरासं बाह्यजगात आहे, त्यांचं दुकान शरीराशी निगडीत आहे. त्यांची सगळी साधना केवळ प्रदर्शनासाठी आहे.

असे काही योगी आहेत जे डोळे बाहेर काढून बाहेर लोंबत ठेवतात. डॉ. पॉल ब्रंटन यानं पहिल्यांदा जेव्हा अशा एका मनुष्याला पाहिलं तेव्हा तो चकित झाला. कारण तो स्वत: एक डॉक्टर होता. हे घडणं केवळ अशक्य आहे. चार चार इंच डोळे बाहेर काढून लोंबत ठेवणं केवळ अशक्यप्राय. परंतु हे त्या मनुष्यानं करून दाखवलं. सगळे स्नायू बाहेर, रक्त वहायला लागलं तेव्हा त्या माणसानं पुन्हा आपले डोळे खोबणीत परत घेतले. हे झाल्यानंतर त्यानं दोन रुपये मागितले. एवढा मोठा चमत्कार. केवळ पैशाखातर.

म्हणूनच कबीर म्हणतात,

'तन को जोगी सब करै, मन को करै न कोइ ।
सब विधि सहजे पाइये, जो मन जोगी होइ ।।'

आणि जेव्हा मनच योगी होऊन जातं; मनाचा योग या शब्दाचा काय अर्थ आहे?

'योग' याचा अर्थ... जोड, संगम, मीलन, संभोग!

योग याचा अर्थ दोनाचं एक होणं.

मग मनाचा योग म्हणजे काय? जिथे मनातल्या विचारांच्या लाटा आणि मनातला सागर हे एक होऊन जातात, जेव्हा मनाचं धावणं आणि मनाचं स्तब्ध होणं एक होऊन जातं, जिथे मन हे मनात विलीन होत जातं, तो परम संभोगाचा क्षण म्हणावा लागेल. मन हे मनामध्ये पूर्णपणे बुडून जातं, यालाच समाधी म्हणतात.

'सब विधि सहजे पाइये, जो मन जोगी होइ ।'

मनाशी मीलनाची किमया ज्या मनुष्याला साधलेली आहे त्याला सगळं सरळ सोपं होऊन जातं.

'सब विधि सहजे पाइये' सगळं सहजपणानं तो मिळवू शकतो. ते मिळवण्यासाठी वेगळं आणखीन काही करावं लागत नाही.

'मन ऐसो निरमल भया...'

मनाशी होणाऱ्या या मीलनामुळे, समाधीमुळे मनाला निर्मळपणा प्राप्त होतो.

'मन ऐसो निरमल भया, जैसे गंगा नीर ।
पाछे-पाछे हरि फिरै, कहत कबीर-कबीर ॥'

एक वेळ अशी असते की भक्त परमेश्वराची आळवणी करत परमेश्वराला शोधत असतो. मनाचा आकांत करून परमेश्वराला हाका घालत असतो... हे रामा... रहीम.... आणि नंतर एक वेळ अशी येते की परमेश्वर भक्ताच्या पाठीमागे लागत राहतो. 'कहत कबीर कबीर' भक्ताला पुकारत राहतो; परंतु परमेश्वर तुमच्या पाठीमागे येण्याची वेळ केव्हा येते?.... विचार करा.

एक वेळ होती तुम्ही परमेश्वराला हाका घालत होता. प्रतिसादाला काहीही मिळत नव्हतं.... कारण त्या वेळेला तुमचं मन विचारांच्या भोवऱ्यात अडकलेलं होतं. मनामध्ये लाटांचं थैमान होतं. त्या वेळची तुमच्या हाका मारण्यातली आर्तता इतकी कमी होती की तुमचा आवाज परमेश्वरापर्यंत पोहोचणं शक्यच नव्हतं. प्रतिसाद मिळणं तर अशक्यच....

म्हणूनच मग मंदिरांमधून, मशिदींमधून देवाचं नाव घेत तुम्ही मोठमोठ्या आवाजात ओरडत राहता. कबीर म्हणतात, इतक्या मोठ्या आवाजात नमाज पढता, तुमचा अल्ला काय बहिरा आहे का काय? सकाळी मोठ्या आवाजात मशिदीत बांग देता, काय कारण? का म्हणून असे ओरडता?... परंतु असेच ओरडत राहा... त्यानं काहीही उपयोग होणार नाही. मंदिरात, मशिदीत, गुरूद्वारात कानठळ्या बसेपर्यंत ओरडा; परंतु काहीही उपयोग होणार नाही. कारण तुमचं ओरडणं म्हणजे तुमच्या मनाचाच गोंगाट आहे. तेव्हा शांत व्हा... स्वस्थ व्हा.

ज्या वेळी मनाचं मनामध्ये बुडून जाणं होतं तेव्हा मन पूर्णपणे शांत होत जातं, विचाराचा एकही तरंग त्यावर उमटत नाही.

मन ऐसो निरमल भया – मनाच्या सगळ्या विकृती, सगळे दोष लयाला जातात आणि मन स्वच्छ, शुद्ध, साफ आणि निर्मळ होऊन जातं. मनाचे सारे रोग संपून जातात. मन एक स्वच्छ आरसा बनून जातं.

'मन ऐसो निरमल भया, जैसे गंगा नीर'... गंगेच्या पाण्यासारखं शुद्ध!
पाछे-पाछे हरि फिरै, कहत कबीर-कबीर ॥'

आता सगळं काही उलट! आता खुद्द परमेश्वर भक्ताच्या पाठीमागे फिरतो आहे, त्याला शोधतो आहे. तुम्ही जेव्हा योग्य असाल तेव्हा तो स्वत: येऊन तुमचं दार ठोठावणार आणि जोपर्यंत तुम्ही अयोग्य असाल तोपर्यंत कितीही मंदिरात जा, मशिदीत जा, गुरूद्वारात जा, त्याचं दार ठोठावा.... पण तुमचं ठोठावणं त्याला ऐकू येणार नाही.

तेव्हा खरं म्हणजे प्रश्न आहे तो तुमच्या मनाच्या निर्मळतेचा आणि कबीरांच्या दृष्टीनं मनाची निर्मळता म्हणजे मनाचं मनाशी मीलन. मनाचं मनामध्ये बुडून जाणं.

ध्यानामध्ये असं घडणं शक्य होत असतं. ध्यानामध्ये मन हे सागर बनतं... अर्थातच ही साधना कठीण आहे.

'तीन लोक संशय पड़ा, काहिं कहूं समुझाय !'

कुणाला समजवायचं?... सगळे पहिलेच शहाणे आहेत.

उधार ज्ञानानं सगळेच शहाणे झाले आहेत. त्यामुळे त्यांचं अज्ञान दूर होण्याचा काही मार्गच नाही.

म्हणूनच.... पहिली ही समज आवश्यक आहे, की मी अज्ञानी आहे. त्यानंतरच मी तुम्हाला काही समजावू शकेन.

आज इतकंच.

■

सूत्र

अपन पौ आपु ही बिसरो ।
जैसे श्वान कांच मंदिर मह, भरमते भुंकि मरो ॥
जौं केहरि बपु निरखि कूपजल, प्रतिमा देखि परो ।
वैसे ही गज फटिक सिला पर, दसनन्हि आनि अरो ॥
मरकट मूठि स्वाद नहिं बिहुरै, घर घर रटत फिरो ।
कहहिं कबीर ललनि के सुगना, तोहि कवने पकड़ो ॥

प्रवचन तिसरे

अपन पौ आपु ही बिसरो

कवनाच्या अर्थाकडे जाण्यापूर्वी काही आधारभूत गोष्टी समजणं आवश्यक आहे.

एक बायजिद नावाचा सूफी फकीर होऊन गेला. एक दिवस तो घराच्या दारात शांतपणे बसला होता. जाणाऱ्या-येणाऱ्यांपैकी एका जिज्ञासू माणसानं त्याला प्रश्न केला, ''धर्म म्हणजे खरं काय आहे? साधना म्हणजे नक्की काय? इच्छित मार्ग म्हणजे काय?''

बायजिद म्हणाला, ''हे सारं माहीत करून घेऊन काय करणार आहेस?'' त्यावर तो जिज्ञासू युवक उत्तरला, ''मला या बंधनातून मुक्त व्हायचंय.''

त्याच्या या उत्तरावर बायजिद खूप जोरजोरात हसायला लागला; म्हणाला, ''पण तुला बांधून ठेवलंय कुणी? माहितेय का? नाही ना! मग जा... आधी त्याचा शोध घे. जोपर्यंत या गोष्टीचा शोध घेत नाहीस तोपर्यंत मी उत्तर देणार नाही.''

तो युवक निघून गेला आणि वर्षभरानंतर परत आला. आला तो स्वत:च वेड्यासारखा हसत सुटला. बायजिदनं विचारलं, ''लागला का काही पत्ता?'' युवक उत्तरला, ''आता मला काहीच विचारायचं नाहीये. फक्त तुमच्या हसण्याचं उत्तर द्यायला आलोय. मी तर स्वत:हूनच बांधला गेलो होतो. त्यातून सुटण्याची धडपड ही फक्त दिखावा होता. मूळ सत्यापासून स्वत:ला वाचवण्याचा तो देखावा होता. मीच विचारत होतो, कसा काय मुक्त होऊ? बाहेर पडण्याचा मार्ग शोधणं हेसुद्धा वरवरचंच होतं. उगाचच पुढे पुढे ढकलणं होतं ते. केव्हा सापडेल मार्ग तेव्हा सापडेल. सापडलाच तर होऊ बंधनातून मुक्त! जेव्हा मार्गच माहीत नाही, बंधनातून मुक्त होण्याचा पर्याय माहीत नाही, तेव्हा कसं काय बंधनातून मुक्त होणार? तुम्ही खरोखरच योग्य तेच केलंत. फक्त हसलात. काहीही उत्तर न देता वेड्यासारखं हसलात. तुमचं ते हसणं माझ्या मनाला जखम करून गेलं. खोलवर दुखापत करून गेलं. खूप शोधाशोध केली. शोधकार्य जसजसं खोलवर होऊ लागलं, तसतसं मन साफ व्हायला लागलं. अरेच्चा... कुणी बांधून ठेवलंय मला? कुणीच नाही. मीच तर स्वत:ला बंधनात अडकवून घेतलंय. मग मीच आपणहून मला बांधून घेतलं असेल तर त्यातून मुक्त होण्याची गरजच काय? बंधनात राहू नका, आपोआप मुक्त व्हाल. पहिल्यांदा हीच गोष्ट लक्षात घेतली पाहिजे.''

मोक्षासाठी शोध हीसुद्धा एक युक्तीच आहे. स्वत:ला वाचवण्याचा तो एक उपाय आहे. नाहीतर तुम्हाला बांधून ठेवलंय कुणी? आजारच नाही तर औषधाचा शोध कशाला? औषध मिळालं नाही की म्हणता, आम्ही तरी काय करू शकतो? गुरूचा शोध घेता, परमात्म्याचा शोध घेता... जो तुमच्या अंतरंगातच लपलेला असतो; तो कधी बेपत्ता नसतोच. तुम्ही जेव्हा शोधत असता तेव्हाही तो तुमच्यातच असतो. त्याची हलकीशी जाणीव तुम्हालाही असतेच. तुम्हाला कुणी बांधून ठेवलंय

हे पूर्णपणे तुम्ही विसरून जाणं कसं शक्य आहे? तुम्हाला थोडी का होईना याची जाणीव आहेच. कारण एवढं मोठं सत्य पूर्णपणे विसरलं जाऊ शकत नसतं... या बेड्या तुम्ही तुमच्या हातानंच घालून घेतल्या आहेत. त्यासुद्धा बेड्या म्हणून तुम्ही घातलेल्या नाहीतच. एक दागिना म्हणून घातल्या आहेत. या बेड्यांवर तुम्ही हिरे-माणकं जडवलेली आहेत. या बेड्या लोखंडाच्या नाहीत तर सोन्याच्या बनवलेल्या आहेत. या बेड्यांमध्ये तुम्ही मन खूप गुंतवलेलं आहे. त्यामुळे त्यांचा त्याग करणंही तुम्हाला कठीण होतंय. कारण या बेड्या तुम्हाला बेड्या म्हणून वाटतच नाहीयेत. तुरुंगाला तुम्ही खूप सजवलेलं आहे; आणि त्यालाच आपलं घर बनवून टाकलेलं आहे. या तुरुंगातून आता कसं सुटायचं हा प्रश्न विचारण्याचं तुम्ही नाटक करत असता; परंतु मनातून तुम्हाला पक्कं माहीत असतं की मुक्ती तुम्हाला नकोच आहे. नाहीतर तुम्हाला अडवणारं तरी कोण आहे?

घराला आग लागली की तुम्ही झटकन उडी मारून सुसाट वेगानं बाहेर पळता. तेव्हा असं विचारत बसत नाही की कुठल्या गुरूला आता मार्ग विचारू? बाहेर जाण्यासाठी कोणती पद्धत वापरावी, हा प्रश्न त्या वेळी पडत नाही तुम्हाला. त्या वेळी शास्त्रांचा अभ्यास करत बसत नाही तुम्ही. आग लागली आहे, धोका आहे एवढी जाणीव होते आणि तुम्ही स्वत: मार्ग शोधून काढता... परंतु संसारातून बाहेर पडण्यासाठी मात्र तुम्हाला कोणीतरी दुसऱ्यानं मार्ग दाखवायला लागतो. तुम्हाला बाहेरच पडायचं नसतं. त्यामुळे बाहेरची आग तुम्हाला शत्रू न वाटता मित्र वाटते. मग तुम्ही विचारताच कशाला? तुरुंगालाच घर बनवण्यात तुम्हाला जर का रस आहे तर मग बनवा घर! मग मार्ग का विचारता?

मन हे विलक्षण चलाख असतं. बंधनातून मुक्त कसा होऊ? हा प्रश्न विचारण्यामागे तुम्ही दोन्ही बाजू सांभाळायला पाहता. दोन्ही बाजूंनी स्वत:ची समजूत घालता. ती कशी? तर एका बाजूनं तुम्हाला दर्शवायचं असतं, बघा मी कोणी सामान्य मनुष्य नाहीये. मी आध्यात्मिक विचारांचा मनुष्य आहे. संसाराच्या बंधनात पडलोय खरा; परंतु यातून बाहेर पडायची इच्छा आहे. क्रोधाच्या आहारी मी जातो खरा; परंतु मनातून मला पूर्णपणे शांत, स्वस्थ राहायचंय. कामवासनेनं वेढलेला आहे खरा परंतु ब्रह्मचर्य

पाळण्याची आकांक्षा आहे. अशा तऱ्हेनं आपल्यातल्या वाईट सवयींचं तुम्ही उदात्तीकरण करत राहता, तुमच्यातल्या व्यंगावर तुम्ही फुलं ठेवता; व्यंगावर तुम्ही मातही करत नाही तसंच ते पाहण्याचीही तुमची तयारी नाही. म्हणूनच सगळ्यांना विचारत फिरत राहता. यातून मार्ग कोणता? बाहेर पडण्याची पद्धत कोणती? हे सांगणारा गुरू कोण? कोण मुक्त करू शकेल?

तुमच्या या बेईमानीमुळे तुम्हाला यातून कोण बाहेर काढणार? कोणीही बाहेर

काढू शकत नाही. स्वत:ची ही बेईमानी तुम्हाला स्वत:च्याच डोळ्यांनी पाहणं हे फारच कष्टप्रद होणार आहे. साहजिकच आहे दुसऱ्याची बेईमानी आपण आनंदानं पाहत असतो. परंतु स्वत:च्या अशा न्यूनतेकडे पाहणं कठीण जातं. कारण स्वत:च्याच नजरेतून स्वत: उतरणं, हा अनुभव दु:खदायक आहे आणि तुम्ही तर स्वत:ची फार भव्य प्रतिमा तयार केलेली असते.

अगदी वाईटातला वाईट मनुष्यसुद्धा स्वत:ला आपण चांगले आहोत, असं समजत असतो. फक्त कधीकधी मी वाईट वागतो पण आहे चांगलाच, हा त्याचा आव असतो. कृत्य वाईट असेल परंतु मी मनुष्य म्हणून चांगलाच आहे. काहीतरी प्रसंगानं म्हणा, नाईलाजानं म्हणा, मी वाईट वागत असेल... मनातून मला वाईट वागायचं नसतं. ते घडून जातं. ज्या वेळी सगळं सुरळीत होईल त्या क्षणापासून मुळीच वाईट वागणार नाही. काय करणार? नाईलाज आहे. बायको-मुलं आहेत, संसार आहे, थोडी बेईमानी करणं भाग असतं, असत्य वागावं लागतं. पण मुळातून म्हणाल तर मी वाईट मनुष्य नाही.

अगदी वाईटातला वाईट माणूससुद्धा स्वत:ची एक सुंदर प्रतिमा तयार करून ठेवतो. तुमच्यातल्या वाईट वागण्यात ती प्रतिमाही सहभागी असतेच. कारण या प्रतिमेमुळेच तुम्ही स्वत:तला वाईटपणा पाहू शकत नाही. हा वाईटपणा आपला किती प्रमाणात घात करतो, आपल्या रोमारोमात किती विष कालवतोय हे केवळ या निर्माण केलेल्या प्रतिमेमुळेच तुम्हाला कळून येत नाही. येणाऱ्या आत्मभानापासून तुम्ही वाचता. याच कारणामुळे मुक्त होण्याच्या पद्धती तुम्ही विचारत बसता, मार्ग विचारत बसता.

पहिल्यांदा एका गोष्टीची जाणीव ठेवा की तुम्हाला बंधन आवडते आहे म्हणून तुम्ही बांधले गेले आहात. हे कितीही कष्टप्रद असो; परंतु हे लक्षात ठेवा की या बेड्या तुमच्या स्वत:च्या हातानं तुम्ही घालून घेतल्या आहेत. दुसऱ्या कोणीही तुम्हाला घातलेल्या नाहीत.

दुसऱ्यावर दोष लादणं हे फार सोपं आहे. नवऱ्याला वाटतं बायकोनं बंधन घातलंय. किती मूर्खपणा? बायकोला वाटतं नवऱ्यानं बंधन घातलंय. किती वेडेपणा? दुसरा तुमच्यावर कसं काय बंधन लादू शकतो? तुम्हाला बंधन नको असेल तर तुम्हाला कोणी अडवलंय? पती अडवू शकतो काय? पत्नी अडवू शकते काय? मुलं अडवू शकतात का? कोण अडवतं? अवघ्या दुनियेमधली कोणतीही शक्ती तुमच्यावर बंधन घालू शकत नाही. तुमची मुक्ती अपराजेय आहे. तिला कोणीही पराभूत करू शकत नाही. अगदी घट्ट पाय रोवून तुम्हीच जर थांबला असलात तर ती संपूर्ण जबाबदारी तुमची. दुसरा कोणीही याला जबाबदार नाही. कोणीही कुणाला बांधू शकत नसतं, कमीतकमी ही एवढीच गोष्ट अशी आहे की

ज्या गोष्टीवर कोणाचाही अंमल चालत नसतो; ती गोष्ट म्हणजे तुमची आंतरिक स्वतंत्रता.

डोस्टोवस्कीचं एक उदाहरण देतो. हा एक रशियन विचारवंत! खूप मोठा लेखक, महान तत्त्वचिंतक... फार मोठा अधिकारी पुरुष. त्याला तुरुंगात टाकलं गेलं. तुरुंगात त्यानं एक पत्र लिहिलं. या तुरुंगात आल्यानंतर मला कळलं की दुनिया माझ्या फक्त शरीरालाच बंधनात ठेवू शकते. मला नाही. तुरुंगाच्या बाहेर जितका मी मुक्त होतो, तितकाच मुक्त मी तुरुंगातही आहे. माझ्या मुक्ततेत काहीही फरक पडलेला नाहीये.

तुमच्या आतल्या आकाशाला कोण बंधन घालू शकेल? कोणीही नाही आणि तरीही तुम्हाला वाटतं पत्नीनं बंधन घातलंय!

शेख फरीद एकदा दोन-तीन शिष्यांसमवेत गावातून चालला होता. अचानक बाजारात मध्येच उभा राहून त्यानं शिष्यांना एक प्रश्न केला... प्रश्न विचारण्यापूर्वी सांगितलं की विचारपूर्वक उत्तर द्या. शिष्यांना नवल वाटलं. कारण प्रश्न एका तत्त्वाचा होता. एक माणूस गायीला बांधून नेत होता. फरीदनं प्रश्न केला, इथे मनुष्य गायीला बांधला गेलाय का गाय त्याच्याशी बांधली गेली आहे? तत्त्वाचा प्रश्न आहे. विचार करून उत्तर द्या. शिष्यांनी हसून विचारलं, यात कसलं आलंय तत्त्व? तुमच्यासारख्या साधू माणसाला अशा तऱ्हेची गंमत करणं शोभत नाही. इथे तर स्पष्टच आहे की गाय या मनुष्याला बांधली गेली आहे. कारण दोर मनुष्याच्या हातात आहे आणि तिच्या गळ्यात तो बांधला गेलाय.

फरीदने दुसरा प्रश्न केला, समजा हा दोर मध्येच तोडला तरी गाय या माणसाच्या मागे जाईल? का माणूस गायीच्या मागे जाईल?

शिष्य चिंतेत पडले. विचार करण्यासारखी गोष्ट आहे खरी. कारण बंधन तोडून टाकलं तर गाय निश्चितच पळून जाणार आणि या माणसाला गायीच्या मागे धावावं लागणार.

फरीद म्हणाले, "हे पहा, लक्षात घ्या. माणसाच्या हातात दोर नसून तो त्याच्या गळ्यामध्ये आहे. वरवर पाहता दिसतं की गाय ही मनुष्याकडून बांधली गेलेली आहे. परंतु खरी गोष्ट अशी आहे की मनुष्यच मुळी तिला बांधला गेलेला आहे. पत्नी ही पतीला कशी काय बांधू शकणार? अथवा कुठलाही पती पत्नीला कसा काय बांधू शकेल? तुम्ही स्वतःच बंधनात राहणं पसंत करता; परंतु बंधनाची जबाबदारी मात्र तुम्हाला नको असते. ती तुम्ही दुसऱ्यावर ढकलत राहता. त्यामुळेच तुमचं बंधन सुलभ होतं.

आम्ही तरी काय करणार? चारही बाजूला बंधनंच बंधनं. जाणार तरी कुठे? काय करणार? यातून सुटका कशी काय होणार? एवढा विशाल असा संसार आहे.

सगळेच जण बांधलेले आहेत.

दुकानदार समजतो ग्राहकांमुळे बांधलेले आहोत, लोभी मनुष्य समजतो धन-संपत्तीमुळे बांधलेले आहोत, विषयवासनेनं ग्रासलेला मनुष्य समजतो स्त्रीमुळे आपण बंधनात आहोत. संसारी मनुष्य समजतो संसारानं आपल्याला बांधून टाकलंय. खरं म्हणजे तुम्हाला कोणीही बंधनात टाकलेलं नाहीये. परंतु तुम्ही चलाख आहात. तुमची चलाखी अत्यंत खोलवर आहे. तुम्ही स्वत:ला धोका देत आहात. परंतु हा धोका चातुर्याचा आहे. दुसऱ्यानं मला बांधलेलं आहे त्याला मी काय करणार? या म्हणण्यात स्वत: बांधून घेणं सोयीचं ठरतं.

आपण माणसं तर नेहमीच दुसऱ्याला दोषी ठरवत असतो. कुणी एखादी शिवी दिली की तुम्ही संतापून जाता. म्हणता या माणसानं मला संतापायला लावलं. कसं शक्य आहे? संतापण्याची इच्छा असेल तरच शिवीचा परिणाम होणार ना? तुम्हाला संतापायचं नसेल तर शिवी व्यर्थच जाईल. होय की नाही?

एखादी सुंदर स्त्री रस्त्यावरून चालली आहे. तुम्ही मोहीत होऊन जाता. तुमच्या या कृतीला स्त्री कशी काय कारण ठरते? रस्त्यात हिरा पडलेला आहे. तुम्ही झटकन तो उचलून घेता. तुम्हाला मोह आवरत नाही. इथं हिरा तुम्हाला आमंत्रित करत नसतो. तुमची वासना तुम्हाला त्या गोष्टीपर्यंत नेत असते. तेव्हा इतरांना दोषी धरणं सोडून द्या. नाहीतर तुम्ही कधीच मुक्त होणार नाहीत. कारण दुसऱ्यांकरवी तुम्ही बांधले गेलेले असाल तर दुसऱ्यानं मुक्त केल्याशिवाय तुम्ही कसे काय मुक्त होणार? आणि हे 'दुसरे' म्हणून जे कोणी आहेत ते इतके अगणित आहेत की तुम्ही कधीच मुक्त होऊ शकणार नाही. एका पत्नीचा समजा त्याग केलात, दुसरी स्त्री कशावरून बरोबर येणार नाही? तुम्ही खरोखरच असहाय आहात. सगळ्या गोष्टी तुमच्या आवाक्याबाहेरच्या आहेत. कारण जिथे कुठे तुम्ही जात राहाल, कोणी ना कोणी तुमच्या वाटेमध्ये येणारच. कोणाचा ना कोणाचा तरी पट्टा तुमच्या गळ्यात राहणारच आणि तोसुद्धा दुसऱ्यानं बांधलेला असेल तर मोक्ष मिळणं दुरापास्तच आहे.

म्हणून कबीर, नानक, फरीद ही सर्व ज्ञानी मंडळी या 'सत्याची' पहिली शिडी पार करायला सांगतात. आपण स्वत:हून बांधले गेलेले आहोत, तेव्हा बंधनमुक्त होणंही आपल्याच हातात आहे. दुसरा कोणीही तुम्हाला बांधू शकत नाही.

आणखी एक अत्यंत महत्त्वाची गोष्ट महावीरांनी आग्रहानं सांगितली आहे. तुम्ही कितीही पूजाअर्चा करा, प्रार्थना करा. तुम्हाला दुसरा कोणीही मुक्त करू शकणार नाही. कारण असा जर कोणी मुक्त करणारा असेल तर तो बांधूनही ठेवू शकतो आणि इथं तर कोणीच बांधलेलं नाही, तेव्हा दुसऱ्यानं मुक्त करण्याचा प्रश्नच नाही.

महावीर म्हणूनच आग्रहानं सांगतात की दुसरा कोणीतरी येऊन आपल्याला

मुक्त करेल या भ्रमात कधीही राहू नका. महानातले महान गुरूसुद्धा तुम्हाला मुक्त करू शकत नाहीत. कारण दुसऱ्याकडून मुक्त होण्याचा संभव तेव्हाच असेल, जेव्हा त्यानं तुम्हाला आधी बंधन घातलं असेल.

बुद्ध म्हणतात, बुद्ध केवळ सूचना देतात. बोट दाखवतात. बंधन कुठे आहे ते सांगतात. ते मुक्तीचा मार्ग नाही दाखवत; ते तुम्हाला मुक्त करू शकत नाहीत. तुम्ही स्वत:हून बांधले गेले आहात. तेव्हा मुक्तीसुद्धा तुम्ही स्वत:हून मिळवू शकाल. महावीरसुद्धा एवढंच सांगू शकतात की बंधन कसं काय तोडता येऊ शकेल, ते कुठे आहे; परंतु तेही तुमचं बंधन नाही दूर करू शकत. अर्थात हे तर चांगलंच आहे. दुसरा कोणी बंधन दूर करू शकत नाही हे उत्तमच. नाहीतर इकडे महावीर तुम्हाला मुक्त करणार आणि तिकडे दुसराच कोणीतरी तुम्हाला बंधनात टाकणार, असं घडायचं. बंधन जर तोडता येऊ शकतं तर ते घातलंही जाऊ शकतं. तसंच उलटपक्षी बंधन दुसऱ्याला घालता येत नाही म्हणूनच त्याला ते तोडताही येऊ शकत नाही.

म्हणूनच गुरू तुम्हाला मार्ग दाखवू शकतात; परंतु त्यावरून चालावं हे तुमचं तुम्हालाच लागतं. गुरू तुम्हाला शिक्षण देऊ शकतात; परंतु त्या शिक्षणाचा उपयोग तुम्ही स्वत:च करायचा असतो. गुरू इशारा करू शकतात; परंतु त्यांनी केलेल्या इशाऱ्यानुसार आयुष्य बनवणं तुमच्या हातात आहे. गुरूंची भूमिका इथे कॅटेलिटीक एजंटासारखी आहे. त्यांच्या सहवासामध्ये तुम्हाला जाग येऊ शकते; परंतु जागृतीनुसार वागणं हे तुमच्या हातात आहे. कबीरांनी कुठेतरी म्हटलंय झोपलेल्या मनुष्याला जागं करणं सगळ्यात सोपं आहे; परंतु खरा जागा असून झोपण्याचं सोंग घेतलेल्या मनुष्याला जागं करणं अशक्य आहे, अवघड आहे. तुम्ही सगळेजण या दुसऱ्या प्रकारात मोडता. तुम्ही पूर्णपणे झोपला असतात तर तुम्हाला हलवून जागं करता आलं असतं; परंतु तुम्ही झोपेचं सोंग घेऊन पडला आहात, डोळे बंद करून, तोंडावर चादर ओढून तुम्ही झोपेचं नाटक केलेलं आहे, आतून तुम्ही जागे आहात. अशा परिस्थितीत तुम्हाला कसं काय जागं करायचं? झोप खरीखुरी असेल तर त्यातून उठवणं सोपं आहे; परंतु खोट्या झोपेतून कसं काय उठवणार? तुम्ही धोका देत आहात. आत्मवंचना हा जवळजवळ तुमचा स्थायीभाव बनून गेलेला आहे. स्वभावच बनून गेला आहे.

या सर्व गोष्टींचा विचार करूनच नंतर कबीरांनी मांडलेलं सूत्र समजून घ्यायला हवं. समजून घेण्याचा प्रयत्न करायला हवा. कबीर तर खेड्यातले एक अडाणी पुरुष. त्यांच्याजवळ शिक्षण नसल्यामुळे खूप मोठमोठ्या शब्दांचं भांडार नाही. त्यांच्याजवळ आहेत ते खेड्यातले खोलवरचे अनुभव आणि त्या अनुभवांचा ताजेपणा! ते बोलताना ज्या प्रतिकांची उदाहरणं देतात ती प्रतिकंही साधीसुधी,

खेड्यातली असतात; परंतु त्यांचा परिणाम थेट हृदयापर्यंत पोहोचणारा असतो. शब्द जेवढा म्हणून सुसंस्कृत आवरणाखाली असतो, तितका तो मृत असतो. भाषा जितकी चकचकीत, स्वच्छ, जितकी परिष्कृत होत जाते; जितकी रंगीबेरंगी होत जाते तितकी ती जीवनापासून दूर जाते. खेडेगावातला एखादा खेडवळ ज्या भाषेत बोलतो ती भाषा गावाच्या ग्रामीणतेइतकीच जिवंत, रसरशीत असते. कबीरांची भाषा अशीच जिवंत, रसरशीत आहे. त्यांची प्रतिकंही साधीसुधी आहेत. अवघ्या हिंदुस्थानात जिझसची बरोबरी करू शकतील, असे फक्त कबीरच आहेत.

महावीर, बुद्ध, कृष्ण, राम ही सारी सभ्य समाजातली मंडळी आहेत. शुद्ध, सुसंस्कृत आणि कुलीन अशा घराण्याचे वारसदार आहेत. परंतु कबीर मात्र अस्सल खेडवळ आहेत, अगदी जिझसप्रमाणे! जिझस एका सुताराचा मुलगा तर कबीर विणकराचे पुत्र! जिझससुद्धा खेडेगावच्या भाषेतच बोलत असत. जिझसचा अवघ्या दुनियेवर प्रभाव पडण्याचं कारण म्हणजे त्यांच्या भाषेतला ग्रामीण ताजेपणा.

महावीर आणि बुद्धांची भाषा कागदी फुलांसारखी आहे. त्यांच्या भाषेमध्ये सिद्धांताची चर्चा आहे, सारं काही आहे; परंतु ती भाषा फक्त बुद्धीला स्पर्श करते आणि विरून जाते. ती हृदयाला स्पर्श करीत नाही. कबीर आणि जिझसची भाषा साधीसुधी आहे, अनुभवांची बनलेली आहे. सुसंस्कारित नाही... म्हणूनच त्यांची प्रतिकंही अनुभवातून आलेली आहेत.

कबीरांनी म्हटलंय, '*अपन पौ आपु ही बिसरौ!*' तुम्ही स्वतःच स्वतःला विसरला आहात. दुसऱ्याला दोष का देता? स्वतःच बंधनात पडला आहात आणि दुसऱ्याला जबाबदार धरता आहात.

> '*अपन पौ आपु ही बिसरो ।*
> *जैसे श्वान कांच मंदिर मह, भरमते भूंकि मरो ॥*'

एक अशी कथा आहे. एका सम्राटानं एक संपूर्ण काचेचं मंदिर बनवलं. चारही बाजूनं, वर-खाली सगळीकडे हजारो असे काचेचे आरसे बसवले होते. एक दिवस चुकून एक कुत्रा त्या काचेच्या मंदिरात शिरला. रात्री द्वारपालानं दार बंद करून घेतलं. कुत्रा आतच अडकून पडला. त्यानं बावरून इकडेतिकडे पाहिलं तर लाखो कुत्री आसपास दिसली. कारण प्रत्येक आरशात कुत्र्याचं प्रतिबिंब पडलेलं होतं. अशा तऱ्हेनं हजारो कुत्र्यांच्या समूहात तो आत्तापर्यंत कधी सापडला नव्हता. घाबरून गेला. खाली-वर, आजुबाजूला कुत्रेच कुत्रे. घाबरून भुंकायला लागला. त्याला वाटलं भुंकून भुंकून सभोवारच्या कुत्र्यांना आपण घाबरवू शकू.

लक्षात ठेवा, ज्या वेळी दुसऱ्याला घाबरवण्याची इच्छा होते तेव्हा मनातून तुम्हीच घाबरलेले असता. पहिल्यांदा तुम्हीच घाबरलेले असता, नाहीतर दुसऱ्याला

कशाला भीती दाखवाल? भित्रा मनुष्यच दुसऱ्याला भीती दाखवत असतो. कारण दुसरा घाबरला की या भित्र्या माणसाला जरा आधार वाटतो.

जो मुळातूनच अभय असतो तो कोणालाही भीती दाखवत नाही. दुसऱ्याला भयभीत करण्याचे प्रकार असंख्य आहेत. कुणी तुमच्या छातीवर तलवार ठेवून तुम्हाला भीती दाखवतो, कुणी तुम्हाला नरकाचं वर्णन करून घाबरवत असतो, नरकात उकळलेल्या तेलाच्या कढया असतात, खूप मोठमोठे आगीचे प्रकार असतात, त्यात पापी माणसाला टाकलं जातं इत्यादी, इत्यादी वर्णनाचा भाग त्यामध्ये असतो. सैनिक तलवारीनं तुम्हाला भीती दाखवतो. साधू नरकाच्या वर्णनानं भीती दाखवतात. याचाच अर्थ तुमचे सैनिकही घाबरलेले आहेत आणि साधूही घाबरलेले आहेत. जो स्वत: निर्भय आहे तो दुसऱ्याला का म्हणून घाबरवेल?

आत्मरक्षणासाठी प्रत्येकजणच दुसऱ्याला भीती दाखवत असतो. त्या कुत्र्यानंही माणसासारखाच एक साधा उपाय अंमलात आणला. जोरजोरात भुंकून त्याला वाटलं आपण इतर कुत्र्यांना घाबरवून टाकू. परंतु असं केल्यामुळे तो जास्तच अडचणीत आला. तो भुंकायला लागल्यानंतर आजुबाजूचे लाखो कुत्रे भुंकायला लागले. त्याचा स्वत:चाच आवाज त्या निर्मनुष्य मंदिरामध्ये अशा तऱ्हेने प्रतिध्वनित होऊ लागला; घाबरून त्या कुत्र्याचा थरकाप उडाला असावा. स्वत:चा बचाव करण्याचा काहीच उपाय शिल्लक नाही, पळून जायला वाट नाही आणि पळून जाणार तरी कुठे? चारही बाजूनं असंख्य कुत्र्यांचा वेढा! त्या कुत्र्याचं दु:ख तुम्ही नाही समजू शकणार. परंतु स्वत:च्या जीवनाकडे तुम्ही पाहिलंत तर तुम्हाला जरूर कळून येईल की अशाच प्रकारच्या दु:खाला आपण सामोरे जात असतो.

'जैसे श्वान कांच मंदिर मह, भरमते भूंकि मरो ।'

सकाळी मंदिराचे दरवाजे उघडले गेले तेव्हा दिसलं कुत्रा मरून पडला होता. आजूबाजूच्या भिंतीवर आपटून आपटून रक्तबंबाळ झालेला होता. स्वत:च्या हातानं स्वत:चं मरण ओढवून घेतलं होतं.

'अपन पौ आपु ही बिसरो ।' आपल्या आयुष्याचीही अशीच कथा असते.

कोणावर तुम्ही रागावता आहात? कुणाचा तुम्हाला मोह पडतो आहे? कुणाचा तिरस्कार वाटतो? तुम्ही कधी खोलवर विचार केलाय का की तुमची सर्व नाती ही आरशाप्रमाणे आहेत. तुम्ही आजुबाजूला निर्माण केलेली नाती ही तुमचीच प्रतिबिंबं आहेत. नात्यांच्या या आरशात तुम्ही दुसऱ्या कोणालाही पाहत नसता तर स्वत:लाच पाहत असता. ज्या ठिकाणी तुम्हाला तुमचं प्रतिबिंब सुंदर भासतं, तेव्हा ते नातं मित्रत्वाचं असतं आणि प्रतिबिंब जिथे चांगलं वाटत नाही ते नातं शत्रुत्वाचं, असं मानायला हवं. आपले, परके... हा भेदभाव तिथे कळून येतो.

विचार करा. रागीट स्वभावाच्या मनुष्याला सतत वाटत असतं की आजुबाजूची सगळी माणसं आपले अपमानच करतायत. समोरचा मनुष्य हसायला लागला तरी याला वाटणार हा आपल्यालाच हसतोय. रस्त्यात कुणी एकमेकांमध्ये गप्पा मारताना दिसल्यास याला वाटणार आपल्याबद्दलच बोलतायत. काहीही न बोलता तुम्ही गप्प बसून राहिलात तरीही याला वाटणार आपल्याशी बोलायचं नाहीये. काहीही करा.... हा स्वतःचंच प्रतिबिंब पाहत राहणार.

माझ्या एका मित्राचा मुलगा एक दिवस माझ्याकडे आला आणि म्हणाला, "तुम्हीच आता मला मदत करा. मी फारच अडचणीत आहे. माझ्या वडिलांना तुम्ही जरा समजावून सांगितलंत तर बरं होईल. मी कसाही वागलो तरीही त्यांना ते नापसंतच असतं. मी चांगलेचुंगले कपडे घातले की म्हणतात, "करा, करा चैन! राजेशाही ढंगानं वागा. मी मेल्यानंतर कळेल तुम्हाला." मी अगदी साधे कपडे घातले की म्हणतात, "वारे वा... मी काय मेलोय का काय? आत्ताच काय ते चांगले कपडे घालून घ्या. मी मेल्यानंतर अशी परिस्थिती येणारच आहे."

तो तरुण मुलगा मला म्हणाला, "मी तर काका वैतागूनच गेलोय. कसंही वागलं तरी ते त्यांच्या बाजूनंच अर्थ काढतात. शिवाय ते बोलतात ते सगळं तर्कशुद्धच असतं. आपण काही चूक काढूच शकत नाही."

रागीट मनुष्याला आजुबाजूला सर्व काही तसंच दिसत असतं. लोभी मनुष्याला आजुबाजूचे सगळे लोक आपल्याला लुबाडायला निघालेत असं वाटत असतं. सगळे मित्र, मुलंबाळं, बायकोसकट सगळी मंडळी जणू काय लुबाडायलाच बसलीत. या लोभाचं प्रतिबिंब नात्यांच्या या आरशात स्पष्ट दिसत असतं.

विषयांध मनुष्याला वाटतं सगळा संसार त्याला मोह घालतोय. त्यागी माणसाला वाटतं सगळा संसार विरक्तीकडे नेतो आहे. त्याला वाटतं हा संसार सतत इशारा करतोय की सारं सारं सोडून दे, पळून जा. तुम्ही जसे असता त्याचाच प्रतिध्वनी तुमच्या चारही बाजूला तुम्ही अनुभवता. हे सगळं जग काचेच्या आरशासारखं आहे. काचेचं मंदिर. कबीर म्हणतात,

'जैसे श्वान कांच मंदिर मह, भरमते भूंकि मरो ।'

जीवनाच्या शेवटी तुम्ही जेव्हा मिटून जाता, सारं काही संपण्याची वेळ येते तेव्हा तुम्हालाही असंच वाटणार की या साऱ्यांनी मिळून आपल्याला संपवलंय, मारून टाकलंय. फार पूर्वीच्या काळी किंवा आत्तासुद्धा आदिवासी समाजात कुणी आजारी वगैरे पडल्यास सारी माणसं शोधाशोध सुरू करतात की कुणी करणी वगैरे केलीय की काय? आजारी पडता तुम्ही आणि मंडळी जातात मांत्रिकाकडे शोधायला! तर्क असाच असतो की हे आजारपण दुसऱ्या कोणीतरी पाठवलं आहे. मी जर का

दुःखी असेन तर ते दुःख दुसरा कोणीतरी देतोय असं समजणं! गणित साधं सोपं आहे. दुसऱ्या कोणी दुःखी केल्याशिवाय मी दुःखी कसा काय होणार? परंतु तुम्हा मंडळींना मनुष्याच्या मनाचा थांगपत्ता नाही. तुम्हाला अगदी एकटं ठेवलं, सगळ्या सुखसोयी पुरवल्या तरीही तुमची अशीच स्थिती राहणार.

पाश्चात्त्य जगात बरेच प्रयोग केले गेले. एक प्रयोग असा होता... 'त्याला 'सेन्स-डिप्रायव्हेशन' म्हटलं जातं. अतिशय महत्त्वाचा प्रयोग आहे. बऱ्याच शास्त्रज्ञांनी त्या प्रयोगावर काम केलेलं आहे. त्यांनी तिथं सर्व सुविधा असलेलं एक गर्भगृह तयार केलं. अन्नपाण्यासाठीसुद्धा काहीही हालचाल करायला नको. ते आपोआप नळीतून शरीरात पोचवायची सोय केलेली... घनदाट अंधार... कसलाही आवाज नाही. मातेच्या गर्भामध्ये असलेल्याप्रमाणेच एक प्रकारचं रासायनिक जल तयार करून त्याच प्रकारे टब तयार केला की ज्या प्रकारे बाळ मातेच्या उदरात पोहत असतं. त्या टबात सर्वत्र अंधःकार, ना जेवणाची चिंता, ना पाण्याची चिंता... ना कसलीच चिंता... सगळ्या सुखसुविधा उपलब्ध.. सगळी सुखं उपलब्ध... तरीही पंधरा मिनिटांमध्ये मनुष्य बेचैन व्हायला लागतो. पंधरा मिनिटांमध्ये तो सूचना पाठवायला लागतो... मला बाहेर काढा, मला बाहेर काढा. खूप खूप प्रयोग केले गेले. बराच काळ संशोधन झालं. कुणी कुणी धाडस करून 'एकवीस दिवसांचा'ही प्रयोग केला. हाती आलेले निष्कर्ष आश्चर्यजनक होते. अनेक प्रकारची बटणं त्या प्रयोगात भाग घेणाऱ्या माणसांजवळ दिली गेली. राग आला तर अमुक बटण, आनंद झाला तर अमुक बटण, भीती वाटली तर, रोमांचित झालात तर, अमुक अमुक बटणं दाबा अशा सूचना दिल्या गेल्या... आश्चर्याची गोष्ट अशी की तिथं त्रास देण्यासाठी कोणीही नसताना, राग येण्यासारखं काहीही कारण घडलेलं नसतानाही माणसं सारखी बटणं दाबत होती. त्यांचं त्यांनाही कळत नव्हतं की आपल्याला राग का येतोय? आनंद का होतोय? क्रोध, मोह, लोभ या सगळ्या तुमच्या आतल्या प्रवृत्ती आहेत. याचा बाह्य जगातल्या माणसांशी काहीही संबंध नसतो. बरेचसे लोक हे कपडे टांगून ठेवणाऱ्या खुंटीसारखे असतात. त्यांच्यावर तुम्ही तुमचे राग, लोभ, वासना टांगत असता. बाहेरचे लोक हे खुंटीसारखेच असतात. या गोष्टी सगळ्या तुमच्या 'आतून' येत असतात; परंतु त्याला तुम्ही इतरांना जबाबदार धरत असता. मृत्यू जवळ यायला लागतो, सगळं जीवन निराशेनं भरून गेलेलं असतं तेव्हा तुम्ही सगळ्या जगाबद्दल तक्रारीचे सूर काढायला लागता. लोकांनी खरं म्हणजे मला बरबाद केलं... खरं म्हणजे मी कुठल्याकुठे गेलो असतो; परंतु लोकांनी मला तसं होऊ नाही दिलं. हे सगळं जग शत्रू आहे.

परंतु संपूर्ण जग तुमचा शत्रू आहे हे सिद्ध करायला कारण तर काहीच सापडत नाही. सगळी माणसं स्वतःला सिद्ध करण्याच्या कामी लागलेली असतात आणि

विचार करत राहतात की इतरजण माझ्या बरबादीसाठी टपलेले आहेत. याचा अर्थ तुम्हीही कुणाच्यातरी बरबादीसाठी टपलेलेच आहात नाही का? खरं म्हणजे तुम्ही स्वत:ला यशस्वी करण्याच्या कामात मग्न आहात, इतरजण स्वत:ला यशस्वी करण्याच्या कामात मग्न आहेत; परंतु एकमेकांचे संबंध मध्ये आरसा असल्याप्रमाणे भासतायत. त्यात स्वत:चंच प्रतिबिंब तुम्ही पाहत असता.

एका ठिकाणी आधुनिक शैलीतल्या चित्रांचं प्रदर्शन भरलेलं होतं. आधुनिक चित्रं *(मॉडर्न आर्ट)* हा प्रकार माझ्या दृष्टीनं तर्कहीन आहे. कारण त्याचा अर्थ लावणं महाकठीण! पिकासोसारखा महान चित्रकार म्हणतो... अर्थ नसतोच मुळी.... काढणार कुठून?

पिकासोला कुणीतरी एकदा विचारलं, "तुमच्या या चित्राचा अर्थ काय?"

त्यानं उत्तर दिलं, "बाहेर हे जे झाड उभं आहे, याचा काय अर्थ आहे? ही फुलं फुललेली आहेत त्याचा काय अर्थ? खळखळ आवाज करत हा झरा वहातो आहे त्याचा काय अर्थ आहे? जर यांपैकी कोणत्याच गोष्टीचा अर्थ सांगता येत नसेल तर मग या पिकासोच्या मागे कशाला भुणभुण लावता? एवढा मोठा परमात्माच मुळी अर्थहीन आहे तिथं माझ्यासारख्या गरिबाची काय कथा? मीही अर्थहीन आहे."

म्हणूनच मी म्हणतो, आधुनिक चित्रकला ही अर्थहीन आहे. अगदी निसर्गासारखी, या सृष्टीसारखी. सृष्टीचं अवलोकन केल्यानंतर तुम्ही उत्साहित होऊ शकता, आनंदी होऊ शकता, उदास होऊ शकता, दु:खी होऊ शकता, सुखी होऊ शकता; परंतु अर्थ काढायला जाल तर काहीही निघत नाही. कारण तिथे विशिष्ट अर्थ असा नाहीच.

मुल्ला नसरुद्दीन अशाच आधुनिक चित्रांचं प्रदर्शन बघायला गेला. सगळी चित्रं पाहून वैतागून गेला. सगळी चित्रं काहीही कळण्यापलीकडची होती. कोणताही आगा-पिछा नसलेली ती चित्रं पाहून त्याचा पुरता गोंधळ उडाला. काही चित्रं तर उलटी टांगली आहेत का सुलटी, हेही कळत नव्हतं. शेवटी एका चित्रासमोर उभा राह्यला. चकित होऊन त्यानं प्रश्न केला, याचा अर्थ काय? चित्रकार उत्तरला, महाशय आपण एका आरशासमोर उभे आहात. हा आरसा आहे. चित्र नव्हे.

आपलं संपूर्ण जीवनच आरशासमोर असतं, म्हणूनच एकमेकांच्या संबंधाबाबतीत आरशासमोर असताना जे वर्तन करता तेच करत राहा. कारण संबंध हेसुद्धा आरशासारखेच नाजूक असतात. जरासा धक्का लागला की तुटून जातात आणि एकदा तुटलेले संबंध जोडणंही कठीण असतं आरशासारखंच! एकदा तुटला की पुन्हा जोडणं कठीण. कदाचित जोडले जाऊ शकतीलही; परंतु जोड दिसतोच.... तुटल्याची निशाणी दिसतेच. प्रेम हीच गोष्ट घ्याना. एकदा तुटलं की पुन्हा जुळून येणं मुष्कील. पुन्हा जुळून आलं तरीही पहिला ओलावा राहिलेला नसतोच.

संबंध हे आरशासारखेच असतात. तितकेच नाजूक. स्वत:चं प्रतिबिंब दाखवणारे! प्रत्येक संबंधात तुम्ही स्वत:च उभे असता. दुसऱ्यांना दोषी का धरता? जीवन व्यर्थ वाटत असेल तर खुशाल समजा की तुम्हीच त्या व्यर्थतेला कारणीभूत आहात, दुसरा कोणीही नाही. हा साक्षात्कार जितक्या लवकर तुम्हाला होईल तितकी लवकर तुमच्या जीवनात पुन्हा सृजनप्रक्रिया सुरू होईल.

'जैसे श्वान कांच मंदिर मह, भरमते भूंकि मरो ।
अपन पौ आप ही बिसरो ।' ..... तुमची दशा ही अशी आहे.
'जौं केहरि बपु निरखि कूपजल, प्रतिमा देखि परो ।'

सिंहाच्या गोष्टीप्रमाणे नदीकाठानं जाताना स्वत:चं प्रतिबिंब पाहताच दुसरा प्रतिस्पर्धी समजून त्याला मारण्यासाठी सिंहानं जशी उडी मारली– काय करणार? शत्रूला सहन करणं कठीणच! मारली उडी– आणि मरण पावला. उडी मारण्याअगोदर क्षणभर विचार करा. ज्या गोष्टीसाठी उडी मारताय तिथे काही नाहीच. तुम्ही तुमच्या स्वत:च्या प्रतिबिंबावरच उडी मारत आहात.

कुणी तुमची निंदा केली, तुम्ही आक्रमक होता. कधीतरी तुम्ही विचार केलाय का की निंदा ऐकून आपल्याला दु:ख का होतंय, तर ती खरी आहे म्हणून. नाहीतर दु:ख होणारच नाही. एखादा मनुष्य तुमच्याबद्दल जर का धडाधडा खोटंनाटं बोलत असेल तर तुम्हाला हसायला येईल ना? परंतु अशी एखादी गोष्ट की जी तुम्ही आत्तापर्यंत लपवून ठेवलेली आहे आणि दुसरा मनुष्य तो उघड करून सर्वांना सांगतोय, तर अर्थातच तुम्ही त्याच्यावर तुटून पडणारच. तुमचं झाकलेलं सत्य तुमच्यादेखत असं बाहेर आलं की निंदा ही त्रासदायक वाटते, वेदना देणारी ठरते.

तुम्ही शांतपणे विचार केलात तर तुम्हालाही समजून येईल की शंभरपैकी नव्व्याण्णव वेळेला समोरच्या माणसाचं बरोबर असतं. तटस्थ वृत्तीनं दुसऱ्याकडे पाहणं सोपं असतं; परंतु स्वत:कडे पाहणं अवघड असतं. कारण स्वत:कडे पाहण्यासाठी 'स्वत:' थोडं दूरवर उभं राहायला लागतं. दुसरी माणसं तुमच्याकडे ज्या नजरेनं पाहतात त्या नजरेनं तुम्ही स्वत:कडे नाही पाहू शकत. कारण दुसरा तुमच्याकडे कोणत्या नजरेनं पाहतोय हे तुम्हाला माहीतच नसतं.

मनसविद म्हणतात, धर्मगुरूंच्या म्हणण्याप्रमाणे सर्व मंडळी अगदी खरंखुरं वागणारी, सत्यप्रिय झाली, सत्यच बोलायला लागली, तर हे जग चार दिवससुद्धा चालणार नाही. कारण सगळेचजण सत्य बोलायला लागले तर सगळेजण एकमेकांचे शत्रूच होतील. एखादासुद्धा प्राणी मित्र म्हणून सापडणार नाही. कारण एरवी मित्रसुद्धा त्याला जे मनातून तुमच्याविषयी वाटत असतं ते तोंडावर कधीच बोलत

नसतो. बोललाच तर तो तुमच्या पाठीमागे बोलणार.

दुसरा तुमच्याकडे काटेकोरपणे, निरखून पाहू शकतो. कारण तिथे तटस्थ वृत्ती आहे. एक गोष्ट तुमच्यासुद्धा लक्षात येईल की एखादा मनुष्य अडचणीत सापडल्यानंतर सल्ला मागण्यासाठी तुमच्याकडे आला तर अतिशय मोलाचा सल्ला तुम्ही त्याला देता. परंतु तीच अडचण तुमच्या स्वतःच्या बाबतीत उद्भवली तर तोच सल्ला तुम्ही स्वतःसाठी वापरत नाही. कारण काय?

तर दुसऱ्याला सल्ला देणं फार सोपं असतं कारण मध्ये अंतर असतं. एखादा मोठ्यातला मोठा सर्जनसुद्धा स्वतःच्या पत्नीचं ऑपरेशन करायचं म्हटल्यानंतर त्याचे हात कापायला लागतात. कारण अंतर शून्य असतं. दोघांचे संबंध निकटचे असतात. दुसऱ्याच्या पत्नीवर हा सर्जन सहजगत्या कात्री चालवतो. अगदी एखादं पोस्टमार्टेम करतानाची तटस्थ वृत्ती त्या वेळेला त्याची असते. कारण दुसऱ्याच्या बायकोशी काय घेणं-देणं? परंतु स्वतःच्या पत्नीमध्ये जीव अडकलेला असतो. मुलंबाळं असतात, संसार असतो. एखादी चूक झाली अन् मेली तर काय होणार? घाबरून जायला होतं, हात कापायला लागतात. म्हणूनच मोठमोठ्या डॉक्टरांनाही स्वतःच्या पत्नीसाठी दुसऱ्या डॉक्टरांना बोलावणं भाग पडतं. तसंच मोठ्यातला मोठा एखादा डॉक्टर त्याच्या स्वतःच्या रोगाचं निदान करण्यासाठी तो दुसऱ्या डॉक्टरला पाचारण करतो. खूप आश्चर्याची गोष्ट वाटते ना? तू तर डॉक्टर आहेस ना? मग तुला नाही माहीत तुझ्या रोगावरचा उपचार? पण नाही... आता तर पत्नीपेक्षाही अंतर कमी. आता तर अंतर नाहीच. शिवाय बायको मरावी अशीही कुठे अंधुकशी आतली इच्छा असेलही. तेवढीच सुटका. कदाचित घाबरण्यामागे हेही एक कारण असू शकेल की आपल्या हातून मरायला नको. काही चूक होऊन हिचा प्राण जायला नको. तशीच का जाईना. मग नंतर छाती पिटून रडायला मोकळे.

आता हे पाहा... एखादा कोणी मरतो तेव्हा तुम्ही रडायला लागता. या रडण्यामध्ये एक अपराधी भावनाही लपलेली असते की आपण याच्या मरणाची इच्छा केली होती; आणि हा मेला... इथे मनोमन तुमची थोडी जबाबदारी येते. एखाद्याच्या मरणाची इच्छा केली नसेल तर त्याचा मृत्यू तुम्ही सहजतेनं स्वीकारता... का? तर मनात अपराधी भावना नाहीये. तेव्हा पश्चात्ताप नाही. जेव्हा मनात अपराधी भावना असेल तेव्हा पश्चात्ताप आहेच.

वडील मेल्यानंतर मुलाला रडायला येतं... का? तर जिवंत होता तेव्हा कधी पायालाही हात लावला नाही. कधी जवळ बसून प्रेमानं दोन शब्द बोललो नाही. आता तर संधीच गेली. आता कायमची मनात अपराधी भावना. कोणत्याही उपायानं ही अपराधी भावना कमी होणार नाही; परंतु ज्या मुलानं बापाची सेवा केलेली आहे, त्याची वास्तपुस्त केलेली आहे, त्याला मरणाचं दुःख थोडं हलकं वाटेल. कारण

मनात अपराधी भावना नाहीये. तो सहजपणे समजून राहणार... 'एक ना एक दिवस सगळ्यांना जायचंच आहे.' मरण ही एक नैसर्गिक गोष्ट आहे. म्हणून ज्या मुलानं जिवंतपणी वडिलांचं काहीही केलेलं नसतं, त्याला रडायला येतं. कारण मनात अपराध! आजुबाजूच्या मंडळींना वाटतं... याला फारच दुःख झालंय. कारण तो मुलगा छाती पिटून पिटून रडत असतो.

वडिलांची खरोखर सेवा केलेला मुलगा चुपचाप बसून दुःख झेलत असतो. लोकांना वाटतं बेईमान आहे झालं! एवढे वडील गेले पण गप्प बसलाय.

खरं पाहता परिस्थिती उलट आहे. जो गप्प बसलाय त्याच्या मनात कोणतीच अपराधी भावना नसल्यानं तो स्वस्थ बसलाय आणि जो छाती बडवत रडत बसलाय, तो कुठलीतरी उणीव कुठून तरी भरून काढतोय. एवढी शक्ती वडिलांचे पाय चेपण्यात, डोकं दाबण्यात घालवली असती तर? आता छाती पिटण्यात अर्थ काय?

म्हणूनच मनातल्या भीतीमुळे डॉक्टरांना स्वतःवर इलाज करण्यासाठी हात कापतात.

मुल्ला नसरुद्दीन डॉक्टरांकडे गेला, "घाबरतोस काय? मी आहे ना. बरं वाटेल. तुला आणखीन एक सांगतो, मलासुद्धा हाच आजार होता. तेव्हा मुळीच घाबरू नको."

मुल्ला नसरुद्दीन म्हणाला, "माझ्या मनातली भीती जाऊ शकत नाही. कारण तुम्ही भलेही या आजारानं त्रस्त असाल. पण तुमच्यावर उपचार करणारा डॉक्टर तर दुसराच असणार. नाही का?"

म्हणूनच कबीर म्हणतात – काहे की कुसलात.

हातात दिवा असून विहिरीत पडता. दिवा दुसऱ्यांसाठी होता. स्वतःसाठी जो हातात दिवा घेतो तो तर बुद्ध होतो. स्वतःसाठी ज्याच्याजवळ ज्ञान आहे तो अंतर्यामी उजळून निघतो. त्याच्या कौशल्याला अंतच नसतो. आमचा दिवा दुसऱ्यांसाठीच, आम्ही मात्र आंधळेच. म्हणूनच तुम्ही स्वतःबद्दल जे बोलता त्यापेक्षाही तुमच्या निंदकानं तुमच्याविषयीचं नोंदवलेलं निरीक्षण जास्त सत्य आहे. कबीर म्हणतात– निंदक नियरे रखिये। त्यावर विचार केलात तर दुःखी व्हाल. कारण सत्य हे नेहमी कटु लागतं, सत्य टोचतं, सत्य डंख मारतं. मात्र तुमच्याबद्दल कोणी खोटं बोलत असेल तर त्याचं काहीच वाटत नाही.

ऑस्कर वाईल्ड... खूप मोठा पाश्चिमात्य लेखक... त्यानं एकदा दुसऱ्या एका लेखकाबद्दल काहीबाही लेख लिहिला. तो लेखक संतापून ऑस्कर वाईल्डकडे आला आणि म्हणाला, "असं कोणतं वैर खणून काढतोयस? काय काय खोटंनाटं माझ्याबद्दल लिहिलंयस?" ऑस्कर वाईल्डनं उत्तर दिलं, "अरे, खरंखुरं लिहिलं तर

तू कुठल्या कुठे जाशील.'' हे उत्तर ऐकल्यानंतर तो लेखक गप्पपणे निघून गेला. पुन्हा म्हणून तो भांडायला आला नाही. तुमच्याबद्दल खोटं कुणी बोललं तर ते सहन होऊ शकतं. सत्य मात्र जखम करतं... डंख करतं आणि एखादी गोष्ट टोचते, डंख करते असं जेव्हा दिसतं तेव्हा समजावं की आरशानं आपला खरा चेहरा दाखवलाय. अशा वेळी आरसा फोडून टाकण्याची इच्छा होते.

एक अतिशय कुरूप स्त्री... ही स्त्री आरशाचा अतिशय द्वेष करायची. जिथे कुठे आरसा दिसेल तो फोडून टाकायची. तिला ती विकृतीच होती. एकदा कुणीतरी तिला मनसविदकडे नेलं इलाजासाठी. तिनं त्यांना सांगितलं काहीही होवो पण मी आरसा सहन करू शकत नाही. कारण या आरशानं मला कुरूप बनवलंय. हा जेव्हा समोर नसेल तेव्हा मी सुंदर असते. पण हा आसपास असला की मी कुरूप होते. किती हास्यास्पद विधान! आरसा का म्हणून तुम्हाला कुरूप करेल? त्याचा काय स्वार्थ? काय संबंध? तुम्ही जसे आहात तस्संच हा आरसा दाखवतो, हाच फक्त त्याचा गुन्हा म्हणता येईल.

त्या स्त्रीनं आरशाबद्दल जे केलं तेच लोक संबंधाबद्दल करतात... लोक संबंध तोडून टाकतात. संन्यासी पत्नीपासून पळून जातात. कारण पत्नी हा मोहाचा आरसा. तो आरसा सहन होत नाही. तुमची वासना त्यात दिसते. आरसा तोडून काय उपयोग? तुम्ही त्या स्त्रीसारखेच वेडे आहात. हिमालयात पळून जाऊन काय फायदा? वासना बरोबरच जाणार ना? आरसा फक्त मागे राहणार. आता खरं पाहता हिमालयातच संकट मोठं आहे. कारण तिथं आरसा नाही. म्हणजे तुम्ही स्वतःला सुंदर समजणार. वासनारहित समजणार. पण तीस वर्षांनंतर, तीस जन्मानंतर जरी परत आलात, आणि तुम्हाला आरसा दाखवला तरी पुन्हा तुम्ही कुरूपच होणार. कारण कुरूप तर तुम्ही आहातच.

म्हणूनच खरा संन्यासी संबंधांपासून दूर पळत नाही. तो संबंधांच्या आरशाकडे निरखून पाहतो आणि त्याला धन्यवाद देतो की तू मला माझं खरं स्वरूप दाखवलंस. मी खरा कोण आहे हे तू मला दाखवलंस. खोटा संन्यासी दूर पळतो. खरा संन्यासी जागा होतो. म्हणूनच मी नेहमी सांगतो पळू नका. जागे व्हा. कोणत्याही नात्यापासून पळू नका. कारण सगळे संबंध तुम्हाला जागं करण्याचं काम करतात. जागे व्हा आणि स्वतःला बदला. आरसा तोडून काय उपयोग? ज्या दिवशी तुम्ही बदलून जाल तेव्हा हाच आरसा तुम्हाला चांगली बातमी देईल. जेव्हा तुम्ही सुंदर बनाल, आरसा तुम्हाला सुंदर म्हणेल. कारण दर्पण हा पूर्णपणे निःपक्षपाती असतो.

‘जौं केहरि बपु निरखि कूपजल, प्रतिमा देखि परो ।
वैसे ही गज फटिक सिला पर, दसनन्हि आनि अरो ।।’

स्फटिकशीळेमध्ये आपली प्रतिमा पाहून हत्तीनं त्याला टक्कर दिली आणि आपले दात पाडून घेतले.

'मरकट मूठी स्वाद नहिं बिहुरै, घर-घर रटत फिरो ।'

कबीरांची प्रतिकं फार साधीसुधी आहेत. एखादं माकड भांड्यात हात घालतं, हातात सापडेल ते खाण्यासाठी. दाणे-फुटाणे आणि इतर काही खाण्यासाठी जेवढी मोठी मूठ भरून घेता येईल, तेवढी मूठ ते भरून घेतं. आपण माणसंही तसंच करत असतो. माणूस आणि माकड यात निश्चितपणे संबंध आहे. डार्विननं चुकीचं नाही काही मांडलं! मूठ भरून घेण्याची संधी मिळाल्यानंतर लहान मूठ कोण भरेल? त्याला तर आपण वेड्यातच काढू. माकडाचं लहान पिल्लू वाटल्यास छोटी मूठ भरेल. कारण अनुभव कमी आहे, बुद्धी कमी आहे; परंतु एखादं अनुभवी मोठं माकड मोठ्यात मोठी मूठ भरून घेईल. मूठ मोठी झाली की मातीच्या डेऱ्यात हात अडकून बसतो आणि तसंच अडकलेल्या मुठीनं भांड्यासकट ते माकड सगळीकडे भटकत राहतं, दारोदार पळत राहतं; पण मूठ उघडत नाही. ओरडतं, आवाज काढतं. त्रागा करतं पण मूठ नाही उघडत. हात बाहेर काढण्यासाठी काय उपाय करावा हा विचार करतं; पण मूठ उघडत नाही.

हीच अवस्था तुमची आहे. खूप मोठी मूठ भरून घेतलीय आणि दारोदार डोकं आपटत हिंडताय. शांती पाहिजे, आनंद पाहिजे, जीवन पाहिजे. आणखीन आणखीन मोठ्या डेऱ्यात अडकताय आणि संकटात सापडताय.

माकडांना पकडणारे त्यांच्या याच वेडेपणाचा फायदा घेतात. सरळ तो घडा मातीत पुरतात. आता माकड हलूही शकत नाही आणि मूठही उघडू शकत नाही. तुम्ही माणसंही मूठ उघडत नाही तिथं माकड कसं उघडणार?

माझ्याकडे मंडळी येतात, म्हणतात जसं चाललंय तसंच राहू दे. पण शांती मिळू दे. मूठ बंद राहू दे आणि शांती मिळू दे. ती बंद राहूनही शांती मिळेल असा काही उपाय सांगा. माझ्याकडे एक श्रीमंत गृहस्थ येतात. नेहमी म्हणतात, सगळं काही त्याग करीन एक दिवस. निश्चितच एक दिवस मी सगळं सोडून जाईन. पण तोपर्यंत... तोपर्यंत अशांती नको. जसं काही ही अशांती मीच त्यांना दिलीय. काहीतरी उपाय सांगा. पण तोपर्यंत शांती पाहिजे. मी त्यांना सांगतो, मनात अशांती असताना तुम्ही काही सोडायला तयार नाही. तर मग शांती मिळाल्यानंतर कसं काय सोडणार? तेव्हा तर तुम्ही म्हणणार आता जरूरच काय?

मूठ तशीच ठेवून घड्यातून हात काढता येत असेल तर माकड मूठ उघडेलच कशाला? तसंच आहे हे. इतक्या दु:खातही मूठ उघडायला तुम्ही तयार नाही तर मग सुखात कशी काय उघडणार?

सुख आहे म्हणून कुणी संसार सोडल्याचं तुम्ही ऐकलंय? तुम्ही दुःखातही संसार सोडत नाही, प्रचंड दुःखातही सोडत नाही तिथे सुखामध्ये असताना कसा सोडाल? अगदीच अशक्य आहे.

लोक म्हणतात, तुम्ही जे काही सांगता ते मनोमन पटतं... पण यातून सुटका होत नाही. असेच तळमळत राहतो. रात्रभर झोप येत नाही. एक रात्र अशाच एका माणसाकडे पाहुणा म्हणून राहिलो होतो. तर मलासुद्धा त्यानं रात्रभर झोपून दिलं नाही. मी आपला जांभया देत कंटाळून ऐकत होतो. तेवढ्यात त्यांची पत्नी तिथे आली आणि मला म्हणाली, तुम्ही झोपा आता. कारण 'यांना' रात्रभर झोप येत नाही.

एक दिवस गेलो तर फार निराश वाटले. एअरपोर्टपासून त्यांच्या गाडीतून जाताना म्हणाले, या पाच-सात दिवसांत जवळजवळ पाच लाखांचं नुकसान झालंय. पत्नीही बरोबर होती. तिनं हळूच सांगितलं, लक्ष देऊ नका. कारण पाच लाखांचा फायदाच झालाय. कारण त्यांच्या पद्धतीनं दहा लाख मिळायला हवे होते. ते पाच मिळालेत. म्हणून ते नुकसान म्हणतायत.

ते सट्टा खेळणारे होते. आता सगळ्यांना सांगत फिरणार की पाच लाखांचं नुकसान झालंय म्हणून.

हीच ती माकडाची मूठ! आता त्यांना शांती पाहिजे. कल्पनेतच लाभ-नुकसानीच्या व्याख्या केल्यामुळे लाभाला ते नुकसान समजत होते.

तुम्हीही मरणाच्या जवळ जाल तेव्हा आयुष्यभरातल्या लाभाकडे नुकसान म्हणूनच पाहणार आहात. माझी पात्रता होती त्याप्रमाणे काहीच मिळालं नाही हे रडगाणं गात राहणार.

मूठ उघडायलाच हवी. माकडासारखं करून चालणार नाही. संन्यास याचा अर्थ इतकाच आहे की माकडासारखं वागण्यापासून मुक्त होणे. जास्त लोभापायी, जास्त क्रोधापायी, वासनेच्या जास्त हव्यासापायी तुम्ही स्वतःला त्रास करून घेताय. याचाच अर्थ तुम्ही मूर्ख आहात. इतक्या इच्छा, आकांक्षा, मोह त्या मुठीमध्ये बंद केलेत. मूठ तर इतकी छोटी आहे आणि त्यात भरलंय अवघ्या जगातलं मोहाचं भांडार. आवश्यकतेसाठी जेवढी पाहिजे तेवढी तुमची मूठ आहेच. पण ही आवश्यकता जेव्हा वासनेत रूपांतरित होते तेव्हा ही मूठ छोटी पडते. मग मूठ भरून भरून इतकी मोठी होते की संसाराच्या घड्यामध्ये रुतून बसते.

कबीर म्हणतात, *'मरकट मूठि स्वाद नहिं बिहुरै, घर-घर रटत फिरो ।'*

घरीदारी रडत, भेकत, ओरडत फिरत राहिला; कारण हात डेऱ्यात अडकलेला असल्यानं यातना होत होत्या. यातना जास्त आहेतच. पण लोभ जास्त आहे. लोभ हा यातनांपेक्षा जास्त असतोच हे लक्षात ठेवा. तुम्ही जसे ज्या परिस्थितीत असता, तिथे जे दुःख असतं त्यापेक्षा जास्त सुखाची अपेक्षा तुम्ही करता. आयुष्यभर आशा

बाळगता. ही आशा फार वाईट आहे. आशेनं माणसाला बांधून टाकलंय. आज नाही तर उद्या मिळेल, काही चमत्कार होईल, एखाद्या गुरूचा आशीर्वाद यांपैकी काहीतरी घडेल. एकदा मूठ घड्यातून बाहेर काढली तर माहीत नाही पुन्हा घालता येईल का नाही? घडा तर रोज मिळणार नाही. तेव्हा मिळेल तेवढी मूठ भरून घ्यावी. शिवाय घडे कमी आहेत आणि माकडं जास्त आहेत. आपापले घडे सगळ्यांनी घट्ट धरून ठेवलेत. तुमच्या हातून सुटला तर दुसरा झडप घालणार. म्हणून हा हातातच घट्ट धरून ठेवा. लटकत राहा, कितीही यातना भोगा, रात्रन्रात्र झोपू नका. काही बिघडत नाही. पण घडा हातातून सोडू नका. बेचैनी आणि नरकयातनांनी भरलेलं आयुष्य का असेना पण त्यालाच लटकत राहा. कारण आशा आहे. कधी ना कधी, केव्हा ना केव्हातरी काहीतरी उपाय सापडेल. प्रार्थना करा, मंदिरात जा, पूजा करा; पण घडा हातातच राहू द्या. त्याला सोडू नका. मंदिरात मंडळी आर्ततेनं प्रार्थना कोणती करतात? तर बंद मुठीसह हात घड्यातून बाहेर येऊ दे, हीच याचना करतात.

खलील जिब्रान म्हणतो, अनेक मंडळींच्या प्रार्थना ऐकल्या. मतितार्थ एकच... दोन आणि दोन चार नको व्हायला तर काहीतरी अशक्यप्राय घडो, चमत्कार घडावा... हीच प्रार्थना.

'कहहिं कबीर ललनि के सुगना, तोहि कवने पकड़ो ।'

पोपटांना पकडण्यासाठी शिकारी एक साधा मार्ग अवलंबतात. दोन झाडांना एक दोरी बांधतात आणि त्यावर काठ्या अडकवतात. पोपट काठ्यांवर बसले की काठी उलटी होते. पोपट खाली लटकले जातात आणि फसतात. कारण इथून उडायचा प्रयत्न केला की खालीच पडणार ही भीती असते.

सरळ दोरीवर चढण्याचा प्रयत्न करतात. पण तो सफल होत नाही. कारण दोरी असते पातळ. पोपटांचं वजन ती पेलू शकत नाही. म्हणून तो जितका अडचणीत येतो तितका फसत जातो. या सगळ्या घबराटीत तो विसरूनच जातो की आपल्याला पंख आहेत आणि आपण उडू शकतोय म्हणून. खाली पडण्याचा प्रश्नच येणार नाही हे तो विसरून जातो. शीर्षासनापासून सावध राहा. लोक उलटे उभे आहेत आणि घाबरतायत.

कबीर म्हणतात, 'कहहि कबीर, ललनि के सुगना, तोही कवने पकडो.' तुला पकडलंय कुणी? तूच तर या दोरीला पकडून ठेवलंयस. ती सोडलीस तर तू मुक्तच होणार नाही का?

हे बंधन नाहीये. ही पकड आहे. मोक्ष म्हणजे बंधनापासून मुक्तता नव्हे तर मोक्ष म्हणजे आपण पकडलेल्या गोष्टींपासून सुटका आहे. बंधन हे बाहेरून असतं पण पकड ही मनातून, आतून असते. बंधन तुम्हाला दुसराही घालू शकतो. पण पकड

ही तुमची स्वत:ची असते.

ज्या ज्या गोष्टींना तुम्ही पकडलेलं आहे त्या त्या गोष्टींच्या तुम्ही बंधनात असता आणि तुम्ही घाबरता. आता तुम्हाला असलेल्या पंखांचंही तुम्हाला विस्मरण होतं. आपण या पंखांनी उडू शकतो हे तुम्ही विसरता. खूप दिवस. इतक्या दिवस तुम्ही बंधनात असता की तुम्ही विसरून जाता की कधी काळी आपण आकाशात मुक्तपणे उडत होतो.

पोपट सतत पिंजऱ्यात ठेवले गेले तर नंतर ते उडायचं विसरतात. पंख उडण्याची शक्ती विसरलेले असतात. त्यामुळे त्यांची क्षमता क्षीण झालेली असते. हेच तुमच्या बाबतीत घडत असतं.

म्हणून कबीर म्हणतात, *'ललनि के सुगना, तोहि कवने पकड़ो ।'*

तुला कुणी पकडून ठेवलंय. तूच काही चुकीच्या गोष्टींना घट्ट धरून ठेवलंयस आणि त्रास भोगतोयस. म्हणूनच सर्व धर्मांचं सार आहे– पकडणं सोडा. एकाच गोष्टींशी जखडून घेणं थांबवा. काहीही पकडू नका. मस्त जगा पण पकडू नका. घरामध्ये राहा, दुकानात राहा, बाजारात राहा. पण पकडू नका. मूठ उघडी राहू द्या. संसाराचा आस्वाद घेऊन जगा. कारण जगण्यासाठीच तो आहे. त्यापासूनच परिपक्वता मिळणार आहे. तसं जगूनच तुमची समज वाढणार आहे. संसारात रमायला शिका. जगा, पण जागं राहून जगा. काहीही पकडून ठेवू नका. कोणत्याही अनुभवापासून वंचित राहू नका. सगळे अनुभव घ्या. कारण त्यातूनच तुम्ही प्रगल्भता मिळवणार आहात. चांगले-वाईट अनुभव... सगळ्यातून प्रवास करा पण जागे राहून! नाहीतर त्या अनुभवात अडकून पडाल. त्या अनुभवाला पकडून ठेवाल.

आत्तापर्यंत तसंच घडत आलंय. एखादा अनुभव घेतल्यानंतर त्यातच तुम्ही अडकून पडता. पुन्हा पुन्हा तोच अनुभव तुम्हाला घ्यावासा वाटतो. इथे पकड सुरू होते. बांधून घेणं सुरू होतं. जो कुठला अनुभव तुम्हाला सुखाचा वाटतो, त्याची खरं पाहता पुसटती का होईना झलक मिळत असते; पण लगेच तो मुठीत बांधून ठेवता. जीवनावर इतका अविश्वास? यापुढे अजूनही बरेच अनुभव जीवनात मिळणार आहेत हे माहीत नाही का? मग एखाद्याशी बांधून घेण्याची घाई का? इथपर्यंत ज्या जीवनानं आपल्याला आणलंय तेच जीवन आणखीन विराट अशा किनाऱ्यापर्यंत तुम्हाला नेणार आहे, तर मग इथेच घर बनवण्याची घाई कशाला?

रस्त्यावर नाही पहिलं पाऊल टाकलं तर लगेच निवास करायची तयारी सुरू. थांबा, पाहा... रात्रीचा मुक्काम करणं वाईट नाही; परंतु सकाळ होताच मार्गक्रमणा करा. चालू लागा. वेदऋषींनी म्हटलंय, 'चलते रहो, चलते रहो.... रुको मत, ठहरो भला!'

बुद्ध आपल्या शिष्यांना सतत सांगायचे, "चरैवेती, चरैवेती...." चालत राहा,

चालत राहा. विश्रांतीसाठी थांबा पण घर निर्माण करू नका. जिथे कुठे पकडून राहाल तिथे घर बनेल. ते करू नका. कारण घर जिथे बनतं तिथे लगेच कारागृहाची निर्मिती होते.

बौद्ध मंडळींची एक जुनी गोष्ट आहे. एक माणूस दीक्षा घेऊन संन्यासी बनला. गुरूला विचारलं, मला पुढच्या आयुष्यासाठी काही सल्ला द्या. गुरूनं सांगितलं, एकच सांगतो. आयुष्यात कधीही मांजर पाळू नकोस. शिष्य आश्चर्यचकित झाला. गुरूंना वेड तर लागलं नाही? मोक्ष, निर्वाण, ईश्वर या विषयांवर सांगण्याऐवजी एकदम 'मांजर पाळू नको' असं सांगणं म्हणजे वेडेपणाच आहे.

काही दिवसांनी गुरूंचं निधन झालं. त्यांनी सांगितलेलं शिष्यानं कधीही ध्यानात घेतलं नाही. गुरूंची साठी बुद्धी नाठी झालीय असं समजून शिष्यानं दुर्लक्ष केलं. साठीनंतर माणसाची बुद्धी काम करत नाही म्हणतात. पूर्वीच्या काळात हा समज पक्का होता. आत्ताच्या काळात खुर्चीत गेलेल्या माणसाची बुद्धी काम करत नाही असं म्हणावं लागेल. तर गुरू तर आता गेले. शिष्याजवळ एक लंगोटी होती. रात्री तो ती दोरीवर टांगून ठेवायचा. तर उंदीर येऊन त्याला भोकं पाडायचा. गावातल्या मंडळींनी सांगितलं, उंदरांच्या बंदोबस्तासाठी सरळ एक मांजर पाळ. गुरूचं म्हणणं पार विसरून गेला. गुरूंनीसुद्धा स्वतःच्या अनुभवावरूनच सांगितलं होतं. असो, तर एक मांजर पाळली. उंदरांचा नायनाट मांजरानं केला पण एक लांबण सुरू झाली. कारण आता तिच्या खाण्याची व्यवस्था, दूध इत्यादी. दुधासाठी गावकऱ्यांनी त्याला एक गाय भेट दिली. मग गाईसाठी चारा. त्यासाठी गावकऱ्यांच्या सांगण्याप्रमाणे मंदिराच्या आसपासच्या पडीक जमिनीत मग शेती सुरू झाली. त्याची सगळी उस्तवारी करण्यासाठी मग गावकऱ्यांच्या म्हणण्याप्रमाणे लग्न करून एक बायको आणली. मग पोरंबाळं झाली. मग काय? संपला संन्यास. कसला मोक्ष आणि कसला संन्यास? मुलाबाळांची शिक्षणं. मग व्यवसायचक्र सुरू झालं.

मरणाच्या वेळी एकाएकी जाग आली. गुरूंनी सांगितलं होतं, मांजर पाळू नको. आपण ऐकलं नाही.

एकदा एका घरी माझा मुक्काम होता. त्या घरातली दोन लहान मुलं आपापसात बोलत होती. चार वर्षांचा मोठा मुलगा अडीच वर्षांच्या छोट्या भावाला काहीतरी ज्ञानामृत पाजत होता. तो म्हणत होता, हे बघ शाळेत जाशील तेव्हा सी.ए.टी. कॅट... कॅट याने बिल्ली हे वाक्य कधीही शिकू नकोस. कारण त्यामागूनच खूप मोठमोठे शब्द येतात. मी त्यात अडकलोय. तू अडकू नकोस.

हे ऐकल्यानंतर मला या बौद्धांच्या गोष्टीची आठवण झाली. कॅट याने बिल्ली. बिल्लीपासून सुटका तर सगळ्यातून सुटका.

एका गोष्टीला तुम्ही पकडलंत की पकड सुरू होते. मग त्याची लांबण लागते.

त्याची साखळी सुरू होते. सगळ्या अनुभवातून जीवन जगा. पकडणं हा काही फार मोठा अनुभव नाही. पुढे बरेच अनुभव येणार आहेत.

एखादा अनुभव पुन्हा पुन्हा मिळवण्याची आकांक्षा धरू नका. कारण पुन्हा पुन्हा तोच अनुभव घ्यायची इच्छा होणं म्हणजे तिथेच थबकणं. जीवनावरचा विश्वास उडून जाणं आहे. अजून जीवनाचा पल्ला बराच लांब आहे. तो लांब रस्ता जर तुमची चालण्याची तयारी असेल तर निश्चितच परमात्म्यापर्यंत जाणारा तो रस्ता आहे. चालत राहा. कुठेतरी छोट्या ठिकाणी थांबलात तर कठीण आहे. तुम्ही कुठेतरी चुकीच्या ठिकाणी थांबता आणि व्यर्थ घर बनवता.

म्हणून कबीर म्हणतात, ''कहहि कबीर ललनि के सुगना, तोही कवने पकडो.'' कोणीही तुम्हाला पकडलेलं नाही. मांजरीला तुम्हीच पाळलेलं आहे. सुटका तुम्ही करून घ्यायचीय. त्यासाठी हवी मनोमन इच्छा.

ही पकड म्हणजे काय आहे? ते समजण्यासाठी प्रयत्न हवेत. मला मुक्त व्हायचंय ही तहान पाहिजे. याच तहानेमागे मग स्वाभाविक समज विकसित व्हायला लागते. ती समज म्हणजे मी बांधला का गेलोय? याची जाणीव.

सिद्धपुरुष म्हणतात तुम्ही बंदी नाहीत. तुम्ही स्वत:ला बांधून घेतलंय. तुम्हाला मुक्त होण्याची इच्छा असेल तर या क्षणी तुम्ही मुक्त होऊ शकता. एक क्षणही वाया जाऊ देऊ नका. तुमच्या जाणिवेची प्रगाढता, तीव्रता, ही एखाद्या ज्वालेसारखी तुमच्या भूतकाळाला राख करू शकते. याच क्षणी तुम्ही मुक्त होऊ शकता. ∎

सूत्र

गुरु मानुष करि जानते, ते नर कहिए अंध ।
महादुखी संसार में, आगे जम के बंध ॥
तीन लोक नौ खंड में, गुरु ते बड़ा न कोय ।
करता करै न करि सकै, गुरु करै सो होय ॥
गुरु समान दाता नहिं, जाचक सिषसमान ।
तीन लोक की संपदा, सो गुरु दीन्हा दान ॥
गुरु कुम्हार सिष कुंभ है, गढ़-गढ़ काढ़ै खोट ।
अंतर हाथ सहार दै, बाहर बाहै चोट ॥
गुरु को सिर पर राखिये, चलिए, आज्ञा माहिं ।
कहै कबीर ता दास को, तीन लोक डर नाहिं ॥
गुरु गोविन्द दोऊ खड़े, काको लागूं पाय ।
बलिहारी गुरु आपने, गोविन्द दियो बताय ॥
हरि रूठै गुरु ठौर है, गुरु रूठे नहिं ठौर ॥

प्रवचन चौथे

गुरु कुम्हार सिष कुंभ है

‘गुरू’ ही संकल्पना पौर्वात्य चेतनेचा शोध आहे. पाश्चिमात्य जगात गुरू हा शब्दच नाही, शिक्षक शब्द आहे, प्राध्यापक आहे, आचार्य आहे... परंतु गुरू हा शब्द नाही. पहिल्यांदा गुरू हा शब्द समजून घेतला पाहिजे. कारण या शब्दात खूप सूक्ष्म छटा लपलेल्या आहेत. गुरू आणि शिक्षक यांमध्ये फरक आहे. शिक्षक हा ज्ञान देतो, तुम्हाला शिकवतो, तुमच्या माहितीत भर घालतो. गुरू हा शिक्षक नाही. तो ज्ञान देत नाही किंवा तुमच्या माहितीत भरही घालत नाही. शिक्षकाच्या बरोब्बर उलट गुरू कार्य करीत असतो. तो तुमचं सर्व ज्ञान संपवून टाकतो, स्मृतीमध्ये असलेल्या गोष्टी लवकरात लवकर कशा विस्मृतीत जातील याचे उपाय सांगतो. पहिल्यांदा तो तुम्हाला परम अज्ञानी बनवतो. कारण परम अज्ञानी अवस्था प्राप्त झाल्याशिवाय परमात्मा दिसू शकत नाही. त्याचे दरवाजे उघडत नाहीत. हे दरवाजे फक्त अज्ञानी माणसासाठीच उघडतात. आपल्याला काहीही ज्ञान नाही याची जाणीव ज्या व्यक्तीला आहे तिच्यासाठीच हे दरवाजे उघडले जातात. ‘मी सर्वज्ञानी आहे’ ही जाणीव ज्याला आहे त्याच्यासाठी हे दरवाजे उघडे नाहीत. केवळ त्याला जाणीव आहे म्हणून!

‘मला अमुक अमुक माहितेय’ यापेक्षा मोठा अहंकार नाही. काय माहितेय तुम्हाला? जे काही माहीत आहे तो सपशेल कचरा आहे. तोही उधारीवर आणलेला, कुणी दुसऱ्यानं शिकवलेला. या कचऱ्याच्या ढिगाऱ्यालाच आम्ही पांडित्य म्हणतो. पांडित्याचं ओझं घेऊन आयुष्यभर ते ओझं उरावर आम्ही बाळगत राहतो. परंतु हे पांडित्य कधीही पंख बनणार नसतं, परमात्मा असलेल्या आकाशात ते उडू शकत नाही. या पांडित्याचा मोक्षाशी काडीमात्र संबंध नाही. कारण मोक्ष मिळवण्यासाठी भाररहित व्हावं लागतं. सगळी ओझी संपली, तरच पंख भारमुक्त होणार आणि तुम्ही उडू शकणार. ज्ञान हे सर्वांत मोठं ओझं आहे. तुम्हाला माहीतेय का हे ज्ञानच तुमची मोठी अडचण आहे. तेच तुमचं बंधन आहे. अहंकार, आपण सर्वज्ञानी असण्याचा बहाणा करतं. मी अज्ञानी आहे हे मान्य करणं म्हणजे फार दुःखदायक गोष्ट आहे.

सुकरात म्हणतात... खरा ज्ञानी म्हणजे जो जाणतो की मला काही माहीत नाही, तेव्हाच दरवाजे उघडतात. ते दरवाजे म्हणजे ज्ञानाचे दरवाजे नाहीत. ते दरवाजे अनुभवाचे दरवाजे असतात. ‘मी काहीही जाणत नाही’ याचा अनुभव होणं म्हणजेच शिष्य होण्याची क्षमता निर्माण होणं! थोडंही ज्ञान, अल्पशीसुद्धा समज घेऊन जरी तुम्ही आलात तर तुम्हाला परत जावं लागेल. तुम्हाला असलेली समज शिष्य होण्यात अडचण उत्पन्न करणारी ठरणार आहे.

तुमच्या ‘आत’ प्रवेश करण्याची संधीच मला मिळाली नाही तर? कारण दरवाजावर ‘तुम्हाला असलेली समज’ माझा मार्ग अडवून बसली आहे. तुम्हाला

असलेली समज माझ्या मार्गातून दूर होणं महत्त्वाचं आहे. जे काही म्हणून तुम्ही जाणता ते नष्ट होणं गरजेचं आहे. एक गोष्ट निश्चित आहे की 'जाणून' घेऊन तुम्हाला काहीच मिळालेलं नाही. सत्याची प्राप्ती झाली नाही, परिपूर्ण जीवन मिळालं नाही किंवा कुठला साक्षात्कारी प्रकाश मिळाला नाही. ज्ञानी होऊन तुम्ही मिळवलं काय? अहंकाराशिवाय काहीही मिळवलं नाहीत. 'मला सगळं माहितेय' हा गर्व फक्त मिळवलात; परंतु हा गर्व फोल आहे. जळलेल्या दोरीसारखा... पीळ फक्त दिसण्यासाठी... प्रत्यक्षात कोणतीही शक्ती नसलेला. अशा प्रकारच्या ज्ञान मिळवण्यानं जीवन कधीही सखोल होत नाही, प्रगाढ होत नाही, कोणत्याही अंतिम सत्यापर्यंत तुम्ही पोहोचत नाही. यामुळे उलट तुम्ही भटकत राहता. काहीच ज्ञान नसलेला मनुष्य कुठेही हलणार नाही, का तर, तो म्हणणार कुठे जाऊ? रस्ता माहीत नाही, कुठे जायचं माहीत नाही... माहितगारांजवळ नकाशे आहेत; मार्ग माहीत आहेत. त्यासाठीच ते मोठमोठ्या यात्रा करतात. जितकी यात्रा लांब, तितकं स्वतःपासून लांब जाणं.

अज्ञानी कुठेच जाणार नाही.... स्थिर राहून बरंच काही मिळवेल... कसं? तर, ज्याच्या शोधार्थ तुम्ही बाहेर पडता ते आपल्या आतच लपलेलं आहे. ते जर बाहेर असतं तर नकाशे लागले असते, शास्त्रांचा विचार करावा लागला असता.

शिक्षक, शास्त्र-नियमांना फक्त हस्तांतरित करत असतात. समाजानं वर्षानुवर्षं जे जमा केलेलं असतं तेच शिक्षण पुढच्या पिढींना देत असतात. म्हणूनच शिक्षक हा दोन पिढ्यांच्या साखळीतली कडी आहे.

गुरू हा शिक्षक नसतो. समाजानं तुम्हाला जे काही दिलेलं आहे ते गुरू तुमच्याकडून काढून घेतो आणि तुम्हाला मुक्त करतो. तुमच्याजवळ ज्ञानाचा जो कचरा भरलेला असतो तो सगळा काढण्याचं काम गुरू करतो. म्हणून गुरू तुम्हाला भारमुक्त करतो. म्हणूनच गुरूंच्या जवळ काही ज्ञानप्राप्तीसाठी जायचं नसून.... शिक्षण न घेण्यासाठी जायचं असतं.

श्रीरमण यांना कुणीतरी म्हटलं.... मला काहीतरी शिकवा, काहीतरी शिक्षण द्या. श्रीरमण म्हणाले.... मग दुसरीकडे कुठेतरी जा... इथे 'अनलर्निंग' होतं. लर्निंग नाही. इथे आम्ही पुसून टाकतो, मिटवून टाकतो. तुमच्या चैतन्याच्या आकाशात आम्ही काहीही लिहू इच्छित नाही. आत्तापर्यंत बरंच काही आधी लिहिलं गेलंय. ते साफ करण्याचं काम आम्हाला करायचंय. इथे आम्ही तुम्हाला रिकामे करणार आहोत, भरून टाकणार नाही. तुम्ही आधीच इतके भरलेले आहात की तीच तर मोठी अडचण आहे आणि त्याच अडचणीला तुम्ही संपत्ती समजता. आणखीन भरून घ्यायची इच्छा करता. आणखीन ज्ञानाचा भरणा झाला तर कदाचित योग्य त्या उंचीपर्यंत आपण पोहोचू असं तुम्हाला वाटतं. पण तुम्ही निश्चितपणे पोचणार

नाहीच. तुमच्या या समजुतीलाच कबीर म्हणतात,

काहे की कुसलात, कर दीपक कुंबै पडै ।

ही कसली तुमची कुशलता? हे कुठलं तुमचं ज्ञान? तुमचं जाणणं? विहिरीत तर पडला आहात आणि म्हणता हातात दिवा आहे. हातात दिवा होता तर तुम्ही विहिरीत पडलातच कसे? म्हणजेच हातात दिवा असताना विहिरीत पडलात त्या अर्थी तो दिवा विझलेला असणार? विझलेल्या दिव्यालाही आम्ही दिवाच म्हणतो. विझलेल्या ज्ञानालाही आम्ही ज्ञानच म्हणतो.

कबीरांचं ज्ञान हे खरं ज्ञान! प्रज्वलित असलेला दिवा! आणि पंडितांचं ज्ञान म्हणजे विझलेला दिवा. दोन्हीलाही आम्ही दिवाच म्हणतो. विझलेल्या गोष्टींना दिवा म्हणून चालणार नाही. भाषेची फार मोठी गल्लत आहे ती; तर उधारीवरच्या ज्ञानाला ज्ञान म्हणून चालणार नाही. हीसुद्धा भाषेची फार मोठी गल्लत आहे.

पंडितासारखा सर्वांत गोंधळलेला मनुष्य कुठेही नसेल. पापी मनुष्यसुद्धा एक वेळ योग्य ठिकाणी पोहोचेल, पण पंडित नाही पोहोचू शकणार. पंडित मंडळींपैकी कुणी कधी मोक्ष प्राप्त केलाय असं ऐकिवात तरी आहे का? पापी माणसांपैकी एखादा का होईना मोक्षापर्यंत पोहोचू शकतो. पण पंडित नाही पोहोचले अजूनपर्यंत. कारण पांडित्य हे सर्वांत मोठं पाप आहे. कसं? तर पाहा.

चोर एखाद्याचं धन चोरतो. पाप निश्चित आहे. पण ते फारसं मोठं नाही. कारण धनसंपत्ती ही शेवटी मातीसमान आहे आणि चोरून चोरून असं किती चोरणार? शिवाय चोराच्या मनात आपण काहीतरी वाईट काम केल्याची टोचणी असतेच. अहंकार अजिबात नसतो. त्यामुळे हे पाप खूप मोठं मानता येत नाही.

आता एखादा मनुष्य ज्ञानाची चोरी करतो. शास्त्रीपंडित असा एखादा मनुष्यही चोरी करतो. तोही चोरच. शिवाय भरपूर अहंकार... जसे काही हे सावकारच. शिवाय मनात कोणतीही खंत नाही. चोराच्या मनात जी खंत असते त्याचा अंशही या पंडितांकडे नसतो. चोराला काहीतरी टोचत असतं म्हणूनच चोर कदाचित मोक्षाकडे जाऊ शकतो. पंडितांना कोणतीच गोष्ट टोचत नाही, कसलीही खंत वाटत नाही. ही मंडळी तर स्वतःला फुलांच्या बिछायतीवर समजत असतात. ही फुलंच त्यांना गाळात घालतात, घातक ठरतात. तेव्हा पहिली गोष्ट ही... की गुरू ज्ञान देत नाही तर तुमच्याजवळ असलेलं ज्ञान काढून घेतो. तुम्हाला ज्ञानरहित केलं जातं. गुरू तुम्हाला रिकामं करतो, तुम्हाला शून्य बनवतो.. का? तर परमात्म्यासाठी जागा हवी. म्हणूनच गुरू आणि शिक्षकांमध्ये हा मुळापासूनच भेद आहे.

दुसरी गोष्ट.... शिक्षक शब्दांचं माध्यम महत्त्वाचं मानतो. काहीही सांगायचं असेल, काहीही द्यायचं असेल, काहीही हस्तांतरित करायचं असेल, तर शिक्षकाजवळ

शब्द हेच माध्यम असतं. गुरूसुद्धा शब्दांचा उपयोग करेल, पण हे वरवरचं माध्यम आहे हे गुरू पक्कं जाणून असतात. कारण शब्द हे कधीही 'सत्य' देऊ शकत नाही. सत्याच्या जवळ जाणारे नसतात.

शिक्षकाचं अस्तित्व 'शब्दांनी' पुरं होतं आणि गुरूंचं अस्तित्व नि:शब्दतेनं पुरं होतं. गुरूसुद्धा शिक्षण देण्याची सुरुवात शब्दांनीच करतो. त्यामुळे काही वेळा शिक्षकांनाच गुरू मानण्याचा गोंधळ निर्माण होऊ शकतो; किंवा गुरूंना शिक्षक बनवण्याचा धोका होऊ शकतो. कोणी का असेना, सुरुवात तर शब्दांनीच करावी लागेल. कारण तुम्ही जिथे असता तिथूनच प्रवास करावा लागतो. तुम्ही जर आजारी पडलात तर औषध सुरू करावं लागतं. परंतु औषध हे अंतिम सत्य नाही. अंतिम सत्य आहे स्वास्थ्य! आणि स्वास्थ्य याचा अर्थच हा आहे की आता औषधाची गरज नाही.

तुम्ही शब्दांनी आजारी आहात, तेव्हा शब्दांनीच सुरुवात करावी लागेल. परंतु अंतिम लक्ष्य पाहिजे नि:शब्दता! गुरू शब्दांनी सुरुवात करतात. परंतु अंतिम लक्ष्य असतं नि:शब्दता. गुरू शब्दांचा उपयोग करतात तो कशासाठी? तर तुमच्या शब्दांचा निषेध करण्यासाठी. काटा काढण्यासाठी काट्याचा उपयोग एवढं करूनही गुरू त्याची खूणही मागे ठेवत नाहीत. शिक्षक मात्र त्याची जखम मागे ठेवून जातात. जितके तुम्ही माहितगार बनत जाता, जाणकार बनत जाता, तितकी जाणकारी कठीण होत जाते. जितके तुम्ही समजदार होत जाता, तितकी समज कमी होत जाते.

गुरू तुमचा एक काटा दुसऱ्या एका काट्यानं काढतात. मग सांगतात आता दोन्ही काटे फेकून द्या. पूर्णपणे भाररहित व्हा, शून्य व्हा. नि:शब्द व्हा. कारण लक्ष्य, 'नि:शब्द' आहे! शून्य आहे.

शिक्षकांबरोबर बुद्धीचा एक संबंध निर्माण होतो. तुम्ही आणि शिक्षक यांच्यातला हा संबंध फक्त मेंदूपुरता मर्यादित असतो. त्याचा हृदयाशी संबंध नसतो. शिक्षकांचं हृदयाशी काहीही देणं-घेणं नसतं. गुरूंबरोबर नातं जोडलं जातं ते दोन हृदयांशी! म्हणूनच पाश्चिमात्य लोकांना गुरूंवरच्या श्रद्धेचं मोल काय आहे, हे कधीच कळत नाही. त्यांच्या दृष्टीनं शिक्षण हवंय ना, मग शिक्षण देणाऱ्या 'टेक्निशिअन'कडून शिक्षण घ्या... संपलं... इथे श्रद्धेचा प्रश्न येतोच कुठे?

इथे गुरूचा बुद्धीशीच फक्त संबंध असता तर किती सोपं झालं असतं नाही का? शिक्षण घेतलं, धन्यवाद दिले, फी दिली... संपलं... श्रद्धेची गरजच काय? रस्त्यावरून चालताना तुम्ही एखाद्या माणसाला रस्ता विचारता, मार्ग विचारता, स्टेशनचा मार्ग कोणता, ही विचारणा करता. सांगणारा मार्ग सांगतो, तुम्ही धन्यवाद देता, चालू लागता. इथे श्रद्धेचा प्रश्नच येत नाही. तुम्ही दोघंही आपापल्या मार्गानं

चालू लागता. तुम्हाला मार्ग सांगणारा मनुष्य अजिबात अपेक्षा करत नाही की तुम्ही त्याच्यावर श्रद्धा ठेवावी, किंवा तुम्ही समर्पित व्हावं. तुम्हीही काही विचार करत नाही. कारण एवढासा मार्ग नुसता विचारला तर त्यात श्रद्धा आणि समर्पणाचा प्रश्न कुठे येतो? तुम्ही गुरूंना विचारलं, ईश्वर कुठे आहे. गुरूंनी मार्ग सांगितला... संपलं! तुम्ही विचारलं ध्यान कसं करावं? गुरूंनी सांगितलं... बस्स... तुम्ही तुमच्या मार्गानं, ते त्यांच्या मार्गानं!

शिक्षक आणि विद्यार्थी यांच्यातले संबंध व्यावसायिक असतात. तिथे श्रद्धेची काही गरज नाही. म्हणूनच कॉलेजमध्ये शिक्षक मुलांकडून श्रद्धेची अपेक्षा करत असतील तर ते चूक आहे... पूर्वेकडे, आशियामध्ये मात्र हा समज रूढ झालेला आहे. तिथे श्रद्धेची अपेक्षा केली जाते. का? तर पूर्वेकडे गुरूंना आदर होता, त्यांच्यावर श्रद्धा होती. पूर्वेकडची मंडळी शिक्षकांना गुरू समजत असल्यामुळे आदर आणि श्रद्धेची अपेक्षा करतात. पण हे चूक आहे. शिक्षक हा गुरू नाही तसंच विद्यार्थी हा शिष्य नाही. कारण विद्यार्थी फी देतात आणि शिक्षण घेतात. शिक्षक फी घेतात आणि शिक्षण देतात. इथे हार्दिक संबंधांचा प्रश्नच नाही. सगळा व्यावसायिक व्यवहार.

भारतात गुरूला इतका सन्मान मिळतो की विश्वविद्यालयातल्या प्रोफेसरलासुद्धा वाटायला लागतं की आपण गुरू आहोत. गुरू म्हणजे खरं काय, त्याची गहनता किती आहे, गुरू होणं ही गोष्ट सामान्य माणसाच्या आवाक्यातली नाही, याची जाणीव नसलेली माणसं स्वत:ला गुरू म्हणवून घेतात. खरं पाहता परमसत्य जाणून घेतलेली माणसंच गुरूपदाला योग्य असतात. जाणण्यासारखं आता काहीही शिल्लक राहिलेलं नाही, अशी व्यक्ती जिच्यासाठी परमात्मा पारदर्शी झालेला आहे, एकरूप झालेला आहे, अशी व्यक्ती गुरू होऊ शकते.

शिक्षक आणि विद्यार्थी यांमध्ये फरक असतो तो परिमाणस्वरूप असतो. गुणांचा नसतो तर संख्येचा असतो. गुणात्मक नसतो, संख्यात्मक असतो. गुरू जास्त जाणत असतो आणि शिष्य कमी जाणत असतो असं तुम्हाला वाटतं? चूक आहे हे... गुरू आणि शिष्य यांच्यात जो भेद असतो तो 'कमीजास्त' असण्याचा नाही. तो भेद आहे गुणांचा! गुरू वेगळ्या ठिकाणी असतो आणि शिष्य वेगळ्या ठिकाणी असतो. खूप भिन्न लोकांमध्ये दोघांचा निवास असतो. शिक्षक आणि विद्यार्थी मात्र एकाच समूहामध्ये राहत असतात. फक्त ज्ञानाचा फरक असतो. शिक्षक थोडं जास्त जाणतो. विद्यार्थी थोडं कमी जाणतो. त्यातून विद्यार्थी जर बुद्धिमान असेल तर तो शिक्षकांपेक्षाही जास्त जाणू शकतो. म्हणजे इथे काही प्रमाणाचा फरक आहे. म्हणूनच अत्यंत प्रतिभाशाली विद्यार्थी हा नेहमीच शिक्षकांपेक्षा जास्त जाणणारा, जास्त हुशार असू शकतो. थोडी जास्त प्रतिभा, जास्त श्रम...

बस्स! शिवाय आज नाही तर उद्या. विद्यार्थी कधीतरी त्याच्या योग्यतेचा होतोच की. शिक्षक एम.ए., पीएच्.डी. आहे... विद्यार्थी कधीतरी होणारच. तेव्हा आत्ता जे दोघांमध्ये अंतर आहे ते केवळ प्रमाणाचं आहे. जोपर्यंत अस्तित्वाचा प्रश्न आहे (बीईंग) तोपर्यंत दोघंही समान पातळीवर आहेत, आत्म्याचा प्रश्न आहे तोपर्यंत दोघंही समान पातळीवर आहेत. फक्त स्मृतीच्या बाबतीत म्हणाल तर थोडी कमी-जास्त असू शकते. या सर्वांमध्ये गुणवत्ता कोणती? गुरूता कोणती?... कोणतीच नाही.

आता गुरू आणि शिष्य यांमध्ये जे अंतर आहे ते असं... ते अंतर आहे गुणांचं. गुरू एका विशिष्ट उंचीवर, शिष्य दुसरीकडे. इथे प्रमाणाचा भेद नाहीच. शिष्याचं जेव्हा पूर्णपणे परिवर्तन होईल तेव्हाच हा भेद मिटेल. हे अंतर केवळ शिक्षणानं मिटणारं नाही. कित्येक जन्म शिष्य शिकत राहतात, तरीही ते अंतर मिटत नाही. असंही होईल की क्वचित गुरूंपेक्षा जास्त माहिती असूनही ते मिटणार नाही. यात कठीण काहीच नाही. कबीर, बुद्ध यांच्यापेक्षा कितीतरी जणांना जास्त माहिती असेल. खरं पाहता कॉलेजमध्ये शिक्षण घेणारा विद्यार्थी आत्ताच्या काळात बुद्धांपेक्षाही जास्त गोष्टी जाणतो. कबीर किती अशिक्षित होते? कबीरांना आईनस्टाईन माहीत नव्हता, हेजनबर्ग माहीत नव्हता किंवा हिरोशिमा-नागासाकीचा ॲटमबॉम्ब माहीत नव्हता. कबीरांना काय माहीत होतं? मॅट्रिकच्या परीक्षेला त्यांना बसवलं तर ते पास होतील असं वाटतं? कुणाची तरी मदत घ्यावी लागेल, अनेक वर्षं मेहनत घ्यावी लागेल तेव्हा पास होतील. तरीसुद्धा निश्चिती नाही. परंतु जन्मभर तुम्ही शिकत राहिलात, पदव्या जमा केल्यात, भरपूर पदव्या जमा केल्यात अगदी डी.लीट्., डॉक्टर इत्यादी उच्चतम पदव्या मिळवल्यात तरीही कबीरांच्यातल्या एका कणाचीही बरोबरी करू शकणार नाही. तुमची गोष्ट तर दूरच. तुमचा आईनस्टाईनही त्यांच्यातल्या एका कणाचीही बरोबरी करू शकणार नाही.

आईनस्टाईनसुद्धा मरताना अपुरी इच्छा ठेवूनच मरणार. विश्वाचं आणखी एक रहस्य उलगडायचं राह्यलं ही खंत त्यालाही असणार. आईनस्टाईन किती महान मनुष्य! मनसविद म्हणतात, त्यांच्याइतका माहितगार मनुष्य कुठेच नाही. खुद्द आईनस्टाईन यांनाही स्वत:च्या बुद्धिमत्तेविषयी आश्चर्य वाटायचं. म्हणूनच मृत्यूपूर्वी त्यांनी मृत्यूपत्रात लिहून ठेवलं की माझ्या मेंदूचं वैज्ञानिक परीक्षण करावं! अजूनही त्या मेंदूवर प्रयोग चाललेत. अपूर्व असा मेंदू आहे. पण आत्मा? आत्मा तर तुमच्या आमच्यासारखाच आहे. त्यात काहीही फरक नाही.

तेव्हा दोन गोष्टींतला फरक लक्षात घ्या... ज्ञानाचा परिमाणात्मक विस्तार आणि आत्म्याचा गुणात्मक विस्तार. कबीरांजवळ काहीही नाही. तुमच्यापेक्षा, तुमच्याएवढंही काही नाही. नाही तुमच्यासारखं घर, तुमच्यासारखं दुकान, तुमच्यासारखं ज्ञान,

माहिती, तुमच्यासारखे अनुभव, काहीही नाही. तरीही... तरीसुद्धा कबीर तुमच्यापेक्षा मोठे आहेत. अनेक जन्म अशा तऱ्हेनं चालत राहिलात तरीही त्यांच्या पायाखालची धूळही तुम्ही मिळवू शकणार नाही. हे काय आहे?

कारण कबीरांचं विश्व संपूर्ण वेगळं आहे. ते विश्व म्हणजे आत्मा! अस्तित्व, बीईंग! दोन गोष्टी लक्षात ठेवा... नोईंग– ज्ञान, माहिती आणि बीईंग... अस्तित्व असणं. कबीर, जीझस, बुद्ध किंवा कृष्ण यांना आपण इतका जो सन्मान देतो त्याचं कारण म्हणजे तो सन्मान त्यांच्या ज्ञानासाठी नाही तर तो सन्मान आहे त्यांच्या शुद्ध अस्तित्वाचा! त्यांच्या अस्तित्वाचा ढंग निराळा आहे, आपल्यापेक्षा पूर्णपणे भिन्न आहे. आपल्याबरोबर त्यांचं वास्तव्य असूनही ते आपल्यात नाहीत. दुसऱ्या लोकांत त्यांचा निवास आहे. म्हणूनच अशा तऱ्हेच्या पुरुषांना आपण अवतार मानतो. अवतार याचा अर्थ ते आमच्यात आहेत; पण आमच्यापासून निर्माण झालेले नाहीत; दुसऱ्या लोकांतून ते आलेले आहेत.

जसं एखाद्या अंधाऱ्या घरात छपराच्या एका छिद्रातून सूर्यकिरण उतरतात... ते अवतरण! किरण येतात सूर्यलोकातून– अवतरण! अंधार हा पृथ्वीचाच एक भाग आहे. तो इथेच असतो. दुसरीकडून कुठूनही तो येत नाही. तो सदासर्वकाळ इथलाच असतो. सूर्याची किरणं येतात आणि त्या अंधाराचा भेद करतात. परत जातात. अंधार पुन्हा आपल्या जागी जसाच्या तसा– कुठेही तो येत-जात नसतो. अंधाराला गती नसते; विकास नसतो, कुठलंही परिवर्तन नसतं. जसा असतो तसाच राहतो. अंधाराएवढी मृत गोष्ट जगात कुठेच नाही. दगडसुद्धा इकडे-तिकडे हलू शकतात. पर्वत पाघळू शकतात, सरकू शकतात, लहान-मोठे होऊ शकतात. त्यांच्यातसुद्धा थोडी गती असते, जीवन असतं. पण अंधःकार! अंधःकार हा सर्वांत भयंकर मृत्यू आहे. म्हणूनच जगात मृत्यूचं प्रतिक म्हणून अंधार चितारला जातो. यमदूताला काळ्या रंगात रंगवलं जातं. अंधाराच्या रंगात दाखवलं जातं. याला कारण एकच अंधारापेक्षा जीवनातलं शून्यत्व दुसऱ्या कोणत्याही गोष्टीत नाही. तो हालचाल करत नाही, वाढत नाही. कमी होत नाही. जसाच्या तसा तो प्रत्ययाला येतो. प्रकाशाची किरणं येतात, अंधाराचा छेद करून निघून जातात. अंधार पुन्हा गडद होऊन बसतो. आपल्या जागी.

कुणीतरी आमच्या आसपास आहे पण आमच्यात नाही. यालाच अवतरण म्हणतात. कबीर तुमच्याजवळ आहेत पण तुमचे नाहीत. ते आहेत परमात्म्याचे. तुमच्यापासून खूप दूर! हीच त्यांची महानता.

म्हणूनच गुरू आणि शिष्य यांच्यामध्ये गुणात्मक भेद आहे आणि शिक्षक व विद्यार्थी यांच्यात परिमाणात्मक भेद आहे. त्यांच्यामध्ये श्रद्धा अपेक्षितच नाही. मात्र गुरू-शिष्यामध्ये श्रद्धेशिवाय काही घडूच शकणार नाही. का? तर गुरू आणि शिष्य

हे दोघेही हृदयानं एकमेकांशी जोडलेले आहेत. हृदय... म्हणजेच प्रेम! आणि प्रेमाचं परमरूप म्हणजे श्रद्धा! प्रेमाचं शुद्धरूप म्हणजे श्रद्धा. जिथे वासनेचा मागमूसही नाही, प्रेमाचं निकृष्ट रूप म्हणजे काम.

प्रेमाची तीन रूपं आहेत... एक काम. ते म्हणजे निकृष्ट रूप... यामध्ये एक टक्का प्रेम आणि नव्व्याण्णव टक्के वासना... नंतर एक मध्यरूप. पन्नास-पन्नास टक्के प्रेम आणि वासना. तिसरं रूप– जिथे वासना एक टक्का आणि प्रेम नव्व्याण्णव टक्के. ही अवस्था म्हणजे श्रद्धा! ती एक टक्का वासना म्हणजे कोणती? तर मुक्त होण्याची वासना... बस्स! जिथे नव्व्याण्णव टक्के वासना आणि एक टक्का प्रेम असतं तो कोणता प्रकार? बंधनाचं प्रेम! कुणाला तरी, कशाला तरी बांधून घेण्याचं प्रेम. एकाकीपणाची भीती.... कुणाशीतरी बांधून घ्यायला हवं, कुणीतरी साथीदार हवा. नव्व्याण्णव टक्के शोषण आणि एक टक्का प्रेम... बांधून घेण्याचं! म्हणूनच विवाहाला बंधन म्हटलं जातं ते बरोबरच आहे. एक बेडी बांधण्यासाठी जेवढं प्रेम आवश्यक आहे तेवढंच वापरावं. बाकी नव्व्याण्णव टक्के एकमेकांचं शोषण. श्रद्धेमध्ये शोषण नसतं. फक्त एक टक्का वासना टिकून असते मुक्तीची! मुक्तीचा मार्ग जेव्हा दिसतो तेव्हा ते एक टक्का वासनेचं बंधनही संपतं आणि शिष्य त्याच क्षणी गुरू बनतो.

श्रद्धेचा अर्थ आहे अनन्य प्रेम! वासना जिथे असते तिथे कारणही असतं. कारण, कारणासाठीच तर आपण प्रेम करत असतो. एखादी स्त्री सुंदर आहे. तिचे डोळे, तिची वाणी सगळं सुंदर आहे म्हणून आपण तिच्या सौंदर्यावर भारून जातो. कारण आहे... पण हेच प्रेम कायम राहू शकत नाही. कारण कालांतरानं हे कारण संपुष्टात येणार आहे. ती स्त्री म्हातारी होणार, तिचा चेहरा खप्पड होणार, वाणी कर्कश्श होणार. तेव्हा प्रेम कसं काय टिकणार? कारण संपलं, प्रेम संपणार. म्हणून प्रेम सुरू होतं पण टिकत नाही आणि मग आपण दु:खी होतो. नंतरच्या काळात आपण फक्त अभिनय करत राहतो. खरं तर केव्हाच सगळं संपायला पाहिजे. पण आपण प्रेम करीत नाही, हे मान्य करणं अवघड जात असतं. ती भावना सांभाळत आपण आयुष्य चालत असतो, एकमेकांना धोका देत चालत असतो– धोक्यानं भरलेलं जीवन!

श्रद्धा अकारण असते. प्रेम कारणासहित असतं. कारण नव्व्याण्णव टक्के वासना असते. श्रद्धेमध्ये फक्त एक टक्का वासना असते. मुक्त होण्याची वासना. मग श्रद्धेची व्याख्या काय? अकारण अतर्क्य आहे श्रद्धा. त्याचं स्पष्टीकरण तुम्ही देऊ शकत नाही. असते किंवा नसते. कोणी मुद्दाम प्रयत्न करून श्रद्धावान होऊ शकत नाही. मग गुरूंची निवड कशी करणार? लाख उपाय केलेत तरी श्रद्धा मुद्दामहून निर्माण नाही करू शकणार. म्हणून गुरूंची निवडप्रक्रिया अशी की गुरूंनी

तुमची निवड करणं. तुम्ही कशी काय गुरूंची निवड करणार? तुम्ही म्हणणार हा मनुष्य सांगतोय ते चांगलं वाटतंय, ठीक वाटतंय. त्यासाठी तुम्ही त्याला गुरू बनवता. याला गुरूची निवड नाही म्हणता येणार. तुम्ही तर शिक्षक शोधत होता. अमुक अमुक माणसाचं आचरण ठीक आहे. चला गुरू म्हणून हा ठीक आहे. तुम्ही कसं काय त्याचं आचरण जाणणार? चांगलं-वाईट तुम्ही कसं काय ओळखणार? तसं तर चांगलं-वाईटातला फरक तुम्हाला ओळखता आला असता तर तुम्हीच गुरू झाला असता, नाही का? तुम्हाला इतर ठिकाणी शोधायची गरजच पडली नसती. चांगलं काय आहे, वाईट काय आहे हे समाजानं तुम्हाला जसं शिकवलंय ती मोजपट्टी तुम्ही त्या व्यक्तीला लावणार. तुम्ही ज्ञानाची मोजपट्टी लावून गुरू शोधताय, श्रद्धेची नाही! गुरू शोधण्यासाठी श्रद्धेची मोजपट्टी आवश्यक आहे. त्यामुळे तुमच्या मोजपट्टीनुसार जो मनुष्य गुरू होण्याला योग्य वाटतो त्याला तुम्ही गुरू करता. समजा, तुम्ही जैन घरात जन्माला आलात तर जो माणूस उपास करतो, एक वेळ भोजन करतो, गरम पाणी पितो, अशा माणसाला गुरू करणार. गुरूची परीक्षा इतकी स्वस्त आहे? इतकी सोपी आहे? समजा त्या माणसानं थंड पाणी प्यायलं, उपास नाही केला की संपलं सगळं! गुरू होण्याची त्याची योग्यता तुमच्या दृष्टीनं संपली.

एक दिवस मी एका जैन कुटुंबात राहिलो होतो. मी दिवसभरात दोन वेळा स्नान करतो. घरातले ते गृहस्थ म्हणाले, हे काय करता? ज्ञानी म्हणवता स्वतःला आणि दोन वेळा आंघोळ? का तर पाण्यात जीवाणु असतात. त्यांची हत्या होते. जैनमुनी दिगंबर जैनमुनी स्नान करीत नाहीत. शरीराला घाण वास येतो. समाजानं स्वच्छता शिकवली असेल तर तुम्ही अशा मुनींना गुरू कसे करणार? ते लोक दात घासत नाहीत, तोंड धुवत नाहीत. का तर पाण्यातले जीवाणु मरतात. घाण वास येतो तोंडाला.

स्वतःला प्रामाणिक राहाल तर तुम्ही स्वतःचे गुरू होऊ शकता. कुठल्या सामाजिक धारणेनुसार तुम्ही आदर्श व्यक्ती ठरवू शकत नाही. श्रद्धेचा अर्थ आहे सगळ्या धारणा काढून टाकून थेट त्या व्यक्तीकडे पाहणे. मी विचार नाही करणार. मी पाहणार आरपार! तुमचा सुगंध घेणार मनसोक्त! माझ्या आत्तापर्यंतच्या धारणा मी तुमच्यापाशी आणणार नाही. तुमच्या डोळ्यात आरपार, सरळ पाहणार! अशी भूमिका घेतली तरच गुरूची निवड निखळपणे होईल.

बुद्धी बाजूला ठेवून श्रद्धा निर्माण होते. अशा व्यक्तीची गुरू निवड करतात. गुरू तर केव्हाही तयार असतात. तुमची 'तयारी' झाली की ते तुमच्यासाठी उपलब्ध होतात. न्यूनता आहे ती तुम्ही 'तयार' असण्याची. अशा व्यक्ती एका गुरूकडून दुसऱ्या गुरूकडे गेल्या तरी फरक पडत नाही. का? तर अतिशय मोकळ्या मनानं

स्वीकार घडत असतो. प्रत्येक काळात अनेक गुरू आहेत. फक्त तुमची 'तयारी' पाहिजे. स्वीकाराची भावना तुमची योग्य तऱ्हेनं तयार झालेली असली पाहिजे. बस्स! 'ये हृदयीचे ते हृदयी' अवस्था कधीतरी घडतेच. कुणी घडवावी लागत नाही... जसं 'प्रेम' होतं... ते मुद्दाम घडवावं लागत नाही. तुम्ही कधीतरी ठामपणे सांगू शकाल की या स्त्रीवर आपलं प्रेम का बसलं ते? तुमचे सगळे तर्क खोटे पडतील. कारण तर्क तुम्ही प्रेम निर्माण झाल्यानंतर करता, आधी नाही. आधी फक्त प्रेम होतं.

'प्रेम' ही एक घटना आहे. म्हणून 'प्रेम आंधळं असतं' म्हणतात. परंतु प्रेमाशिवाय डोळे निकामी आहेत, कारण आंधळ्या प्रेमाकडे बघण्याचीसुद्धा डोळ्यांची एक विशिष्ट क्षमता असते. श्रद्धासुद्धा आंधळी असते. ती असते तर असते, नाही तर नसते. तुमच्या करण्यानं काहीही घडत नाही. तुम्ही फक्त तयार पाहिजे, गुरूंच्या आसपास पाहिजे, सत्संग करा, त्यांच्या सहवासात राहा. केव्हा ना केव्हा तरी काहीतरी घडेलच. ज्या वेळी काहीतरी घडेल तेव्हा तुम्हाला कळून येईल की आता सांगण्यासारखं काहीही नाही. कोणताही तर्क तुम्ही देऊ शकणार नाही. कारण तर्काला छेद देणारे शंभर प्रश्न मंडळी तुमच्यासमोर ठेवणार. समजा, तुम्ही कबीरांना गुरू मानलंत की जैन म्हणणार, हे कसले गुरू? यांना तर बायको होती, मुलगा होता. हे तर ब्रह्मचारी नव्हते. मग हे कसले गुरू? दुसऱ्या कोणी जैन गुरू मानले की पुन्हा प्रश्न – सुफी फकीर म्हणणार – हे कसे गुरू? गुरू असलेली व्यक्ती स्वतःला कायम समाजापासून लपवत असते आणि हे तर सतत नागडे होऊन फिरतात. हा तर प्रकट होण्याचा प्रकार झाला. गुरू स्वतःला कधी जाहीर करत नाहीत. कारण गुरू म्हणजे काही संसारातली घटना नाही. गुरू स्वतःला इतका मिटून घेणारा, लपवून घेणारा असतो की खूप प्रयत्न केल्यानंतरच तो सापडू शकतो. ज्यांना परमात्म्याची तहान लागलेली आहे त्यांनाच तो भेटतो. शिवाय ज्याला ही तहान आहे तो काहीही करून गुरूला शोधणारच.

हिंदूंनी तर आपल्या शास्त्रांमध्ये महावीरांचा उल्लेखसुद्धा केलेला नाही. जसं काही असा कोणी माणूस नव्हताच. का नाही उल्लेख? तर मनामधल्या धारणांचा प्रभाव. अशा वेळी अडचणी निर्माण होतात.

एका चांगल्या ज्ञानी, पंडित असलेल्या एका भक्ताबरोबर मी गप्पा मारत होतो. जीझसचा विषय निघाला. तो म्हणाला जीझस भलेही मोठा असेल; पण मी काही त्याला अवतार मानत नाही. अवतारी पुरुष कधी फासावर जात नाहीत. राम फासावर गेले नाहीत किंवा बुद्ध गेले नाहीत. एक गोष्ट लक्षात ठेवावी की प्रत्येकजण आपल्या कर्माची फळं भोगतात. जीझसनं निश्चितच पूर्वजन्मात काही पापं केली असतील. त्याचीच फळं म्हणून सुळावर गेले. हिंदुस्थानात कोणीही जीझसला गुरू

मानायला तयार नसतं. सुळावर गेलेला माणूस गुरू कसा काय?

जैन मंडळी म्हणतात, महावीर रस्त्यातून जर चालले तर काटासुद्धा आपोआप उलटा होतो. कारण महावीरांची कर्मं इतकी शुभ आहेत की त्यांना काटा कसा दुखापत करणार? आपापल्या कर्माची फळं... आणि सुळावर? असंभव...

ख्रिश्चन मंडळींना विचाराल, तर ते म्हणणार आमच्या जीझसपुढे तुमचे राम-कृष्ण, महावीर, बुद्ध काहीच नाहीत. लोकांच्या मुक्तीसाठी स्वत:चं बलिदान करणारा आमचा जीझस– सर्व जग पापमुक्त होण्यासाठी स्वत: सुळावर चढला. तुमचे महावीर, बुद्ध, सगळे स्वार्थी आहेत– ते सगळे आपल्या ध्यानात मग्न. त्यांना जगाची चिंता नाही. स्वत:ला मुक्ती मिळाली की बस्स. जीझसनं मात्र सर्वांच्या मुक्तीची चिंता केली. तोच खरा अवतारी पुरुष! ईश्वराचा पुत्र होता तो.

कसं ठरवणार कोण श्रेष्ठ आहे ते? म्हणूनच ठरवून काहीही करता येणार नाही. फक्त 'तयार' राहणं एवढंच करू शकतो आपण. आपण श्रद्धेसह 'तयार' राहणं! तुमची तयारी असेल तर कोणत्याही क्षणी गुरू निकट येऊ शकतो. अचानक हृदयात फूल फुलेल. ज्याचं वर्णन करता येणार नाही, त्याचं अस्तित्व सिद्ध करता येणार नाही. कारण सिद्ध करायला जाल तर त्याचं कोणीतरी खंडण करू शकेल. श्रद्धेशिवाय गुरू लाभत नाही. कारण श्रद्धेच्या डोळ्यानंच गुरू पाहता येतो. कारण गुरू आणि शिष्यामधला संबंध हा विचारांचा नसून श्रद्धेचा आहे, प्रेमाचा आहे. अतिशय आत्मीय असा हा संबंध आहे. इतकी आत्मीयता दुसऱ्या कोणत्याही संबंधात नाही. अगदी पती-पत्नींच्या संबंधातही नाही, वडील-मुलाच्या संबंधातही नाही. कारण हे सारे संबंध शारीर पातळीवरचे आहेत. भावाभावांमधले संबंधही अपवाद नाहीत. तुमची आई, तुमचे वडील... हे तुमचे का आहेत? तर त्यांच्या शरीरापासून तुमची निर्मिती झालेली आहे, एवढाच संबंध. यामध्ये आत्मा कुठे येतो? भावाबरोबर जोडले जातो, बहिणीबरोबर जोडले जातो. का तर एकाच शरीराची ही मुलंबाळं आहेत. हे सारे संबंध शरीरापुरते मर्यादित आहेत. फक्त एकच संबंध असा आहे की जो शरीराचा नसून आत्म्याचा आहे आणि तो संबंध म्हणजे गुरू-शिष्य संबंध! म्हणूनच तिथे परमात्मा प्राप्त होऊ शकतो.

आता आपण हे सूत्र समजून घेऊ. एकेक शब्द मनापासून समजून घ्या आणि स्मरणात ठेवा.

गुरु मानुष करि जानते, ते नर कहिये अंध ।
महादुखी संसार में, आगे जम के बंध ॥

जे कोणी गुरूला मनुष्याच्या पातळीवर मानतात ते लोक आंधळे आहेत. गुरूला

ईश्वराच्या पातळीवर मानलंत तरच संबंध उत्तम निर्माण होईल. गुरूला मनुष्य समजलात की शारीरिक पातळीवर संबंध चालू राहणार. मग गुरूबद्दल आदर वाटत राहणार, श्रद्धा नाही. आदर हा सकारण असतो. श्रद्धा आणि आदर यामध्ये हाच फरक आहे. अमुक अमुक माणूस चांगला आहे, सत्त्वशील आहे, त्यागी आहे, असा आहे अन् तसा आहे... म्हणून आदर वाटतो. म्हणजे कारण आहे म्हणून आदर वाटतो... श्रद्धा अकारण असते. म्हणूनच आदराला तडा जाऊ शकतो. श्रद्धेला कधी तडा जाऊ शकत नाही. कारण माणसाच्या गुणावगुणानं श्रद्धा निर्माण झालेली नसते. त्यामुळे कारण संपल्यावर श्रद्धा संपत नाही.

म्हणूनच मनुष्याच्या पातळीवर गुरूला आजमावून पाहिलंत तर कबीर म्हणतात 'ते नर कहिये अंध।' गुरूसुद्धा मनुष्य आहेच. पण फक्त मनुष्यच नाही. आपल्यासारखं शरीर आहे, आपल्यासारखी तहान-भूक लागते, ऊन लागलं तर घाम येतो, थंडी वाजते इत्यादी इत्यादी. सामान्य आंधळ्या माणसांसाठी काही गोष्टी रचाव्या लागतात.

जैन मंडळी म्हणतात, महावीरांना घाम येत नाही हे आंधळ्या माणसांसाठी विधान आहे. महावीरांनाही घाम येणारच. कारण ती गोष्ट स्वाभाविक आहे. पण ही गोष्ट का रचावी लागली.... तर महावीरांना घाम येतो म्हणणं म्हणजे भक्तांना वाटणार, अरेच्चा, म्हणजे हे आपल्यासारखे माणूसच आहेत? महावीर शौचाला जात नाहीत. या संपूर्ण विश्वात इतकी अविश्वसनीय गोष्ट कुठली असेल का?– परंतु भक्तांना समजावण्यासाठी महावीरांच्या व्यक्तिमत्त्वाची अशी फसवणूक करणं भाग पडतं. म्हणजे असं की महावीरसुद्धा जातात. म्हणजे आपल्यासारखेच आहेत ते. आदर जास्त वाढतो. पण श्रद्धा नाही वाढीला लागत. श्रद्धा केव्हा निर्माण होईल? तर महावीरांना घाम येतो, भूकही लागते, शरीराचे सगळे व्यवहार करावे लागतात, ते आजारीही पडतात. हे सर्व माहीत असूनही तुम्ही त्यांच्यात जेव्हा परमात्मा पाहाल, तेव्हा श्रद्धा निर्माण होईल.

शरीर एक घर आहे... जसं तुमचं तसं त्यांचं! नाहीतर जन्ममृत्यूच्या फेऱ्यातून महावीर गेलेच नसते. शरीर तुमच्यासारखंच आहे. परंतु महावीरांनी स्वतःला शरीराच्या पलीकडे जाणलंय. शरीराच्या पलीकडे विचार आहे. तुम्ही तुमच्या फक्त शरीराशी जोडले गेले आहात. महावीरांनी या सर्वांपलीकडे असलेला मार्ग आक्रमिला आहे. शरीर म्हणजे मातीचा दिवा... परंतु आतली ज्योत मातीची नाहीये. कबीर म्हणतात, तुम्ही फक्त दिवाच पाहता. म्हणून तुम्ही आंधळे आहात. आतली ज्योत पाहा. त्या ज्योतीला तुमचे शारीरविधी चिकटलेले नाहीत. घाम येत नाही, भूक लागत नाही इत्यादी. दिव्याला तहान-भूक सगळं लागतं. तेलही लागतं. तो तुटू-फुटूही शकतो. त्याला मृत्यूही येऊ शकतो.

'गुरु मानुष करि जानते, ते नर कहिये अंध ।'

गुरूला मनुष्याच्या पातळीपेक्षा वरती पाहा. दृष्टी उंचावर न्या. मन्सुरांना सुळावर चढवलं गेलं तेव्हा ते हसत होते. का? तर सूळ उंचावर असल्यानं त्यांना उंचावर लटकवलं होतं. ते म्हणाले, कमीतकमी या कारणानं तरी लोकांनी माना आणि डोळे उंच करून पाहिलं. मन्सूर म्हणाले, मनाला जरा बरं वाटलं की तुम्ही थोडीतरी नजर वर केली. मन्सुरांनी फार अर्थपूर्ण प्रतीक वापरलं. लोकांच्या गर्दीला कदाचित हे समजलं नसेल. त्यांना काय समजणार कप्पाळ! कारण त्यांनीच तर मन्सुरांना सूळावर चढवलं होतं. मन्सूर म्हणाले, मला फाशी का होईना, तुमची दृष्टी जराशी उंचावर गेली हेच माझ्यासाठी पुष्कळ आहे. मला फळ मिळालं.

मेरी फांसी का सवाल नहीं है;
तुम्हारी आंख थोड़ी उपर उठ जाए.... तो काफी है ।

गुरूंना पाहणं.... फक्त शरीरातच नाही पाहायचं! श्रद्धेनं पाहायचं. जेव्हा केव्हा श्रद्धेनं पाहिलं जातं तेव्हा शरीराचं अस्तित्व नाहीसं होतं. खूप सखोल प्रेमानं जर तुम्ही एखाद्याकडे पाहिलंत तर शरीर नाहीसं होतं. शरीराच्या जागी व्यक्तित्व, आत्मा, अस्तित्व यांची जाण व्हायला लागते. कुणावर तुम्ही गाढ प्रेम करता तेव्हा ते 'कोणी' तुमच्यासाठी 'देव' असतं, 'ईश्वर' असतं. प्रेमाच्या डोळ्यांनी तुम्ही त्या व्यक्तीकडे पाहता आणि त्यातलं साधारणत्व, सामान्यत्व जाऊन तिथे असामान्यत्व दिसायला लागतं.

मजनू लैलासाठी वेडा झाला होता. त्या गावच्या राजानं त्याला बोलावलं आणि म्हटलं, "तू वेडा आहेस. ही लैला अतिशय कुरूप आणि सामान्य मुलगी आहे. लैला, लैला करत का फिरतोस? का रडतोस? मला तुझी दया येते. वाटल्यास राजवाड्यातून तुला एकापेक्षा एक सुंदर मुली आणतो. त्यातली कोणतीही निवड." राजानं डझनभर मुली आणून उभ्या केल्या. अगदी सुंदर. मजनूनं प्रत्येक मुलीकडे निरखून पाहिलं. त्याच्या डोळ्यांतून पाणी आलं. 'ही लैला नाहीये' असं म्हणत तो रडायला लागला. राजाला तो म्हणाला, "क्षमा करा मला. तुमच्या आणि माझ्या नजरेत फरक आहे. तुम्हाला माझी लैला दिसायला साधारण वाटते आणि मला तर लैलाशिवाय दुसरं कोणीही दिसत नाही. काहीतरी गडबड आहे. माझीही चूक असेल. पण लैलामध्ये मला जे दिसतं ते तुम्हाला दिसत नाही आणि शिवाय मी माझ्या डोळ्यांनी जगतो. तुमच्या डोळ्यांनी मी कसा काय पाहू शकणार?"

श्रद्धेचा जेव्हा जन्म होतो तिथे तत्क्षणी त्या प्रेमामध्ये परमात्म्याची प्रचिती येते. म्हणूनच या देशामध्ये गुरूला परमात्मा मानलं जातं. त्याच्यापेक्षाही उच्च दर्जाचं मानलं जातं.

'गुरु मानुष करि जानते, ते नर कहिए अंध ।
महादुखी संसार में, आगे जम के बंध ॥'

श्रद्धा नसेल तर ती माणसं दु:खीच असणार. कारण श्रद्धा नसेल तर आनंद नाही. श्रद्धा असेल तर आत्म्याची प्रचिती आहेच. श्रद्धेशिवाय परमात्म्याच्या अस्तित्वाची ओळख पटू शकत नाही. म्हणूनच गुरूमध्ये तुम्ही परमात्मा नाही पाहिलात तर वृक्षांमध्ये, पर्वत, झरे, नद्या यांच्यात कसा काय पाहणार? गुरूमध्ये परमात्मा नाही दिसला तर मंदिरातल्या मूर्तींमध्ये कसा असणार? जिवंत व्यक्तीमध्ये नसेल तर मृत गोष्टीमध्ये कसा असेल?

अतिशय आश्चर्याची गोष्ट अशी आहे की मंदिरातल्या दगडी मूर्तीपुढे वाकून तुम्ही भगवान, भगवान म्हणून कंठशोष करता; परंतु गुरूपुढे भगवान म्हणायला तुम्हाला कष्ट पडतात. तुमच्या उपास्यदेवतेची मूर्ती समजा ती उपास्यदेवता जिवंत असेल तर मात्र तुम्ही अडचणीत पडणार. कारण निर्जीव मूर्तीपुढे बसून भगवान म्हणणं खूप सोपं आहे. का? तर तुम्हाला माहीतेय या मूर्तीला तहानभूक लागत नाही. माणसासारखे कोणतेही आहार-विहार नाहीत. फार विचारपूर्वक माणसानं मूर्ती बनवल्या आहेत. कारण माणसामध्ये जे जे आहे ते ते मूर्तीमध्ये काहीच नाही. कारण दगडी मूर्ती ती!

एका गावात माझा मुक्काम होता. माझ्या शेजारी एक गृहस्थ राहत होते. आजूबाजूला राहणाऱ्या लोकांच्या दृष्टीनं ते गृहस्थ जरा विचित्र होते, जरा झटकी होते. कोणत्यातरी कॉलेजमध्ये पूर्वी तर्कशास्त्राचे प्राध्यापक होते. आता निवृत्त होते. तसं तर तर्कशास्त्र असणारी मंडळी थोडी विचित्रच असतात आणि त्यातून निवृत्त! मग काय, विचारायलाच नको. मी विचार केला की कधी भेट झाली की कळेल आपोआप.

एक दिवस मलाही लोकांच्या बोलण्यात तथ्यांश वाटला. त्यांच्या घरासमोरून चाललो होतो. दारातून पाहिलं तर एका टीनच्या फवाऱ्यानं झाडांना पाणी घालत होते. आश्चर्याची गोष्ट इतकी की त्या फवाऱ्यातून पाणीच पडत नव्हतं; कारण त्या फवाऱ्याला छिद्रंच नव्हती. हे महाशय आपले स्तब्धपणे फवारा धरून उभे! मी विचारलं, महाशय आपण बहुधा विचारात आहात.... पण या टीनच्या फवाऱ्याला छिद्रंच नाहीयेत. तुम्ही कशाला हा धरून बसलात. यावर ते म्हणाले, 'काळजी करू नका. ही फुलं तरी कुठे खरी आहेत. ही प्लॅस्टिकचीच आहेत.'

प्लॅस्टिकच्या फुलांचं एक वैशिष्ट्य असतं की ती कोमेजत नाहीत, किंवा मरून जात नाहीत. तसं पाहिलं तर शाश्वतच. खरं फूल सकाळी उमलतं, संध्याकाळी कोमेजून जातं. खरेखुरे महावीर खऱ्या फुलांसारखे आहेत. सकाळी उमलणार,

संध्याकाळी कोमेजणार... पण मग तुम्हाला वाटतं, अरे, हे तर आपल्यासारखेच. मग काय फरक? त्यामुळे माणसाची पूजा कशी काय करणार? झाली का पंचाईत. संगमरवराची मूर्ती तर कोमेजत नाही, तिला जन्म नाही, मृत्यू नाही... कायम तशीच राहणारी असते. तिच्यासमोर गुडघे टेकून तुम्ही सहजपणे बसू शकता. तुम्ही इतके खोटे असता की खोट्याचीच पूजा करता. सत्याची पूजा करणं कठीण आहे. तुम्ही इतके मेलेले असता की मृत गोष्टींचीच पूजा करणं तुम्हाला जमतं. जिवंत गोष्टींशी नातं जडवणं तुम्हाला कठीण होतं.

गुरू ही जिवंत गोष्ट आहे. तिची मूर्ती बनवणं आणि पूजा करणं अशक्य आहे. मूर्तीसमोर वाकणं यामध्ये अहंकाराला धक्का पोहोचत नाही. त्यामुळे तुम्ही सहजपणे मूर्तीसमोर वाकता. कारण मूर्तीमध्ये कोणीही नाही. तुम्हीच त्याचे मालक असता. तुम्हाला मनात आलं तर तुम्ही त्या मूर्तीला बाहेर फेकू शकता. तिला पक्वान्नांचा नैवेद्य दाखवू शकता. तिच्या झोपण्यासाठी दरवाजे बंद करू शकता. शकता वगैरे नाही... तुम्ही करताच! आत्ता काय देवाचं जेवण, आत्ता काय देवाची झोप... असं तुम्हीच ठरवून मोकळे होता आणि गाभाऱ्यात त्या मूर्तीला बंदिस्त करून ठेवता. हे देव म्हणजे तुमच्या हातातली खेळणी आहेत. त्यामुळे या देवांसमोर तुमच्या अहंकाराला कोणताही धक्का लागत नाही. परंतु एखाद्या जिवंत व्यक्तीसमोर वाकायचं म्हटलं की अडचण निर्माण होते. म्हणूनच तुमच्या श्रद्धेमधली सर्वांत मोठी अडचण म्हणजे तुमचा अहंकार.

तुमचा तर्क किंवा तुमची समजूत ही अडचणीची नसून तुमचा अहंकार सर्वांत मोठी अडचण आहे. या अहंकाराला लपवण्यासाठी आपण सबबी पुढे करतो. तुम्ही म्हणता ज्याच्यासमोर वाकावं अशी व्यक्तीच अजून भेटली नाही.

अशी व्यक्ती तुम्हाला कधीच भेटणार नाही. कारण तुम्ही सतत शोधतच राहणार.

मुल्ला नसरुद्दीन बरेच दिवस अविवाहित होते. मी विचारलं, काय कारण आहे? आता खूप काळ गेलाय अजूनही तुम्हाला योग्य स्त्री मिळाली नाही? ते म्हणाले, नाही मिळाली. समग्रपणे जी स्त्री पूर्ण असेल तिच्या शोधार्थ मी आहे. अजूनही नाही मिळाली अशी स्त्री.

मी आश्चर्यानं विचारलं, एवढ्या आयुष्यभरात एकही नाही मिळाली?

ते म्हणाले, एक-दोन भेटल्या होत्या; परंतु त्याही पूर्ण पुरुषाच्या शोधात होत्या.

तुम्हाला कधीही पूर्णरूपातला गुरू मिळाला तरी हे लक्षात ठेवा की तोही 'पूर्ण' शिष्याच्या शोधात असणार.

गुरु मानुष करि जानते, ते नर कहिए अंध ।
महा दुखी संसार में, आगे जम के बंध ।।

तुम्ही चुकीच्या धारणांसह जगत असलात तर दुःखी होणारच... योग्य धारणांसह जीवन जगत असाल तर निश्चितच सुखी होणार. तुमचं जीवन जर दुःखी असेल तर समजा मुळातच कुठेतरी चुकलंय. कारण मुळापासूनच तुम्ही जर योग्य वागत असाल तर सुखाची बरसात होतेच. कुणी मनुष्य सुखी असेल तर उगाच चुकीचे तर्क लावून त्याला दुःखी करण्याचा प्रयत्न करू नका. कारण तो सुखी आहे. याचाच अर्थ तो योग्य मार्गावर आहे.

माझ्याजवळ काही मंडळी येतात. एकदा एक मित्र म्हणाले, तुम्ही लोकांना वेडं बनवलंय. परमात्मा कुठे असेल किंवा त्याला आपण मिळवू शकतो, हे मला नाही पटत. मला असं कुठेही, काहीही दिसलं नाही. तुम्ही लोकांना वेडं बनवताय. मी त्यांना म्हणालो, तो सर्व माझ्या आणि लोकांच्यातला मामला आहे. तुम्ही यामध्ये लक्ष घालू नका. तुम्ही सुखी आहात, प्रसन्न आहात. छान आहे. सुखी आहात ना? ते म्हणाले, तोच तर प्रश्न आहे. मी सुखी नाहीये आणि स्वस्थही नाहीये.

मी म्हणालो, असं करा, तुम्ही तुमच्या स्वस्थतेचा आणि सुखाचा फक्त विचार करा. तो विचार करूनच एक ना एक दिवस तुम्हाला परमात्मा भेटेल. परमात्मा आहे का नाही याची चिंता करू नका. कारण परमात्मा म्हणजे कुठल्या तर्काची निष्पत्ती नाही. परमात्मा म्हणजे सुखाच्या सखोल प्रचितीतून उठलेला 'आतला' हुंकार आहे. तुम्ही जेव्हा सुखी असता तेव्हा तुम्ही परमात्म्याचं अस्तित्व नाकारूच शकत नाही. नाहीतर सुख कुठून येणार? जेव्हा तुम्ही सुखी असता, तुमचं हृदय भावनांनी भरून गेलेलं असतं, रोमारोमात संगीत लहरत असतं तेव्हा तुम्ही या अस्तित्वाला 'चेतनाशून्य' अस्तित्व म्हणू शकत नाही. चेतनेचा तो हुंकार तुम्हाला मान्य करावाच लागतो. कारण तुमच्या आत उमटलेला तो हुंकार म्हणजेच हे सुखाचं भान! तुम्ही दुःखी असाल तर हेच अस्तित्व नरक होऊन जातं, परमात्मा शून्य भासतो. तुम्ही सुखी असाल तर अस्तित्व स्वर्ग आहे, नाहीतर नरक... सुखी असण्याचा अर्थच हा आहे की आसपासचा कण न् कण परमात्म्यानं भारलेला आहे. इथे कोणत्याही तर्काच्या निष्पत्तीचा प्रश्नच नाही. दर्शनशास्त्राचा अभ्यास करा, शास्त्रांचा अभ्यास करा, तर्क लढवा. हा सगळा खरा वेडेपणा आहे. कारण परमात्मा आहे का नाही हा प्रश्न अभ्यासाचा नसून अनुभूतीचा आहे. तुम्ही सुखी आहात. मग तो आहे. तुम्ही दुःखी आहात. मग तो नाही, इतकंच!

म्हणूनच मी त्यांना म्हणालो की आम्हा वेड्या माणसांचा तुम्ही विचार करू नका. ते जर सुखी आहेत तर परमात्मा आहे का नाही या प्रश्नात अडकण्याचं

कारणच काय? आणि तुम्ही जर दु:खी असाल तरीही या प्रश्नाला काय अर्थ आहे? कारण शेवटी निष्पत्ती काय? तर सुखी किंवा दु:खी ना? शेवटी अनुमान काय तर जीवनात आनंद आहे का दु:ख आहे? तेव्हा याचाच फक्त विचार करा. ज्या व्यक्तीजवळ तुम्हाला जीवनातला आनंद लाभतो तिथे तर्क सोडून द्या... बुद्धीला बाजूला सारा... तिथे फक्त हृदयाची दारं उघडा, हृदय मोकळं करा... तिथेच श्रद्धेचा उगम होईल... तिथेच गुरूचा उदय होईल.

का, तर गुरू म्हणजे कोणती बाह्य घटना नाही. श्रद्धेनं पाह्यला गेलेला तो एक अनुभव आहे. डोळे उघडल्यानंतर सूर्याचा प्रकाश दिसतो, डोळे बंद केल्यानंतर अंधार होतो. तसंच श्रद्धेचं आहे. श्रद्धा ठेवाल तर गुरू दिसेल, श्रद्धा नसेल तर गुरू दिसणार नाही.

गुरू हा श्रद्धेच्या डोळ्यांनी पाहिलेला अनुभव आहे. श्रद्धावान नजर बुद्धीला नेहमीच आंधळी वाटते आणि श्रद्धावान माणसाला बुद्धीची नजर आंधळी वाटते.

एखादा लहान मुलगा जे काही बोलतो ते बोलणं कधीही अनुभवाचं नसतं. एखादा तरुण माणूस बोलतो ते जरासं लहान मुलापेक्षा अनुभवाचं असतं आणि एखादा म्हातारा माणूस बोलतो ते संपूर्णपणे परिपक्व, असं अनुभवसंपन्न असतं. का? तर त्यानं लहानपण अनुभवलंय, तसंच तरुणपणही अनुभवलंय. एखादा तरुण मनुष्य आणि म्हातारा मनुष्य बोलतात तेव्हा ते बोलणं समपातळीवर होत नाही. कारण तरुणानं फक्त लहानपण आणि तरुणपण अशा दोनच अवस्थांचा अनुभव घेतलाय. वृद्ध माणसानं मात्र तरुणपण पाहिलंय, तरुणपणाचा ऱ्हासही पाहिलाय आणि आता तरुणपणाची विपरीत अवस्थाही पाहिली आहे. आता तो उभा आहे तो जीवनाच्या अंतिम टप्प्यावर! म्हणूनच आपण पूर्वेकडची माणसं वृद्धांचा नेहमी आदर करतो. त्यांनी आयुष्य पाहिलेलं असतं.

पाश्चिमात्य देशात तारुण्याला किंमत आहे म्हणूनच ते भरकटलेले आहेत. ज्यानं सगळं काही पाहिलेलं आहे, अनुभवलेलं आहे, त्याच्या बोलण्याला काही मूल्य आहे. ज्यानं अर्धवट अनुभवलेलं आहे त्याच्या बोलण्याला कुठलं मूल्य? वृद्धांनी तर्कही पाहिलेले असतात, गोंधळलेली अवस्थाही अनुभवलेली असते, श्रद्धा जोखलेली असते.

म्हणूनच नास्तिक हा लहान मुलासारखा असतो, अननुभवी! आस्तिक हा वृद्धासारखा असतो. सगळ्यांनाच नास्तिकतेच्या अनुभवातून जावं लागतं; परंतु त्यातले सगळेच पुढे आस्तिक होतात असं नाही. कारण काही लहानपणीच मरून जातात. जे आस्तिक होतात त्यांनी जीवनाच्या दोन्ही बाजू पाहिलेल्या असतात. अनुभवांना नाकारून पाहिलं अन् जाणवलं की नकार दिला की आपण संकुचित होतो. जितकं नाही नाही म्हणू तितकं छोटे होत जातो. अनुभवांना होकार देऊन

पाहिला, त्यांना सामोरं जाऊन पाहिलं आणि विराट झालो. मोठे झालो. म्हणूनच नाही म्हणण्याचा अर्थ कळला तसंच हो म्हणण्याचाही अर्थ कळला.

नाही म्हणा, आणि आहे तिथे सडून जा. हो म्हणा आणि स्व-अस्तित्व संपून विराटाचा अनुभव घ्या. अनुभवांना नकार दिलात की आहे तिथंच थांबणं होतं. एका जागी सडणं, कुजणं होतं... आणि होकार दिलात की परमात्म्याच्या जवळ जाण्याचा प्रवास सुरू होतो.

'महादुखी संसार में, आगे जम के बंध ।'

अशी मंडळी संसारात तर दुःखी होणारच, पुन्हा पुन्हा मरणार, पुन्हा पुन्हा यमाला यावं लागणार. कारण पुन्हा पुन्हा जन्म घ्यावा लागणार आणि पुन्हा पुन्हा मृत्यू येणार. पुन्हा पुन्हा दुःख भोगणार.

परंतु ज्या व्यक्ती जागृत होतात त्यांच्या बाबतीत जन्म-मृत्यूचा फेरा कधी येत नाही. जी व्यक्ती परमात्म्याशी एकरूप होते, तिला जन्म नाही आणि मृत्यू नाही. पूर्वेकडे यालाच म्हणतात अवागमनापासून मुक्ती.... जन्ममृत्यूपासून मुक्ती... यात्रा समाप्त होऊन योग्य ठिकाणी पोहोचणं.

'तीन लोक नौ खंड में, गुरु ते बड़ा न कोय ।
करता करै न करि सकै, गुरु करै सो होय ।।'

खूप कठीण आहे हे वचन. असीम श्रद्धा असेल तरच याचा अर्थ समजून येईल. आस्तिक मनुष्यसुद्धा थोडा अचंबित होईल. अरेच्चा, हे कबीर जरा अतिशयोक्तीच करत आहेत असं वाटेल. गुरूंवर श्रद्धा असणं ठीक आहे. परंतु एकदम कबीर म्हणतात, "तीन लोक नौ खंड मे, गुरू ते बडा न कोय."

हे खरंय... कारण मनुष्याच्या संपूर्ण अस्तित्वामध्ये खरोखरच गुरूंशिवाय कोणीही मोठं नाही. म्हणूनच 'गुरू' शब्दाचा उपयोग केला जातो. कारण 'गुरू'चा अर्थ आहे... यापेक्षा सत्य, शुद्ध आणि मोठं काहीही नाही.

"करता करै न करि सकै" परमात्म्यालासुद्धा जे अवघड वाटेल ते गुरूला अशक्य नाही. गुरूंना परमात्म्यापेक्षा वरचढ समजायचं काय कारण? परमात्म्याच्या बरोबरीनं समजणं ठीकच पण परमात्म्यापेक्षा श्रेष्ठ? कबीर अतिशयोक्ती तर करीत नाहीत?.... नाही, कबीर अतिशयोक्ती करीत नाहीत. ते म्हणतात की साधन हे साध्यापेक्षा श्रेष्ठ आहे. कसं? तर साधनाशिवाय तुम्ही साध्यापर्यंत पोहोचू शकत नाही. मार्ग नसेल तर ठिकाण माहीत असून काय उपयोग? म्हणजेच मार्ग असल्याशिवाय ठिकाण मिळू शकणार नसेल तर मग श्रेष्ठ कोण? मार्ग, का ठिकाण? इथे मार्ग असणं अत्यंत अपरिहार्य आहे; कारण त्याशिवाय इंचभरसुद्धा तुम्ही गतिमान होऊ शकत नाही. म्हणूनच तुमचं इच्छित ठिकाण,

तुमचं साध्य हे मार्गावरचा शेवटचा बिंदू आहे. शिडी असल्याशिवाय तुम्ही छपरावर चढू शकत नाही. म्हणजेच शिडीचं महत्त्व, तिचं श्रेष्ठत्व छपरापेक्षा निश्चितच जास्त आहे.

'करता करै न करि सकै, गुरु करै सो होय ।'

परमात्म्यालासुद्धा जे करणं अशक्य असेल ते गुरू सहजपणे करू शकतात... कसं? समजावून देतो.

मनुष्याची पहिली अवस्था म्हणजे अंध:कार, अज्ञान, भरकटलेली अवस्था! परमात्म्याची अवस्था म्हणजे परमज्ञानी, पोहोचलेला... आणि गुरूंची अवस्था कुठे? गुरूंची अवस्था मध्यावर.... अर्धी मनुष्यावस्था अर्धी परमात्मावस्था! मनुष्य आणि परमात्मा यांच्यामधला पूल.... म्हणजे गुरू!

तुम्ही कितीही टाहो फोडा, परमेश्वरभक्तीचा आकांत करा, परमात्म्यापर्यंत काहीही पोहोचत नाही. ते कानच त्याच्यापाशी नाहीत कारण तो परमअवस्थेला आहे. तुमचं दु:ख त्याच्यासमोर कितीही तळमळून मांडलंत तरीही त्याच्यापर्यंत काहीही पोहोचणार नाही. कारण तो परमशून्यावस्थेला पोहोचलेला आहे. तुम्ही कितीही आकांत करा, तो आकांत आकाशात विरून जाईल. 'तिकडून' काहीही प्रतिसाद मिळणार नाही. कारण तो अंतिम अवस्थेत आहे. त्याच्याशी तुमचा संबंध कोणत्याही प्रकारे जोडला जात नाही.... जाऊ शकतही नाही.

गुरू मध्यावर आहे. अर्धा तुमच्यासारखा, अर्धा परमात्म्यासारखा... त्यामुळे गुरूच्या जवळ दोघंही एकत्र येतात. संपर्काचं एक ठिकाण म्हणजे गुरू. जिथे तुमचा अंत होतो आणि जिथे परमात्म्याची सुरुवात होते, त्या बिंदूवर थोडा संवाद होऊ शकतो. म्हणूनच तुम्ही गुरूंजवळ काही गाऱ्हाणी मांडलीत तर गुरू समजू शकतो. कारण या अवस्थेतून त्यांचाही कधी काळी प्रवास झालाय. तुमच्यासारखाच दु:खात, चिंतेमध्ये, कष्टांमध्ये त्यांनीही काही काळ व्यतीत केला आहे. तुम्ही अजून त्या दु:खाच्या काळातच आहात. तुमचं जे वर्तमान आहे तो गुरूंचा भूतकाळ होता आणि तुमचा जो भविष्यकाळ आहे तो गुरूंचा वर्तमान आहे. गुरू अशा ठिकाणी उभे आहेत की जिथे तुम्ही आणि परमात्मा यांची भेट घडू शकते. तुम्ही काही सांगितलंत तर गुरूंच्या द्वारा ते परमात्म्यापर्यंत पोहोचू शकतं. तुमची भाषा गुरू समजू शकतात; कारण तुमचीच भाषा ते बोलतात. परमात्म्याला तुमची भाषा समजू शकत नाही... कशी समजणार?

दुसऱ्या महायुद्धाच्या काळात एक जर्मन सैनिक आणि एक इंग्लिश सैनिक गप्पा मारत होते. दोघंही आपापल्या परीनं फुशारक्या मारत होते. आम्हीच जिंकणार, तुम्ही हरणार, ही दोघांचीही दर्पोक्ती होती. इंग्लिश सैनिक म्हणाला, विजय तर आमचाच आहे. कारण आम्ही रोज प्रार्थना करतो. त्यामुळे परमात्मा आमच्या बाजूला

आहे. जर्मन सैनिक उत्तरला, त्यात काय आम्हीही रोज प्रार्थना करतो. त्यामुळे परमात्मा आमच्याबरोबर आहे. इंग्लिश सैनिक हसला आणि म्हणाला, तू वेडा आहेस का? ईश्वराला जर्मन भाषा तरी समजते का? त्याला तर फक्त इंग्रजी भाषाच समजते.

तुम्हालाही हसायला येईल; परंतु सगळ्या जातीधर्मांना असंच वाटतं. काश्मिरी पंडितांना वाटतं 'संस्कृत' ही देवभाषा... हिंदी बोलता? एकदम बेकार. संस्कृत अत्यंत शुद्ध स्वरूपातली भाषा पाहिजे. कारण परमात्मा व्याकरणाबाबतीत फार आग्रही आहे. म्हणून तर काशीचे पंडित कबीरांना मानत नाहीत. ते कबीरांच्या भाषेला हेटाळणीच्या स्वरात म्हणतात, सुधछडी म्हणजे साधूंची भाषा. माणसांची भाषा नव्हे. साधूंची भाषा.... ज्यांचा काही ठावठिकाणा नाही, काहीही बोलतात... खरं तर कबीर फारसीही बोलतात, संस्कृतचा उपयोग करतात, पाली भाषेचाही उपयोग करतात. सगळी सरमिसळ करतात. परमेश्वरालाही प्रश्न पडणार.

तुमची कोणतीही भाषा असो परमात्मा ती समजणार नाही. कारण माणसांची भाषा परमेश्वर कसा समजणार? माणसांची भाषा माणूसच समजणार.

गुरू ही अशी व्यक्ती आहे की ती माणूस असल्यामुळे माणसांची भाषा समजू शकते; शिवाय परमात्म्याजवळ असल्याने ईश्वराचीही भाषा समजू शकते. गुरूचं जीवन आणि प्राण परमात्म्यात विलीन झालेले असल्याने गुरू 'माणसाला', तसंच परमात्म्यालाही समजू शकतो. गुरूचा एक हात तुमच्या हातात तर दुसरा हात परमात्म्याच्या हातात आहे. म्हणूनच तुमचं सांगणं, तुमचं मागणं त्यांना समजतं. तेच तुमचं मागणं ईश्वरापर्यंत पोहोचवू शकतात.

म्हणूनच कबीर म्हणतात ते मलाही पटतं. त्यात काहीही अतिशयोक्तीपूर्ण नाही.

'करता करै न करि सकै, गुरु करै सो होय ।
गुरु समान दाता नहिं, जाचक सिषसमान ।
तीन लोक की संपदा, सो गुरु दीन्हा दान ।।'

गुरूसारखा दाता जगात नाही. गुरूचा अर्थच आहे जो देत राहतो तो... परंतु गुरू जे देतात ते फार सूक्ष्म आहे. तुम्ही काहीतरी क्षुद्र मागितलंत तर रिकाम्या हातानं परत यावं लागेल. काही विराट मागितलंत तर निश्चितच मिळू शकेल.

'गुरू के समान दाता नही।' गुरूंकडून दान मिळण्यासाठी शिष्यानं भिकारी होऊनच जावं लागतं. तुम्ही अहंकारानं गुरूसमोर 'आपला हक्कच आहे' या विचारानं जाल तर फार मोठी चूक कराल.

जाचक शिष्यसमान, याचक म्हणून जा... भिकारी होऊन जा... मग पाहा–

तुमचं हृदय म्हणजे केवळ एक भिक्षापात्र असायला हवं... असा शिष्य पाहिजे. परम याचक... तरच गुरूबरोबर संबंध जोडला जाईल. परम याचक. परम दाता... यांच्यामध्येच सूर जुळू शकतात. गुरू तुमच्यावर वर्षाव करणारा आणि तुम्ही पालथा घडा असाल तर मग सगळं व्यर्थच! भिक्षुक म्हणजे ज्याचा घडा सरळ आहे, काही घेण्याची क्षमता असलेला आहे, असा शिष्य!

चीनमध्ये लीहत्सु नावाचे एक ज्ञानी पुरुष होऊन गेले. लाओत्से यांच्या परंपरेतले ते होते. एक दिवस एक शिष्य आला आणि त्यांना त्यानं प्रश्न विचारला. लीहत्सु म्हणाले, 'वेळ आली की उत्तर देईन. तयारी पाहिजे तुझी. प्रश्न विचारतोयस खरा; पण उत्तर ऐकण्याची हिंमत आहे तुझ्यात? तू काय विचारतोयस आणि काय मागतोयस माहितेय का तुला? माझ्या उत्तरात तू दबून तर जाणार नाहीस?' शिष्य थोडा घाबरला. एक वर्षभर गप्प बसला. तरीही गुरू उत्तर देईनात. त्यानं नाद सोडला आणि दुसऱ्या एका ज्ञानी पुरुषाकडे गेला. त्यानं सांगितलं वर्षभर लीहत्सुंकडे मी वाट पाहिली. पण काहीही मिळालं नाही. म्हणून इथे आलोय. ते ज्ञानी पुरुष म्हणाले, 'ताबडतोब इथून निघून जा. लीहत्सु तुला काही देऊ शकले नाहीत तर मी काय देणार? मी तर त्यांच्यापेक्षा फारच गरीब माणूस आहे. तुझ्याकडे योग्य घडा नाहीये. पाहिजे तसं भरून घेण्यासाठी सुयोग्य पात्र नाहीये. लीहत्सुंकडून रिकाम्या हातानं आलास? वेडा कुठला... जा... जा इथून. नाहीतर सगळ्या लोकांना सांगत बसशील की एक वर्षभर यांच्याजवळ राहिलो; पण काही मिळालं नाही. जा... पळ जा...'

तो शिष्य पुन्हा लीहत्सुंकडे परत आला. म्हणाला, "एक-दोन ठिकाणी गेलो. पण ते सगळे म्हणाले, लीहत्सुंसारख्या महासरोवराकडूनही तहानलेला आलास तर आम्ही काय देणार? आम्ही तर साधी डबकी. तुम्हीच सांगा आता काय करू?"

लीहत्सु म्हणाले, "मी माझ्या गुरूंकडे गेलो तेव्हा पहिली तीन वर्षं तर त्यांनी माझ्याकडे पाहिलंही नाही. साधा कटाक्षही टाकला नाही. तेव्हा काही विचारण्याचा प्रश्नच नव्हता. कारण ते तर माझ्याकडे पाहतही नव्हते. इतरांशी बोलायचे पण माझ्याशी नाही. एखाद्या रिकाम्या निर्वात पोकळीत एकट्याला सोडावं तसं ते मला वागवत होते. मी समजलो... मला स्वत:ला पूर्णपणे मी रिकामं करायला हवं होतं. निर्विकार... शून्य अशी अवस्था माझी व्हायला पाहिजे होती. म्हणून ते माझी दखल घेत नव्हते.

"तू जर तिथे असतास तर पळून गेला असतास. तुझ्या अहंकाराला धक्का पोहोचला असता. मी एवढा आलोय आणि माझ्याकडे लक्षही देत नाहीत म्हणजे काय?

"तीन वर्षं मी नुसता गप्प राहिलो. विचार केला ठीकय.... तुमची मर्जी! शांत

राहिलो. तीन वर्षं अशी गेल्यानंतर एक दिवस त्यांनी 'माझ्याकडे' पाहिलं. नुसतं पाहिलं. आनंदानं अंगावर रोमांच उठले. इतका हर्षभरीत झालो. इतका, की यापूर्वी कधीच इतका आनंदित झालो नव्हतो. कारण तीन वर्षं मी इतका चूपचाप होतो; जसं काही माझं अस्तित्व नव्हतंच. इतर सर्वांशी ते बोलायचे, संवाद करायचे. पण माझ्याशी?... नाहीच. जसा काही मी त्यांच्यासमोर नव्हतोच. हे असं एक-दोन दिवस नाही तर संपूर्ण तीन वर्षं चालू होतं. मी पुरता अस्तित्वहीन झालो होतो. शून्य झालो होतो. तीन वर्षं इतका मोठा काळ! कसा काढला असेल मी? परंतु मी संपूर्ण निराळा झालो. पूर्णपणे 'भरून' गेलो. नंतर तर माझ्या लक्षातही येईना. त्यांचं माझ्याकडे लक्ष आहे का नाही, ते माझ्याकडे पाहतायत का नाही? काहीच वाटेना. त्यानंतर आणखीन तीन वर्षं गेली. पहिली खंत केव्हाच नाहीशी झाली. पहिल्या तीन वर्षांमध्ये स्वत:मधून स्वत:ला पूर्णपणे रिक्त करण्यासाठीच त्यांनी माझ्याकडे दुर्लक्ष केलेलं होतं, त्याची जाणीव झाली. आता मला द्रष्टा होणं भाग होतं. त्यांनी ज्या पद्धतीनं माझ्याकडे 'पाहिलं' तसंच मी माझ्याकडे पाहायला हवं, याची जाणीव झाली. तीन वर्षं मी स्वत:कडे पाहत होतो. स्वत:ला आजमावत होतो. पुन्हा तीन वर्षांनंतर एक दिवस त्यांनी माझ्याकडे पाहिलं आणि पहिल्यांदाच ते हसले. त्यांच्या त्या स्मितहास्यानं मी भरून पावलो. मी अर्थ समजलो. रिक्त हो... शून्य हो... आनंदित हो... असंच ते म्हणत होते. माझ्या भाग्याचा मला हेवा वाटला. मी त्या दिवसापासून खूप खुशीत राहायला लागलो. छोट्या छोट्या गोष्टींनीही प्रसन्न होऊ लागलो. लोकांना वाटलं मी वेडा झालोय. तीन वर्षांनंतर ते माझ्याजवळ आले, डोक्यावर हात ठेवला आणि म्हणाले, तुझी साधना आता पूर्ण झालीये... आता तुझ्यात आणि माझ्यात काहीही भेद राहिलेला नाही. आता तू गेलास तरी चालेल. आता इतरांना जागृत कर. जे काही तुला मिळालं आहे, ते इतरांना वाटून टाक.''

लीहत्सु पुढे म्हणाले, ''आणि तू... एक वर्षभर इथं राहिलास खरा... पण एक क्षणभरसुद्धा शांत राहिला नाहीस. सतत एकाच प्रश्नानं तुला पछाडलं होतं. तो म्हणजे आपल्याला उत्तर काय मिळेल आणि कधी मिळेल? जसं काही 'उत्तराला' सगळं महत्त्व. गुरूला नाही.''

तुमचे प्रश्न तुम्हाला महत्त्वाचे वाटतात. कारण अहंकार. उत्तर हवं असतं तेही अहंकारासाठी. परंतु तुम्ही हे विसरता की ज्याच्याकडून उत्तर हवंय त्याच्याकडे आपण संपूर्णपणे बघितलंय तरी का? ते जर बघितलं नसेल तर उत्तर कसं मिळणार? सत्संगचा हाच अर्थ आहे.

गुरूंच्या सान्निध्यात स्वस्थ बसणं, त्यांची जेव्हा इच्छा होईल आणि तुम्ही जेव्हा 'तयार' असाल, तेव्हा ते तुम्हाला सर्व काही देतील. तुम्ही भरून जाल. म्हणूनच

त्यांच्या हातात स्वत:ला संपूर्ण सोपवा.

> *'गुरु समान दाता नहिं, जाचक सिषसमान ।*
> *तीन लोक की संपदा, सो गुरु दीन्हा दान ॥*
> *गुरु कुम्हार सिष कुंभ है, गढ़-गढ़ काढ़ै खोट ।*
> *अंतर हाथ सहार दे, बाहर बाहै चोट ॥'*

खूप सुंदर वचन आहे हे. कुंभाराला काम करताना कधी पाहिलं आहे? 'गुरू कुम्हार सिष्य कुंभ है. गुरू शिष्याला तयार करतायत. एका घड्याला आकार देतायत. का देतायत? तर तो घडा भरण्यालायक व्हावा म्हणून! घडा म्हणजे पोकळपणा... रिकामेपण. घड्याचा आकार, बाहेरचं आवरण म्हणजे घडा नव्हे. त्याच्या आतली पोकळी, त्याचं रितेपण म्हणजे घडा आहे. त्याच्या आजूबाजूच्या मातीच्या भिंती.... गुरू तयार करतो. परंतु आतमधलं रितेपण तो भरून काढतो. एक शून्य निर्माण करणं चाललंय. जे जे कमी आहे, जिथे म्हणून जरूर आहे, जे तोडून बाजूला काढायला हवंय, जे नवीन घडवायला हवंय, त्याच्या बांधणीचं काम गुरू करत आहेत. अंतर साथ रूहार दे. कुंभार घडा बनवताना आतून आधार देत देत बाहेरून आघात करत आकार देतो. गुरूंचं कार्य तसंच आहे. तुम्हाला 'आतून' आधार देतात आणि बाहेरून प्रहार करतात. जे कोणी फक्त बाहेरचे प्रहार पाहतात ते पळून जातात. आतला आधार जर का तुमच्या प्रत्ययाला आला तर बाहेरचे प्रहार दु:खदायक होणार नाहीत. तुम्ही स्वत:ला भाग्यवान समजाल... कारण प्रहार आणि आधार या दोन्ही गोष्टी गरजेच्या आहेत. आतल्या आधारामुळेच घड्याची भिंत उभी राहू शकते, अन्यथा नाही. बाहेरच्या प्रहारानं ती पक्की होते. अन्यथा पहिल्या पाणी भरण्यातच ती तुटून जाणार. सगळ्या प्रकारचे प्रहार करणं भाग असतं. बाहेरून जगात मिळणाऱ्या सगळ्या प्रहारांचा उपयोग गुरू करतात... म्हणजे नंतर तुटणं होत नाही. हे सगळं कठीण आहे. कारण गुरूंनी प्रहार करायला सुरुवात केली की शिष्य पळायला लागतात. 'माझ्याकडे गुरूंनी लक्ष दिलं नाही, माझा अपमान केला, माझं स्वागत केलं नाही, अपमानास्पद वागणूक दिली, इत्यादी इत्यादी.' हे प्रहार सर्वच शिष्य सहन करू शकत नाहीत. कारण अहंकाराला धक्का!

म्हणूनच बाहेरून थापटणं जरुरी आहे. नाहीतर तुम्ही बळकट, कणखर होणार नाही. नाहीतर पहिल्या पावसातच तुम्ही फुटून जाणार. गुरूंचे दोन्ही हात काम करतात. आतून आधार देतात, का तर आधीच फुटू नये म्हणून. बाहेरून प्रहार करतात, का तर पुढे कधीही फुटू नये म्हणून.

> *गुरु कुम्हार सिष कुंभ है, गढ़-गढ़ काढ़ै खोट ।*
> *अंतर हाथ सहार दै, बाहर बाहै चोट ॥*

गुरु को सिर पर राखिये, चलिए, आज्ञा माहिं ।
कहै कबीर ता दास को, तीन लोक डर नाहिं ।।

गुरु को सिर पर राखिए, चलिए आज्ञा माहिं....

काय अर्थ आहे या ओळींचा? गुरूंना डोक्यावर बसवणं फार सोपं आहे. परंतु त्यांच्या आज्ञा मानणं फार कठीण आहे. खरं तर आज्ञा मानून चालणं म्हणजेच सिरपर रखना। आपण आपल्या सोयीनं सारं करत असतो. गुरूंच्या पायावर डोकं ठेवतो. यानं काहीच फरक पडत नाही. कारण फक्त बाहेरून मस्तक झुकवून काय उपयोग... आतून तर तुम्ही अहंकारानं भरलेलेच असता, आखडलेले असता.

एका घरी माझा एकदा मुक्काम होता. त्या घरातली गृहिणी आपल्या दंगा करणाऱ्या मुलाला ओरडत होती. फारच दंगेखोर होता तो छोटा मुलगा. शेवटी तिनं सांगितलं, जा बाहेर.... गुपचूप त्या खुर्चीवर बैस. आत्ता या क्षणी.... चल पळ... तो मुलगा जाऊन खुर्चीवर बसला. आईकडे टक लावून पाहत होता आणि नंतर म्हणाला, मी फक्त 'बाहेरून' बसलोय. 'आतून' मी उभाच आहे.

म्हणूनच वरवर मस्तक वाकवणं सोपं आहे. वरवर हसून नमस्कार करणं, मान देणं सोपं आहे. पण आतून आज्ञा मान्य करणं अवघड आहे. कारण ते आतून वाकणं आहे, आतून लीन होणं आहे.

गुरूंची आज्ञा मानणं म्हणजे स्वत:चा तर्क न लढवता ती आज्ञा मान्य करणं. कारण तुम्ही तर्क लढवला की त्यावर विचार करणार आणि नंतर मान्य करणार. याचाच अर्थ तुम्ही तुमच्या मनाची आज्ञा पाळता, गुरूंची नाही. तुमच्या बुद्धीनं तुम्हाला सांगितलेलं तुम्ही ऐकता. पण बुद्धीनं सांगितलेली एखादी गोष्ट ठीक वाटली नाही तरीही गुरूंची आज्ञा म्हणून ती माना. तेव्हाच बुद्धीचे तर्क मोडून पडतील. कारण बुद्धीचं ऐकत गेलात तर कधीही डोक्याच्या खाली उतरूच शकणार नाही. हृदयापर्यंत तुम्ही कधीही पोहोचणार नाही.

गुरू तुम्हाला काही वेळा अशा काही गोष्टी सांगतील की त्यांनाही मनातून त्या अतर्क्य वाटलेल्या असतील, मूर्खपणाच्या वाटलेल्या असतील, कोणत्याही सामान्य माणसाला न पटणाऱ्या आहेत, हे त्यांनाही मान्य असेल. कुणाला वाटेल, काय हा वेडेपणा चाललाय?

'गुरूजिएफ' आपल्या शिष्यांना अशाच तर्कहीन आणि बुद्धीला न पटणाऱ्या आज्ञा देत असत. एक मनुष्य त्यांच्याकडे आला. त्याला ना दारूचं व्यसन, ना मांसाहाराची सवय. पण त्यालाच त्यांनी सांगितलं, दारू पी आणि मांसाहार कर. ऐकल्यानंतर कुणालाही वाटेल की अशा आज्ञा देणारा वेडाच म्हटला पाहिजे. दुसऱ्या शिष्यानं विचारलं, असं का सांगितलंत? गुरूजिएफ म्हणाले, असं सांगण्यामागचं

प्रयोजन अगदी साधं सरळ आहे. हा मनुष्य दारू-मांस यांचा कट्टर विरोधक आहे. त्यामुळे खूप मोठा अहंकार मनात बाळगून आहे. मी पवित्र, मी नीतिमान, मी धार्मिक, मी शाकाहारी. हे इतके 'मी' त्यांच्यात असल्यानं ते सगळं बाहेर काढणं आवश्यक होतं.

म्हणूनच एखादा शिष्य एखादी गोष्ट हट्टानं करत नाही म्हटल्यानंतर 'गुरूजिएफ' तीच गोष्ट त्याला करायला सांगत. एकदा तरी त्यानं ती केलीच पाहिजे. नंतर मग नाही. अहंकार नष्ट करण्याचा हा साधा उपाय.

बायका त्यांच्याकडे आल्यानंतर ते सांगायचे, हे सगळे अंगावरचे दागिने काढून माझ्याजवळ द्या. एक मोठी संगीतातली प्रसिद्ध स्त्री भरपूर दागिने घालून त्यांच्याकडे आली. भरपूर श्रीमंत होती. गुरूंनी ताबडतोब सांगितलं की इथे रुमाल ठेवलाय. त्यात सगळे दागिने काढून ठेवा. त्या स्त्रीनं सांगितल्याप्रमाणे केलं. गुरूजिएफनी दागिन्यांचा रुमाल कोटात ठेवून दिला. दुसऱ्या दिवशी परत केला. त्या स्त्रीनं पाहिलं तर त्यात पहिल्यापेक्षा जास्त दागिने होते.

हे ऐकून एक दुसरी स्त्री आश्रमात आली. आपल्या असलेल्या दागिन्यांपेक्षा जास्त दागिने परत मिळतात ऐकून होती. त्यामुळे घरात असतील-नसतील तेवढे दागिने घेऊन आली आणि रुमालात बांधून गुरूजिएफना दिले.

गुरूजिएफनी तिचे दागिने कधीच परत केले नाहीत. गुरूंना धोका दिलात की असं होतं. श्रद्धेचा अर्थ आहे, तुम्ही जे सांगाल ते आम्ही मान्य करणार! काही वेळा खूप अद्भुत गोष्टी घडलेल्या आहेत.

'मारपा' एकदा आपल्या गुरूंजवळ गेला. तिब्बत इथला फकीर होता तो. अत्यंत साधा सरळ माणूस! इतका प्रामाणिक आणि निर्मळ होता की इतर शिष्यांना मत्सर वाटायला लागला. हाच बहुधा उत्तराधिकारी होणार या शंकेनं इतर शिष्य त्याला पाण्यात पाहायला लागले. तसा तो झालाही उत्तराधिकारी. तशीच त्याची पात्रता होती. शिष्यांनी त्याला छळायला सुरुवात केली. एक दिवस मारपाला सांगितलं, खोटंच, की गुरूंची आज्ञा आहे, पर्वतावरून उडी मार... मारपानं उडी मारली. शिष्यांनी डोंगराला वळसा घालून खाली उतरून पाहिलं तर हा झाडाखाली ध्यान करत बसला होता. शिष्यांना वाटलं केवळ योगायोग आहे. नाहीतर हा मरायचाच. एका घरात आग लागली. इतर शिष्य म्हणाले, गुरूंची आज्ञा आहे, घरात प्रवेश कर. मारपा सहजपणे आगीत गेला. परत आला. अंगावरच्या वस्त्राला आगीचा धक्काही लागला नव्हता. त्यानं गुरूंकडे जाऊन कधी शहानिशाही केली नाही की हे खरं आहे का खोटं आहे.

एकदा नदी ओलांडून सगळेजण जात होते. शिष्य म्हणाले, ज्याची श्रद्धा अतूट असते तो म्हणे पाण्यावरही चालू शकतो. आता मार या नदीत उडी. कारण तू तर

पाण्यावर चालू शकशील. मारपानं पाण्यावर चालायला सुरुवात केली. आता मात्र फक्त योगायोग म्हणणं कठीण होतं. शिष्य चकित झाले. गुरूंजवळ गेले आणि म्हणाले, फार मोठा चमत्कार आहे. आम्ही आत्तापर्यंत तुमच्या नावावर मारपाकडून काहीही करून घेतलं. प्रत्येक सत्त्वपरीक्षेत तो सहीसलामत सुटला. आगीत गेला, जळला नाही; पर्वतावरून उडी मारली, मेला नाही; पाण्यावरून चालला, बुडला नाही. वा, वा. खरोखर आपल्या नावाचा महिमा अपार आहे.

गुरूंना गर्व चढला. तसे खूप ज्ञानी वगैरे होते असं नाही. चारित्र्यवान होते, सरळ होते इतकंच. सगळ्या प्रकारची योगसाधना केलेली होती. तरीही 'पोहोचलेले' होते असं नाही. ते म्हणाले, जर माझ्या नुसत्या नावावर मारपा पाण्यावरून चालत गेला, तर मग मी तर काय? यात मारपाची काय महती? माझ्या नावाचा तर हा महिमा.

एक दिवस सर्वजण नावेतून चालले होते. शिष्य म्हणाले, स्वामी, आपण पाण्यावरून चाला ना. गुरू म्हणाले, त्यात काय अवघड? त्यांनी नावेतून पाय बाहेर काढला आणि बुडून गेले. खूप मुष्किलीनं शिष्यांनी त्यांना बाहेर काढलं.

यात महत्त्वाची गोष्ट लक्षात घ्या, मारपा गुरूंच्या नाममाहात्म्यामुळे पाण्यावर चालला नव्हता, तर श्रद्धेच्या शक्तीमुळे चालला होता. तुम्ही खोलवर विचार केलात तर जाणवेल की श्रद्धा हीच खरी गुरू असते. गुरू तर एक भास आहे. एक भोज्या आहे, एक खुंटी आहे. त्या कारणानं मनामध्ये श्रद्धेचा उगम होण्याचा एक मार्ग आहे. एक साधन आहे. म्हणूनच कधीकधी असंही घडलंय की गुरू आहे त्या जागीच राहिलेत. पण शिष्य वर पोहोचलेत.

म्हणूनच श्रद्धा हेच प्रमुख सूत्र आहे. 'आज्ञा' म्हणजे बुद्धीची साथ न धरता फक्त गुरूची साथ धरणे. गुरूंचं ऐकण्याची क्षमता जसजशी वाढीला लागते तसतसं त्यांच्यासमोर लीन होण्याची क्षमता वाढीला लागते. गुरू मस्तकावर धारण करण्यायोग्य होतात. जेव्हा बुद्धी काम करायला लागते तेव्हा गुरू मस्तकावरून खाली येतात. आणि श्रद्धेला धक्का पोहोचतो. म्हणूनच कबीर म्हणतात,

गुरु को सिर पर राखिये, चलिए, आज्ञा माहिं ।
कहै कबीर ता दास को, तीन लोक डर नाहिं ।।
गुरु गोविन्द दोऊ खड़े, काको लागूं पाय ।
बलिहारी गुरु आपने, गोविन्द दियो बताय ।।

या सूत्राचे दोन अर्थ होतात. गुरू आणि गोविन्द दोघंही समोर उभे ठाकलेले आहेत. कुणाचे पाय धरू... कबीर आपला अनुभव सांगतात. दोघंही समोर उभे काय करणार? अशी वेळ येणारच कधीतरी. गुरू तर गोविन्दापर्यंत जाण्याचं द्वार आहे. आज नाहीतर उद्या गोविन्द प्रकट होणारच. गुरू त्यातला मार्ग आहे. कधी ना कधी

अंतिम ठिकाण प्राप्त होणारच. पहिल्या वेळेला तर असंही घडेल की गुरूही समोर आणि गोविन्दही समोर.

कबीर म्हणतात, मोठा प्रश्नच पडला. कुणाचे पाय धरू.

दुसऱ्या वचनाचा अर्थ 'बलिहारी गुरू आपने, जिन गोविन्द दियो बताय.' मी संभ्रमात पडलो तेव्हा गुरूंनी इशारा केला, की गोविन्दचे पाय धर. का? तर इथपर्यंत तुला आणणं माझं काम होतं. त्यामुळे माझं तुझ्यासाठी असणं इथपर्यंतच. आता मंजिल आ गयी. अंतिम ठिकाण आता समोर आहे. आता माझं काही काम नाही. आता मला विसरून जा आणि गोविन्दचे पाय धर.

हा झाला एक अर्थ. दुसरा अर्थ मला जास्त मौल्यवान वाटतो. कारण यापूर्वीच पहिलं वचन या अर्थाला जास्त सुसंगत ठरतं. गुरू आणि गोविन्द दोघंही समोर आहेत. प्रश्न पडलाय कुणाचे पाय धरू? पण मी गोविन्दचे पाय न धरता गुरूचे पाय धरतो; कारण इथपर्यंत मला गुरूंनी आणलंय. त्यांनी स्वत:चं बलिदान करून मला गोविन्दापर्यंत आणलेलं आहे. शिवाय आता गोविन्दाचं स्मरण कर असा आग्रह धरलाय. म्हणून माझ्या दृष्टीनं गुरू श्रेष्ठ आहेत. माझ्या दृष्टीनं हाच अर्थ योग्य वाटतो. कारण तो शेवटच्या वचनालाही सुसंगत आहे.

'तीन लोक नौ खंड में, गुरु ते बड़ा न कोय ।
करता करै न करि सकै, गुरु करै सो होय ॥'

कबीरांनी गुरूंना परमात्म्यापेक्षाही श्रेष्ठ मानलंय. कारण या शेवटच्या प्रवासात जिथे गुरूंपासून दूर जायचंय आणि गोविन्दाची साथ स्वीकारायची आहे, तिथे गुरूंनाच वंदन करणं उचित आहे. या शेवटच्या मुक्कामात आता गुरूंपासून दूर व्हायचं आहे. हा निरोपाचा क्षण आहे. यानंतरच्या काळात गुरू असणार नाहीत. गोविन्द असणार आहे. या क्षणामध्ये मधला सेतू नष्ट होणार आहे. म्हणूनच कबीर म्हणतात ते सत्य आहे की गुरूंचं बलिदान मोठं आहे. त्यांनीच इथपर्यंत आणलंय. तेव्हा त्यांचे पाय धरणं योग्य आहे. त्यांच्याशिवाय इथपर्यंत येणं शक्य नव्हतं. यानंतरचं सूत्र याच अर्थाला योग्य आहे.

'हरि रूठै गुरु ठौर है, गुरु रूठे नहिं ठौर ॥'

ईश्वराची नाराजी झाली तरी चालेल; कारण परत फिरायला परत आसरा द्यायला गुरू आहेत; पण गुरूंची नाराजी झाली तर कोण आहे? कारण गुरूंच्याशिवाय ईश्वराजवळ आपण जाऊच शकत नाही. 'ईश्वराशिवाय' गुरूजवळ आपण जाऊ शकतो. पण 'गुरूशिवाय' आपण ईश्वराजवळ नाही जाऊ शकत.

म्हणूनच गुरूची सावली बनून राहणं म्हणजे शिष्याची संपूर्ण साधना! संपूर्ण समर्पण! गुरूजवळ स्वत:ला संपूर्ण रितं करणं! त्यानंतरच परमात्म्यापर्यंत पोहोचायची

सगळी तयारी तुमच्याकडून गुरू करून घेतात. ही तयारी म्हणजे तरी काय? गुरूला संपूर्ण समर्पण करण्याची सवय करणं म्हणजे परमात्म्याला संपूर्ण समर्पण करण्याचं एक प्रकारचं प्रशिक्षणच आहे. हे प्रशिक्षण जेव्हा पूर्ण होतं तेव्हा गुरू आणि गोविन्द हे दोघंही तुमच्या दाराशी उभे ठाकतात. तिथूनच गुरू निरोप घेतात आणि ईश्वराबरोबरची *(गोविन्द)* यात्रा सुरू होते.

असं समजा हे तीन रस्ते आहेत. एक रस्ता म्हणजे बुद्धीप्रमाणे चालणारा, अहंकाराचा रस्ता. दुसरा परमब्रह्म प्राप्तीचा. हे दोन्ही रस्ते समांतर आहेत. कधीही एकत्र येऊ शकत नाहीत. पण मध्ये एक छोटी गल्ली आहे जी या दोन रस्त्यांना जोडून घेते, ती म्हणजे गुरू? ते तुमच्या अहंकाराचं विसर्जन करतात आणि निरहंकारी ब्रह्माजवळ तुम्हाला नेऊन सोडतात.

जितके तुम्ही रिते होता, समर्पित होता तितका परमात्मा जवळ येतो. जितके स्वत:ला मिटवून घेता तितका त्याच्या प्रकट होण्याचा काळ समीप येतो.

लोक विचारतात परमात्मा कुठे आहे? उलट त्यांनी विचारायला पाहिजे मी इतका कठीण का आहे? परमात्म्याला येण्यासाठी तुमच्याजवळ जागा कुठे आहे? तुमचं अंतरंग, तुमचं घर भल्याबुऱ्या गोष्टींनी इतकं भरून गेलंय की परमात्म्यासाठी जागाच नाहीये. गुरू मात्र या कामी तुम्हाला मदत करेल? तो तुमचं काठिण्य दूर करेल. तुमचं घर रिकामं करू शकेल? तुमच्या सान्निध्यात गुरू आलेला नसेल आणि परमात्मा तुमच्यापुढे उभा ठाकला तर तुम्ही घाबरून जाल, पळून जाल. कारण त्याचं स्वरूप विराट आहे. हे विराटपण तुम्हाला घाबरवून सोडेल. तुम्हाला भोवळ येईल; परंतु तुम्ही गुरूच्या सान्निध्यात असाल तर मात्र गुरू तुमची तयारी करून घेईल. त्या विराट स्वरूपाला आनंदानं, न घाबरता स्वीकारण्याची तुमच्या मनाची तयारी गुरू निश्चित करून घेईल.

सागराला नदी मिळते, सागरामध्ये तुम्हाला नाव चालवायची आहे. तुम्ही काय करता? तुम्ही सुरुवातीला नदीमध्ये नाव चालवण्याचा सराव करता. का? तर नदीमध्ये संकटं कमी आहेत. म्हणूनच पोहायला शिकायचं असेल तर ते नदीमध्ये शिकावं कारण अडचणी कमी असतात. दोन्ही बाजूला किनारे आहेत. लोकं आहेत. तुमचं ओरडणं ऐकून धावायला कुणीतरी आहे.

गुरू म्हणजे नदीचा प्रवाह... गंगा! यामध्ये तुम्ही पोहायला शिका. हळूहळू ही गंगा तुम्हाला सागरापर्यंत नेईल. मग इतर किनारे सुटून जातील. तिथे तुम्ही संपूर्ण एकटे असणार आहात. त्या एकटेपणापूर्वी गुरूंची साथ आवश्यक आहे. गुरू भेटण्यापूर्वी तुम्ही गर्दीमध्ये होता. गर्दी म्हणजे अनंत, अनेकता... गुरू म्हणजे द्वैत- दोन. ब्रह्म म्हणजे एक- अद्वैत. म्हणूनच अनंत अशा गर्दीतून तुम्ही द्वैतासाठी *(गुरू)* तयार होणं आवश्यक आहे. त्यानंतरच तुम्ही अद्वैताकडे *(ब्रह्म)* जाण्यासाठी 'तयार' व्हाल.

कबीर बरोबरच म्हणतात,

गुरु गोविन्द दोऊ खड़े, काको लागूं पाय ।
बलिहारी गुरु आपने, गोविन्द दियो बताय ॥
हरि रूठै गुरु ठौर है, गुरु रूठे नहिं ठौर ॥

■

सूत्र

काहे के ताना काहे की भरनी, कौन तार से बिनी चदरिया ।
इंगला पिंगला ताना भरनी, सुषमन तार से बिनी चदरिया ॥
आठ कंवल दस चरखा डोले, पांच तत्तगुन तिनी चदरिया ।
सांई को सीयत मास दस लागै, ठोक ठोक के बिनी चदरिया ।
सोई चादर सुर नर मुनि ओढ़ी, ओढ़ी के मैली किनी चदरिया ।
दास कबीर जतन से ओढ़ी, ज्यों की त्यों धरि दीनी चदरिया ॥

प्रवचन पाचवे

झीनी झीनी बिनी चदरिया

कबीर हे एक साधे विणकर. त्यामुळे त्यांच्या दोह्यांमध्ये, कवनांमध्येसुद्धा त्या विणकरांमधली साधी साधी प्रतिकं त्यांनी वापरलेली आहेत. साध्या साध्या उपमा वापरल्या आहेत. अर्थात या साध्या प्रतिकांमधून त्यांनी जे असाधारण विचार मांडलेत ते मोठमोठ्या वेदपुराणांमध्ये नाहीत, उपनिषदांमध्ये नाहीत, महावीर, बुद्धांमध्येही नाहीत.

साधी गोष्ट आहे जीवनातल्या रोजच्या व्यवहारातली प्रतीकं ही चटकन त्यातलं सत्य प्रकट करू शकतात. माणसाच्या मनापर्यंत सहजतेनं पोहोचतात. त्यामुळे कोणताही मोठ्यातला मोठा विचारसुद्धा सामान्य माणसापर्यंत पोहोचवायला त्रास पडत नाही. कारण जीवनापासून दूर असलेल्या उपमा, सत्याची अभिव्यक्ती करण्यासाठी तितक्या प्रभावी ठरत नाहीत. कबीर स्वत: एक साधारण जीवन जगत होते. एक लक्षात ठेवा, जगामध्ये कोणाचंही जीवन असाधारण नसतं. साधारणमध्येच असाधारणता लपलेली असते. जो माणूस मुद्दामहून असाधारण होण्याचा प्रयत्न करतो, तो साधारणही राहत नाही आणि असाधारणही बनत नाही. लपलेलं असाधारणत्व आपोआप बाहेर येण्यासाठी अवसर मिळत नाही. अहंकार हा नेहमी असाधारणाच्या शोधार्थ असतो. तो खूप काहीतरी करायला जातो. परंतु जीवन तर साध्या साध्या गोष्टींनी बनलेलं आहे. उठणं, बसणं, खाणं, पिणं, झोपणं, जागणं... या साध्या गोष्टींनी आपलं आयुष्य चालत असतं आणि मग एखादा माणूस असाधारण बनण्याचा प्रयत्न करायला लागला की साध्या साध्या गोष्टींतला आनंद तो घेऊ शकत नाही आणि जीवनापासून वंचित व्हायला लागतो. जी माणसं या साध्या गोष्टींसह जगत असतात, त्यात जागृत होत असतात. पूर्ण 'जागं' राहून प्रत्येक क्षण जगत असतात, तीच माणसं पुढे कधीतरी असाधारण बनण्याची शक्यता असते. 'जतन' या शब्दाचा हाच अर्थ आहे.

'जतन!' अत्यंत साध्या गोष्टीही मनापासून, पूर्णपणे जागृतीनं करणे. अतिसाधारण गोष्टींनाही आंतरिक चेतनेची जोड देऊन व्यवहार करणे. म्हणूनच अतिक्षुद्र माणूसही पूर्ण चेतनेसह, जागा राहून व्यवहार करत असेल तर तो महान होण्याच्या मार्गावर निश्चितच जातो. परंतु एखादी महान व्यक्ती बेहोषीत आयुष्य जगत असेल, अंतरंगात जागृती नसेल, तर ती व्यक्ती एकदम क्षुद्र होऊन जाते. मग मंदिरात गेलात तरी परमात्मा मिळणार नाही. कारण तिथे तुम्ही बेहोषीतच जाणार. तिथे तुम्हाला दिसणार ते तुमच्या 'नजरेनं' टिपलेलं तुमच्याच वासनेचं प्रतिबिंब.

अरेरे! तुम्ही जागृत असता तर मंदिरात जायची आवश्यकता तरी काय? जागे असता तर कळलं असतं की आपलं हृदय हेच मंदिर आहे आणि आपल्यापाशीच परमात्मा आहे. काशी, काबाच्या यात्रा अज्ञानी मंडळीच करतात. ज्ञानी मनुष्याच्या दृष्टीनं तो जिथे असतो तिथं त्याची काशी, तोच त्याचा काबा. कारण सर्व ठिकाणी

तोच परमात्मा आहे. विश्वव्यापी! ब्रह्माचं अस्तित्व एका ठिकाणी कमी, एखाद्या ठिकाणी जास्त असं नसतंच. कुठे तो सघन, कुठे तो विरळ, कुठे आहे, कुठे नाही असं नसतं. तो सर्व ठिकाणी एकसारखा आहे.

बुद्ध म्हणतात, सागराचं पाणी कुठूनही चाखून पाहा ते खारटच लागणार. मग ते या किनाऱ्यावरचं असो वा त्या किनाऱ्यावरचं असो. मध्यभागी असो किंवा लाटांमधलं असो. सगळ्या ठिकाणी त्या पाण्याचा स्वाद एकच असतो. तो म्हणजे खारट! ब्रह्मदेवालाही जाणा... सगळ्या ठिकाणी अस्तित्व एकच.

मंदिर-मशिदी या अज्ञानी माणसांनी निर्माण केलेल्या गोष्टी आहेत. म्हणून स्वतःच्या आवडीप्रमाणे ते तयार करतात. त्यांचं प्रतिबिंब त्यांच्या या निर्मितीत असतं. तुमचा परमात्मा तुमच्यापेक्षा मोठा कधीच होत नसतो. कारण तो तुमचाच अंश आहे. तुम्ही परमात्म्याइतके मोठे होत नाही तोपर्यंत तो तुमच्याएवढा होत नाही. तुम्हाला मोठं व्हायचं असेल तर तुम्ही छोटेच राहणार; कारण मोठं होण्याची अभिलाषा ही छोट्या मनाचीच मागणी असते. छोट्या अवकाशातच तुम्ही समाधानी असाल तर अवचित कधीतरी जाणीव होईल की अरेच्चा छोटं काही नाहीच. सगळंच विराट आहे.

'क्षुद्रता'! ही खरं अस्तित्वातच नाही. तुमच्या नजरेनं घातलेली ती सीमारेषा आहे. खिडकी उघडल्यानंतर बाहेरचा प्रकाश आपण पाहतो. परंतु तो खिडकीच्या चौकटीपुरता मर्यादित असतो. त्यातून जेवढं आकाश दिसेल तेवढंच आकाश आहे असं वाटतं. मी जर कधी बाहेरच पडलो नाही, बाहेरचं विशाल आकाश पाहिलंच नाही, सदोदित खिडकीतूनच आकाश पाहिलं, तर काय होणार? उघडच आहे की त्या चौकटीपुरतंच आकाश आहे असं वाटणार ना?... पण तेवढंच आकाश नाहीये. खिडकीच्या चौकटीनं ते सीमित केलेलं आहे. आकाशाला कोणतीही सीमा नाही. तुमचे डोळे, कान, हात... हेही सगळेच खिडकीसारखेच मर्यादित आवाका असलेले आहेत.

इंद्रिय म्हणजे छोट्या खिडक्या आहेत आणि या लहान खिडक्यांमधून आपण ब्रह्म पाहतो. म्हणूनच ब्रह्म आपल्याला छोटं वाटतं. इंद्रियांना वगळून पाहा... सगळं चराचर विराट असल्याचा साक्षात्कार होतो. क्षुद्र ते भव्य होऊन जातं. सगळ्या सीमा संपून जातात. खरं पाहता सीमा नसतातच... आपल्या छोट्या आवाक्यानुसार आपण त्या निर्माण केलेल्या असतात. सीमा काल्पनिक असतात. म्हणूनच कोणत्याही कामाला छोटं समजू नका.

कबीरांचा हाच संदेश आहे. कारण या लहान गोष्टींमध्ये 'विराट' लपलेलं असतं. लहान समजून जिथे तुम्ही पाठ फिरवता तिथेच 'विराट' अस्तित्वात असतं, हे तुम्हाला जाणवत नाही आणि मग तुम्ही कायमच विराटाला पाठ दाखवत जगता.

महानता शोधायला बाहेर पडता. काय आहे ही महानता? राष्ट्राची सेवा महान आहे? का समर्पण महान आहे? का हुतात्मा होणं महान आहे? ध्यानात घ्या शहीद होणं एका क्षणात जमू शकतं. एका क्षणात आत्महत्या करणं सोपं आहे. हुतात्मा होणं सोपं आहे. कारण एका क्षणात गोळी लागून काम होतं. अस्सल हुतात्मा कोणते? तर जे जीवनाच्या विस्तीर्ण आणि लांबच लांब रस्त्यावर पूर्णपणे जागृतावस्थेत जगत राहतात, संपूर्ण आयुष्यभर सूळ खांद्यावर वागवत जगत राहतात, अतिशय लहान गोष्टींत विराट अशा विश्वाला पाहणारे, ते हुतात्मा! त्यांच्या सततच्या शोधाला कधीही वर्तमानपत्रात प्रसिद्धी मिळत नाही, किंवा कुणी त्यांच्यावर फुलं उधळत नाहीत, माळा घालत नाहीत. ते शांतपणे झोपताना, खाता-पिता, काम करताना 'जागं' राहण्याचा उद्योग करतात. यांचे सन्मान कोण करतं? कुणीच नाही. लोक म्हणतात... ''वेडे आहेत झालं! तुम्ही खाता-पिताना जागं राहणार. तुम्हालाच लखलाभ. आम्हाला काय त्याचं? जे सुळावर प्रत्यक्ष जातात, जे प्रत्यक्ष हुतात्मा होतात, त्यांच्याशी आमचं देणं-घेणं... क्षुद्र लोकांचं आम्हाला सांगू नका... परंतु मंडळी विसरतात की क्षुद्रामध्ये विराट लपलेलं असतं. जसा एखाद्या लहान बीजामध्ये मोठा वृक्ष असतो. एक इवलंसं बीज– जमिनीत पेरलंत... की मोठा वृक्ष होणार. हे इवलंसं बीज म्हणजे ध्यानाचं बीज!

जे काही कराल ते मन:पूर्वक करा, ध्यानपूर्वक करा. परंतु आम्हा मंडळींची मनोवृत्ती मोठी मजेशीर असते. एखाद्या कामाचा कंटाळा आला की लगेच दुसरीकडे लक्ष जातं. संसाराचा वीट आला की धार्मिक बनायचं. पण हे विसरता की संसार जसा बेहोषीत करता, तशीच बेहोषी धार्मिकतेमध्येही ठेवाना. ही मोठी अडचण आहे. कृती फक्त बदलते, वृत्ती बदलत नसते. पहिल्यांदा दुकानात बसून पैसा पैसा पैसा हा जप करत होतात. आता मंदिरात बसून राम राम राम असा जप करता. पैसा पैसा म्हणतानाही तुम्ही बेहोषीतच होता आणि राम राम म्हणतानाही तुम्ही बेहोषीतच असता. तेव्हाही दुकान चालवत होता आणि आत्ताही दुकान चालवता. पैसा ही तुमची बेहोषी होती. तसंच 'रामनाम' हीसुद्धा तुमची बेहोषीच आहे. आता तुम्ही चालवत असलेलं दुकान आहे मंदिरातलं! सगळ्या देवळांना, देवस्थानांना तुम्ही दुकानाचं स्वरूप दिलेलं आहे. देवळांची तुम्ही दुकानं केलेली आहेत. तुम्ही जिथे कुठे जाल तिथे तुम्ही फक्त स्वत:चेच राहणार आहात. तुमच्यात कोणतंही परिवर्तन होऊ शकत नाही.

फक्त परिस्थिती बदलल्यामुळे कोणी बदलत नसतो. मनोदशा बदलली तरच मनुष्यात बदल घडू शकतो. म्हणूनच परिस्थिती बदलायची नाही, आपण बदलायचं. मन:स्थिती बदलायची, यालाच परिवर्तन म्हणतात. हेच ते रूपांतरण! म्हणून कबीर आयुष्यभर विणकरच राहिले. परंतु आतून बदलले. आतून जागृत झाले. म्हणूनच

या सूत्रात अत्यंत मौल्यवान विचार त्यांनी सांगितलाय. एका एका शब्दाकडे मन:पूर्वक लक्ष द्या.

झीनी झीनी बिनी चदरिया ।

तुम्ही कधी सूत कातलं असेल किंवा विणकरांना कधी मागावर धागे विणताना पाहिलं असेल तर तुमच्या लक्षात आलं असेल, की जितका बारीक धागा काढायचा असेल, जितका तलम धागा काढायचा असेल, तितकं सावधचित्त ठेवावं लागतं. संपूर्ण लक्ष एकवटून अगदी बारकाईनं धागा काढावा लागतो. तरच तो अगदी बारीक निघू शकतो. जरासं जरी लक्ष इकडे-तिकडे झालं तर संपलंच. बेहोषीत हे काम होणं शक्यच नाही. जाड सूत काढताना थोडं इकडे-तिकडे लक्ष गेलं तरी चालू शकतं. पण बारीक सूत काढण्यासाठी मात्र सावधचित्तच आवश्यक आहे. कबीर म्हणतात, झीनी झीनी बीनी चदरिया।

एवढी मोठी चादर विणलीय त्या अर्थी ती पूर्ण सावधपणे विणली असणार. जराही विचलित न होता ती विणली असणार, हे तात्पर्य. जितकं बारीक सूत तितकी सतर्कता आवश्यक. मोठ्या जाड्याभरड्या कामात बेहोषी चालू शकते. पण नाजूक कामामध्ये एकतानता पाहिजेच. म्हणूनच नाजूक कामाला 'कला' म्हणतात. कारण 'कला'काराला मन सजग ठेवावं लागतं. अन्यथा एखादी चूकही काम बिघडवू शकते.

तेव्हा यावरून एक गोष्ट लक्षात घ्या, जीवन जगताना जितकी जागृकता ठेवाल तेवढा त्यातला सूक्ष्म आनंद तुम्ही घेऊ शकता आणि जितका सूक्ष्म अनुभव तुम्हाला मिळेल तितके तुम्ही जास्त जागृत व्हाल. म्हणजेच सूक्ष्म अनुभव आणि जागृकता या दोन्ही गोष्टी एकमेकांवर अवलंबून आहेत.

रस्त्यातून तुम्ही चालला आहात, एखादा दारुडा मनुष्यही चालला आहे. दारुड्या माणसाचे पाय अडखळत, दिशा चुकत, कसेबसे पडत आहेत. त्यालाही घरी पोहोचायचं आहे आणि तो पोहोचतोही! आता एखाद्या ज्ञानी, प्रबुद्ध मनुष्याला चालताना पाहा... सगळ्यांना घरीच जायचंय. परंतु दारुडा मनुष्य पूर्णपणे बेहोषीत चालतो आहे. ज्ञानी माणूस संपूर्णपणे जागृतावस्थेत चालतो आहे आणि तुम्ही या दोघांच्या कुठेतरी मध्ये आहात. मधूनच जागृती आणि मधूनच बेहोषी!

तुम्ही स्वत:चं निरीक्षण केलंत तर लक्षात येईल की जसजसं तुम्ही जागृत होत असता, तसतसं तुमचं आचरण शिस्तबद्ध, कौशल्यपूर्ण होत जातं. कृष्णानं गीतेत सांगितलंय, योगी आपलं कर्म करण्यात कुशल असतात. तीच ही कुशलता. कारण योग्याला खूपच नाजूक सूत काढून चादर विणायची असते. एक एक पाऊल सावधानतेनं टाकत, एक एक श्वास लक्षपूर्वक घेणं भाग असतं. खरोखर आयुष्य फार नाजूक असतं. म्हणून बहुमूल्य असतं. ते दारुड्या माणसाप्रमाणे चालवता येत

नाही. कबीर म्हणतात, एखादी गर्भवती स्त्री ज्याप्रमाणे सांभाळून चालते, तसं आयुष्य सांभाळून जगावं लागतं. खूप जपून गर्भवती स्त्री चालत असते. तुम्ही कल्पना करून पाहा की परमात्मा तुमच्या गर्भात आहे. किती सांभाळून चालाल.... एखादं पाऊल चुकीचं पडलं तर गर्भपातच. जसजसं ठिकाण जवळ यायला लागतं तसतसं जास्त सावध व्हावं लागतं. आपल्या निश्चित ठिकाणापासून जोपर्यंत दूर असतो तोपर्यंत इकडे-तिकडे थोडंसं भटकलं तरी चालू शकतं. परंतु ध्येयाच्या जवळ जातो तसतशी सावधानता जास्त बाळगावी लागते.

सुफी संत म्हणतात, सांसारिक माणसांना कसली भीती? सांसारिक माणसांजवळ हरपण्यासारखं आहेच काय मुळी? आमच्याजवळ मात्र आहे ते! सांसारिक मनुष्य कसा का चालेना, हातातून काही निसटण्याची भीतीच नाही. आमच्याजवळ मात्र खूप मूल्यवान गोष्ट आहे. खूप महत्प्रयासानं मिळवलेली! शेवटच्या ठिकाणावर पोहोचेपर्यंत... खूप जपून चालावं लागेल. अन्यथा मिळवलेली गोष्ट निसटून जाण्याची शक्यता फार. जितक्या उंचीवर तुम्ही जाता तितकंच खोल पडण्याची भीतीही वाढतेच.

म्हणूनच 'जतन' शब्द फार महत्त्वाचा. जो मनुष्य संसाराच्या क्षुल्लक दरीतच आहे त्याला भीती कसलीच नाही. परंतु ज्यानं शिखर पार केलंय त्यालाच खाली पडण्याची भीती. अर्थातच ही भीती नेहमीची भीती असते तशी नाही. ही भीती सावध चित्ताची आहे. माझं लक्ष जरा विचलित झालं तर माझ्याजवळ जे मौल्यवान आहे ते कदाचित निसटून जाईल.

जपानमध्ये एक फकीर होऊन गेले– 'बोकोजू'! टोकियोमध्येच होते. साधारण तीनशे वर्षांपूर्वीची ही गोष्ट आहे. देशाचा सम्राट बऱ्याच वेळा रात्री वेषांतर करून राज्यात काय चाललंय हे पाहण्यासाठी हिंडत असे. सगळं नगर शांत झोपेत असायचं. एक फकीर मात्र एका झाडाखाली कायम जागा राहत असे. सतत डोळे सताड उघडे ठेवून हा आपला जागा! बसलेला असला तरी डोळे उघडे, उभा असला तरी डोळे उघडे. इकडे-तिकडे हिंडत, कधी खाली बसत, कधी उभा राहत डोळे सताड उघडे ठेवून संपूर्ण रात्र रात्र हा तसाच राहायचा. सम्राट निरीक्षण करीत होता. अनेक महिने सम्राट पाहत होता. त्याला मनातली उत्सुकता स्वस्थ बसू देईना. एक दिवस न राहवून त्यानं त्या फकीराला विचारलं, "खरं म्हणजे हा प्रश्न तुम्हाला विचारण्याचा मला अधिकार नाहीये. परंतु कुतूहलापोटी मी विचारतोय. रात्र अन् रात्र का जागे राहता तुम्ही? कधीही डोळे मिटलेले मी तुम्हाला पाहिलं नाही."

फकीरानं उत्तर दिलं, "माझ्याजवळ फार मोठी संपदा आहे. तिचं रक्षण करण्यासाठी मी जागत राहतो." सम्राटाला आश्चर्यच वाटलं. कुठल्या संपत्तीची हा गोष्ट करतोय? सम्राटानं विचारलं, "कोणत्या संपत्तीची गोष्ट तू करतो आहेस? ही तुटकी-फुटकी

भांडी, तुझं भिक्षापात्र, या चिंध्या... याला तू संपत्ती म्हणतोयस?... तुझं डोकं ठिकाणावर आहे ना? या गोष्टी कोण चोरणार?''

फकीरानं उत्तर दिलं, ''तू ज्या संपत्तीबद्दल बोलतोयस त्याविषयी मला बोलायचं नाही. मी ज्या संपत्तीविषयी बोलतोय ती तुला समजणार नाही. तुला ही तुटकीफुटकी भांडी आणि घाणेरडी वस्त्रंच दिसणार. मी निराळ्याच संपत्तीविषयी बोलतोय. त्या संपत्तीचं रक्षण करण्याविषयी मी बोलतोय.''

सम्राट म्हणाला, ''माझ्याजवळ तर केवढी संपत्ती आहे. पण तरीही मी झोपू शकतो.''

फकीरानं उत्तर दिलं, ''तुझ्याजवळची संपत्ती नष्ट झाली तर फारसं बिघडणार नाही. म्हणूनच तू शांतपणे झोपू शकतोस; परंतु माझ्याजवळची संपत्ती जर का गेली तर बरंच काही जाईल आणि आता तर मी जवळजवळ ठिकाणावर पोहोचायच्या बेतात आहे. अगदी हातात आलेली गोष्ट आहे. एखादी चूक जरी झाली, तरी माहीत नाही. पुन्हा किती जन्म घ्यावे लागतील ते!''

कबीर याच संपत्तीविषयी बोलतात. या संपत्तीसाठी फार सावधपणे, जपून जागावं लागतं, रात्र जागून काढावी लागते, दिवसा पूर्णपणे सावध राहून काम करावं लागतं. 'साधू' या शब्दाचा अर्थ आहे, खूप जपून जो जीवन जगतो आहे, जागृत राहून जीवन जगतो आहे, लक्षपूर्वक जीवन जगतो आहे...

या लक्षपूर्वक जगण्यामध्येच पुढे तुमच्या लक्षात येईल, ''झीनी झीनी बिनी चदरिया.''

या जीवनाची चादर फार नाजूक आहे. हा नाजुकपणा पाहता येणं ही खरी परीक्षा आहे. त्याची बनावट, अतिसूक्ष्म धाग्यांचं ते बारीक काम, जेव्हा पाहता येण्याची पात्रता अंगात येईल तेव्हाच तुमच्या संपत्तीत वाढ होईल. जिथे दगड-धोंडे होते तिथेच हिरे नजरेला पडतील.

जीवनाच्या या चादरीकडे सूक्ष्म नजरेनं पाहायला कशी सुरुवात करणार?... कुठूनही कशीही सुरुवात करा– कबीर म्हणतात,

काहे के ताना काहे की भरनी, कौन तार से बिनी चदरिया ।

जीवनाच्या या चादरीपेक्षा जगामध्ये काहीही सूक्ष्म नाही. समोर दिसणाऱ्या तुमच्या शरीराच्या आड आणखी काहीतरी दृष्टीस न पडणारी गोष्ट निश्चित आहे, तुमच्या रोमारोमात तुम्ही स्पर्श करू शकाल अशी एक गोष्ट आहे. ती लपलेली आहे– तिला स्पर्श करायचा उपाय जवळ नाही. तुमच्या डोळ्यांच्या आत एक अदृश्य दर्शक बसलेला आहे. तुम्ही हात लांब करून एखाद्या वस्तूला स्पर्श करता तेव्हा तो स्पर्श फक्त तुमचा हातच करत नसून तो अदृश्य दर्शकही करत असतो.

तो तुमच्या हातात सापडण्याचा मात्र काहीही उपाय नाही. स्थूलरूपात दिसत असलेलं हे तुमचं शरीरही आतून अतीव सूक्ष्म आहे, न दिसणारं आहे. स्थूल आणि सूक्ष्माचे उभे-आडवे धागे विणलेले आहेत. फार नाजूक चादर आहे ही. तुमच्या दृष्टीला जे स्थूल रूपातलं शरीर दिसतंय ते तुम्हाला वाटतंय तितकं स्थूल नाहीये. जितका स्वतःत प्रवेश कराल तितकं समजून येईल की हे शरीरही अतीव सूक्ष्म आहे.

योगी मंडळी म्हणतात या शरीरात कोटी अन् कोटी नाड्या आहेत. आता तर विज्ञानही या गोष्टीशी सहमत आहे. नुसत्या मेंदूतच सात कोटी स्नायू-तंतू आहेत. किती छोटा मेंदू... साधारण दीड किलो वजन असेल फारतर... तेसुद्धा आईनस्टाईन-सारख्या माणसाच्या मेंदूचंच असेल.... आता या दीड किलो वजनात सात कोटी स्नायू-तंतू... म्हणजे किती सूक्ष्मता? यापेक्षा सूक्ष्म जगात काहीच नसेल. नुसत्या डोळ्यांनी आपण पाहूच शकत नाही. हे सात कोटी तंतू एकत्र केले तर फार तर एका केसाएवढी जाडी होईल. किती सूक्ष्म? म्हणूनच मेंदूची सर्जरी करणं फार उशिरा विकसित झालं. कारण एखादी गोष्ट कापताना दुसऱ्याला धक्का लागणं अपरिहार्यच. एखादं आधुनिक यंत्र मेंदूत घुसवणं किती कठीण? कारण इतर तंतूंना धक्का लागणार. म्हणून अत्यंत सूक्ष्म यंत्र बनवणं भाग होतं. यासाठीच मेंदूच्या ऑपरेशनला खूप विलंब लागतो आणि तसं पाहता अजूनही मेंदूचा संपूर्ण शोध पूर्ण झालेला नाहीच. वैज्ञानिकांना अजूनही सगळी कोडी उलगडली गेली नाहीतच.

या सात कोटी तंतूंमध्ये तुमच्यातली चेतना लपलेली आहे. तुमच्यातलं चैतन्य तिथं आहे. हे जाळं अतिसूक्ष्म आहे आणि त्यातली चेतना आणखीन सूक्ष्म आहे. हे जाळं साध्या डोळ्यांना दिसत नाही आणि चेतना तर दिसतच नाही. कितीही बारकाईनं पाहा... नाहीच दिसणार. या सात कोटी तंतूंपैकी प्रत्येक तंतू एक एक कोटी सूचना गोळा करतात. एक तंतू एक कोटी सूचना आपल्याजवळ ठेवू शकतो.

म्हणूनच यातले तज्ज्ञ म्हणतात की अवघ्या जगातल्या सगळ्या ग्रंथालयातलं ज्ञान मेंदूमध्ये सामावू शकतं. एका मेंदूत एवढं सगळं निश्चितपणे साठवलं जातं. आपण मंडळी दोन टक्क्यांपेक्षा जास्त उपयोग करत नाही. अतिशय महान, प्रतिभावंत मनुष्य जास्तीतजास्त पंधरा टक्के उपयोग करतो. बाकीचे टक्के असेच वाया जातात. जर समजा, शंभर टक्के उपयोग माणसानं केला तर केवढं आश्चर्य निर्माण होईल, याचा आपण विचारही करू शकत नाही. एवढी महाप्रचंड बुद्धिमत्ता असलेला मनुष्य जन्म घेईल? त्याच्यासमोर आईनस्टाईन वगैरे मंडळीसुद्धा लुकलुकते तारे म्हणून दिसतील. महासूर्यासारखा हा मनुष्य असेल नाही का?

हा मेंदूच फक्त इतका सूक्ष्म नाहीये. आपलं सगळं शरीरच मुळी सूक्ष्म धाग्यांनी बनलेलं आहे. योगी मंडळींनी अतोनात परिश्रम घेऊन शरीराची ही सूक्ष्मता शोधण्याचा

प्रयत्न केलाय. त्यांचे परिश्रम फार कठीण आहेत. कारण वैज्ञानिकांसारखी कोणतीच यंत्रसामग्री योग्यांजवळ नाही. वैज्ञानिकांजवळ निरनिराळ्या सुविधा असतात, प्रयोगशाळा असतात, परीक्षांसाठी मोठमोठ्या यंत्रणा कार्य करत असतात. योग्यांजवळ यांपैकी काहीच नाही. यांनी शरीराची चिरफाड करून काही सिद्ध केलेलं नसतं. त्यांचं निरीक्षण फार निराळं असतं. त्यांनी 'आतमध्ये' डोकावलेलं असतं आणि निरीक्षण केलेलं असतं. 'आतून' जागृत झालेल्या या व्यक्ती आहेत. बाहेरचा कोणताही उपाय त्यांच्याजवळ नाही.

या शरीररूपी घराकडे पाहण्याच्या दोन पद्धती आहेत. एकतर रस्त्यावर उभं राहून घराकडे पाहणं आणि दुसरं म्हणजे घरात राहून घराकडे पाहणं. वैज्ञानिक बाहेरून, रस्त्यावरून बघणाऱ्यांच्या नजरेतून पाहतात. ते घराच्या आतमध्ये राहणारे नाहीत. तसं तर बाहेर उभं राहणारे म्हणतातच की केवढं प्रचंड सूक्ष्म काम आहे हे! मग विचार करा जे आतमध्ये जागृत होऊन पाहतात त्यांना ही सूक्ष्मता किती दिसत असेल. हे सात कोटी तंतू 'आतमध्ये' नजर टाकून पाहिलेत तर कबीर म्हणतात ते समजू शकेल. 'झीनी झीनी बिनी चदरिया...।'

ढाक्याची मलमलसुद्धा इतकी नाजूक नाही. तुम्ही मस्तकात ज्या प्रकारची मलमल घेऊन जगत आहात ती मलमल कोणताही कारागीर विणू शकणार नाही. कारण ही कारागिरी फार महान कलाकाराची कारागिरी आहे.

कबीर म्हणतात, परमेश्वरालाही ही एक चादर विणण्यासाठी *(एक मनुष्य)* पूर्ण नऊ महिने लागतात. खूप बारीक कारागिरी करायची असते.

झीनी झीनी बिनी चदरिया॥
काहे के ताना काहे की भरनी, कौन तार से बिनी चदरिया ॥

कबीर आश्चर्यचकित झाले आहेत. 'आतली' रोषणाई, आतला प्रकाश पाहून ते चकित झाले आहेत. या प्रकाशात शरीराची ही नाजूक कलाकुसर स्पष्ट दिसते आहे. विणकामातले उभे-आडवे धागे स्पष्ट दिसतायत. कोणत्या धाग्यांनी ही शरीराची चादर विणलीय? खरोखर आश्चर्य आहे.

कोणताही योगी अंतरंगात जागृत झालेला असतो. तो आश्चर्यचकित होतो, अवाक् होतो.

हा जो बाहेर संसार दिसतो ना? तो काहीच नाही. पण आतमधला, तुमच्या आत असलेला संसार हा वेगळा आहे. तो तर तुम्ही पाहिलेलाच नाही. कारण तो पाहण्यासाठी अंतरंगात स्थिर दृष्टी असायला हवी. अंतरंगात जागलेलं असायला हवं. आतमध्ये चेतनेची ज्योत पेटेल, तेव्हाच त्या प्रकाशात 'आतलं' घर दिसू शकेल.

खरोखर कबीरांइतका चपखल शब्दप्रयोग कोणत्याही महापुरुषानं अजून केलेला नाही.

झीनी झीनी बिनी रे चदरिया ।
इंगला पिंगला ताना भरनी, सुषमन तार से बिनी चदरिया ॥

हे योगी मंडळींचे पारिभाषिक शब्द आहेत. पाठीच्या कण्यातल्या मज्जारज्जूला सुषुम्ना समजलं जातं. पाठीचा कणा हे बाह्य आवरण आहे. आवरणाच्या मध्यातून एक अतिसूक्ष्म ज्योतीधारा, अतिसूक्ष्म ऊर्जा विद्युतप्रवाहाप्रमाणे प्रवाहित होत असते. तुमच्या शरीराचा, मेंदूचा तोच मुख्य आणि महत्त्वाचा आधार आहे. सात कोटी सूक्ष्म तंतू असलेला तुमचा मेंदू हा त्या सुषुम्नेचा एक शेवटचा किनारा आहे. पाठीच्या कण्याचा एक भाग. वैज्ञानिक म्हणतात हा मज्जारज्जूच विकसित होऊन मेंदू बनलेला आहे. म्हणूनच मेंदू हा मज्जारज्जूचाच एक भाग आहे.

एक गोष्ट समजून घ्या. आपल्या आयुष्याची विभागणी दोन किनाऱ्यांसह आहे. शरीरातसुद्धा दोन सीमा आहेत. एक किनारा मेंदूचा, तर दुसरा जननेंद्रियांचा. म्हणूनच योगी मंडळींनीही दोन किनारे मानलेले आहेत. एक आहे जननेंद्रिय (सेक्स सेंटर), ज्याला ते मूलाधार मानतात आणि दुसरा किनारा ते म्हणतात सहस्रार! ज्याची आपल्याला माहिती नाही. मज्जारज्जूची *(पाठीच्या कण्याची)* दोन टोकं. एक टोक कामवासना. दुसरं टोक परमात्मा वासना. एका बाजूला काम, दुसऱ्या बाजूला राम. या दोघांच्यामध्ये प्रवाहित असलेला ऊर्जास्रोत म्हणजे सुषुम्ना! पाठीचा कणा त्याचं बाहेरचं आवरण आहे. जसं एका बीजामध्ये संपूर्ण वृक्ष लपलेला असतो, तसंच पाठीच्या कण्याच्या या बाह्य आवरणात ही सुषुम्ना लपलेली आहे. जसजसं तुम्ही जागृत व्हाल तसतशी ही ऊर्जा वरच्या बाजूला *(मस्तकाकडे)* प्रवाहित होते.

निद्रा... याचा अर्थ फक्त कामवासनेतच तुमचं जीवन व्यापलेलं आहे. यामुळे जीवनाचं एकच दार तुम्हाला ज्ञात होणार आहे. महालाबाहेरच्या जिन्यावरच सर्व जीवन तुम्ही व्यतीत करणार. तुम्ही समजता हेच आपलं घर आहे. काही मंडळी तर जिन्याखालच्या पोर्चमध्येच आयुष्य घालवतात. जिन्यावरसुद्धा जाण्याचे प्रयत्न करत नाहीत. दारावर टक टक पण करत नाहीत. जागृत होण्यासाठी दोन उपाय असतात. एक उपाय पतंजलीशास्त्राचा. पाठीच्या कण्यात असलेला ऊर्जास्रोत... ज्याला कुंडलिनी म्हणतात... त्या ऊर्जास्रोताला वरच्या बाजूला, मस्तकाच्या दिशेनं प्रेरणा देणं. त्यासाठी शीर्षासनाचा उपयोग केला जातो. शीर्षासनामध्ये अत्यंत सहजगत्या ही ऊर्जा मस्तकाच्या दिशेनं उतरायला सुरुवात होते. हे आसन यासाठी महत्त्वाचं आहे, की या माध्यमातून 'चेतने'वर भार पडून ऊर्जा योग्य दिशेनं प्रवाहित होते. म्हणूनच 'ब्रह्मचर्य' महत्त्वाचं मानलं गेलंय. कारण ऊर्जा खाली जास्तीतजास्त

प्रवाहित झाली तर ओघानंच ती मस्तकाकडे जाण्यासाठी शिल्लकच राहणार नाही. एक द्वार बंद केल्यानंतर साहजिकच ऊर्जा वरच्या बाजूला प्रवाहित होणार. नदीवर बांध घातले की महाप्रचंड ऊर्जा विद्युतशक्तीच्या रूपात जमा होते. अगदी तसाच अर्थ 'ब्रह्मचर्याबाबत' आहे. हा बांध म्हणजे ब्रह्मचर्य. एका बाजूनं आपण द्वार बंद करून ऊर्जा एकत्रित करतो. आता ही एकत्रित ऊर्जा वाहण्यासाठी मार्ग पाहिजे. हा मार्ग म्हणजे शीर्षासन! ब्रह्मचर्य आणि शीर्षासन हे दोन उपाय ऊर्जा मस्तकाकडे नेण्याचे उत्तम उपाय. अर्थात हे दोन्ही उपाय शारीरिक आहेत. हठयोगी आणि पातंजली यांनी जागृतीसाठी हेच उपाय सांगितलेले आहेत. जसजशी ऊर्जा मस्तकाकडे जाईल तसतसे तुम्ही जागे व्हाल.

दुसरा उपाय कबीर, बुद्धांचा! तुम्ही जसजसे जागृतीच्या मार्गावर पुढे जाल तसतशी ऊर्जा मस्तकाकडे प्रवाहित व्हायला लागेल. संपूर्णपणे 'जागे' राहून सर्व क्रिया कराल, उदा. उठणं, बसणं, झोपणं, खाणं; तर एक वेळ अशी येईल की शरीर जरी निद्राधीन झालं तरी तुमचं 'जागं' राहणं चालू राहील. झोपेतसुद्धा तुम्ही जागृत असाल.

म्हणूनच श्रीकृष्ण म्हणतात, ''सर्व जग जरी झोपलेलं असलं तरी योगी जागलेला असतो.'' याचा अर्थ असा नाही डोळे उघडे ठेवून तो जागत राहतो, तोही झोपतो. पण झोपेत असूनही 'जागा' असतो. त्याच्या अंतरंगातला साक्षीभाव जागा असतो.

साक्षीभाव जसजसा वाढत राहील, तसतशी ऊर्जा मस्तकाकडे जाण्याचा मार्ग सोपा होईल. ऊर्जेला वर खेचणं ही अतिशय कठीण गोष्ट आहे. अतिशय दीर्घ साधना आवश्यक आहे. शरीराला प्रचंड प्रमाणात प्रशिक्षण पाहिजे. खूप लांबवरची यात्रा आहे ही. एका जन्मात पुरी होणारी नाहीये. बैलगाडीनं लांबवरचा प्रवास करण्यासारखं आहे. म्हणूनच 'हठयोग' हा प्रकार काही काळानंतर मागे पडला. त्याची जागा राजयोगानं घेतली. राजयोग हा चेतनेच्या बाबतीत सरळपणे परिणाम करणारा योग आहे. चेतना तात्काळ गतिमान होण्याला राजयोग सहजपणे कारणीभूत ठरतो. कारण यामध्ये कोणतीही शारीरसाधना नाही. फक्त 'जागं' राहण्याची साधना आहे. फक्त होश पाहिजे. हठयोगामध्ये तुमचं शरीर निरोगी असणं आवश्यक असतं. कारण त्यात आपण शरीराला कष्ट देत असतो आणि आत्ताच्या आधुनिक युगात प्रदूषणाच्या काळात शरीर संपूर्णपणे निरोगी राहणं केवळ अशक्य आहे.

मोठमोठ्या शहरातून हवा इतकी विषारी झालीये की वैज्ञानिकांना आश्चर्य वाटतं माणूस जिवंत कसा राहिलाय; परंतु मनुष्यप्राणी जुळवून घेत असतो. जगण्याचं प्रमाण कमी कमी होतं; परंतु मरत नाही. आरोग्यस्तर खालावत जातो आणि मानव तसाच जगत राहतो. बेहोषीत आयुष्य जगतो; पण मरत नाही. चहूबाजूंनी हवा

विषारी झाली आहे. हठयोग्यांना कल्पनाही नव्हती की काही काळानंतर रस्त्यावर मोटारी धावणार आहेत, रेल्वे चालणार आहेत. पेट्रोलचा भरमसाठ वापर होणार आहे. काही दिवसांनी अशी वेळ येणार आहे की श्रीमंत लोक हातात ऑक्सिजन मास्क घेऊन फिरतील. कारण गरिबांना परवडणारच नाही.

अन्न विषारी झालंय. कृत्रिम खतं घालून आपण स्वत:लाच रोगी करतोय. सगळ्या जगात अणूचे प्रयोग चालले आहेत. जगातली कोणतीच गोष्ट आता शुद्ध नाही आणि असूही शकत नाही. या सर्व परिस्थितीत हठयोग कसा करता येणार? कारण चिवट, निरोगी शरीर कसं काय राहणार? हठयोग हा संपूर्णपणे प्राकृतिक दुनियेतला भाग आहे. कारण तेव्हा आयुर्मान लांबलचक असे. कितीही लांब यात्रा असली तरी चालायचं. नैसर्गिक तऱ्हेनं *(स्थूलतेनं)* चालायचं, तर बैलगाडीचा प्रवास... सूक्ष्म तऱ्हेनं चालायचं तसं दुसरं वाहन म्हणूनच काही काळानंतर राजयोगानं हळूहळू हठयोगाची पूर्णांशानं जागा घेतली.

बुद्ध, कबीर, नानक, दादू सगळे राजयोगी आहेत. या सर्वांनीच हठयोगाला विरोध केलेला आहे. कबीर म्हणतात, जितके जागृत व्हाल तितकी ऊर्जा वरच्या बाजूला प्रवाहित होईल आणि प्रवाहाचा जो मार्ग आहे, तो म्हणजे सुषुम्ना. सुषुम्ना हा मधला मार्ग आहे. त्याच्या दोन्ही बाजूला दोन नाड्या आहेत. इंगला आणि पिंगला! या दोन नाड्या शरीरातच आहेत आणि त्यातूनही ऊर्जा वाहत असते. तुमच्या कदाचित लक्षात आलं नसेल, किंबहुना शरीरशास्त्रज्ञांनीही आत्तापर्यंत या गोष्टीकडे लक्ष दिलेलं नाही. सध्या काही वैज्ञानिक या बाबतीत विचार करताना दिसतायत.

तुम्ही ज्या वेळी श्वासोच्छ्वास करता त्या वेळी तो काही काळ डाव्या नाकपुडीतून होत असतो आणि काही वेळा उजव्या नाकपुडीतून होत असतो. दोन्ही वेळेला शरीराची अवस्था निराळी असते. योगी मंडळींनी श्वासोच्छ्वासाच्या या दोन द्वारांना इंगला आणि पिंगला या दोन नाड्यांशी जोडलेलं आहे. डाव्या नाकपुडीतून श्वास घेताना ही जीवनऊर्जा एका वेगळ्या मार्गानं वाहत असते, तर उजव्या नाकपुडीतून श्वास घेताना ती वेगळ्या मार्गावरून वाहते. योगी मंडळींनी याला निरनिराळी नावं दिलेली आहेत. कुणी याला सूर्यनाडी आणि चंद्रनाडी म्हणतात. कारण एका नाकपुडीतून श्वास घेतला की संपूर्ण शरीरात उष्णता निर्माण होते. ती सूर्यनाडी आणि एका नाकपुडीतून श्वास घेतला की शांत वाटतं, शीतल वाटतं ती चंद्रनाडी. उजवी नाकपुडी सूर्यनाडी आहे आणि डावी नाकपुडी चंद्रनाडी आहे. कधी डोकं दुखलं तर लक्षात ठेवा उजवी नाकपुडी बंद करून डाव्या नाकपुडीतून श्वास घ्यायचा. शांत वाटतं आणि डोकं दुखायचं थांबतं; कारण डावी नाकपुडी चंद्राची आहे.

एखादे वेळी तुम्हाला थकवा जाणवत असेल, सुस्त वाटत असेल, तर डावी

नाकपुडी बंद करून उजवीनं श्वास घेऊन पाहा... तरतरीत वाटेल. कारण उजवी नाकपुडी सूर्यनाडी आहे. उष्णतेची, ऊर्जेची!

काहीतरी यात रहस्य आहे खास. काही वैज्ञानिकांनी या बाबतीत आता विचार करायला सुरुवात केलीये. ज्या व्यक्ती सकाळी उठल्यानंतर उजव्या नाकपुडीनं श्वासोच्छ्वास करत असतात, त्या व्यक्ती दिवसभर उत्साही असतात. कारण उजवी नाकपुडी सूर्यनाडी आहे. याउलट, ज्या व्यक्ती सकाळी डाव्या नाकपुडीनं श्वासोच्छवास करतात, त्या दिवसभर आळशी असतात. रात्री जागतात आणि दिवसभर सुस्त पडतात.

प्रत्येक व्यक्तीनं स्वत:च्या प्रकृतीचं निरीक्षण केलं पाहिजे. नाहीतर अनेक अडचणी निर्माण होऊ शकतात.

आता वैज्ञानिक काही शोधानंतर एका निष्कर्षापर्यंत आले आहेत. प्रत्येक व्यक्तीच्या शरीराचं तापमान चोवीस तासांमधल्या कुठल्यातरी दोन तास कमी असतं. हे दोन्ही तास 'खास' झोपेचे तास असतात. या दोन तासांमध्ये जो मनुष्य झोपतो, किंबहुना झोपू शकतो, तो दिवसभर ताजातवाना राहू शकतो. या दोन तासांत जो जागा राहतो तो दिवसभर अस्वस्थ असतो. अर्थात हे दोन तास सगळ्यांचे सारखे नसतात. तसे ते असते तर फार बरं झालं असतं. प्रत्येकानं स्वत:च्या शरीराच्या तापमानाचं निरीक्षण केलं तर ते दोन तास कोणते ते समजू शकेल. त्या दोन तासांत जी झोप घेतली जाते ती इतकी पुरेशी असते की आठ तास झोप काढायची गरजही नसते. ते दोन तास चुकवलेत तर मात्र अगदी बारा तास झोपलात तरी काहीही उपयोग होणार नाही.

शास्त्रज्ञांच्या म्हणण्यानुसार पुरुषांच्या बाबतीत जे दोन तास असतात त्याच्यानंतर स्त्रियांचे दोन तास असतात. आधी नाही.

सध्या शरीरशास्त्रावरचा एक ग्रंथ मी वाचतोय. अनेक नवीन शोधांचा त्यात उल्लेख आहे. केवळ अंगठ्याचे ठसेच, प्रत्येक व्यक्तीचे भिन्न असतात असे नाही तर प्रत्येक व्यक्तीचं मूत्रपिंड, हृदय इत्यादी अवयवसुद्धा दुसऱ्यांपेक्षा भिन्न असतं. शरीरातला कण न् कण प्रत्येकाचा निराळा आहे. प्रत्येक व्यक्ती ही एक अपूर्व निर्मिती आहे. परमेश्वरानं ही चादर फक्त नाजूक धाग्यांनीच बनवलेली नाहीये, तर ती प्रत्येकाची निराळीही बनवलीय.

परमात्म्याची सृजनता अपरंपार आहे. तो कधीच एकनिर्मिती, पुन्हा तशीच दुसरी करत नाही. तो कधीही तुमची दुसरी नक्कल बनवत नाही. म्हणूनच तुम्ही भाग्यवान आहात. ही भाग्याची गोष्ट जर तुम्हाला कळत असेल तर तुमच्या जीवनात शांती आणि आनंद असणारच. या ईश्वरानं तुमच्यासारखा दुसरा कोणी बनवलेला नाही; पुन्हा कधी बनवणार पण नाही. तेव्हा या अपूर्व अशा निर्मितीचा तुम्ही आदर करा.

तुम्हीसुद्धा कुणाची नक्कल करण्याच्या कधीही भानगडीत पडू नका. बुद्धासारखं बनायचं, रामासारखं बनायचं, कृष्णासारखं बनायचं. ही नक्कल करण्याची चूक कदापिही करू नका. कारण तुम्ही तुमचेच राहण्यासाठी परमात्मा आग्रही आहे. शुद्धस्वरूपात तुम्ही स्वत:चे राहा. तुम्ही रामासारखं बनायला जाल तर ते नकली होईल.

काहे के ताना काहे की भरनी, कौन तार से बिनी चदरिया ।
इंगला पिंगला ताना भरनी, सुषमन तार से बिनी चदरिया ।।

रशियात एक 'किरिलियान' नावाचा फोटोग्राफर होता. त्यानं एक नवीनच गोष्ट शोधून काढली. नवीन फोटोग्राफी! या शतकातला महत्त्वपूर्ण शोध! त्यानं इतक्या सूक्ष्म फिल्म्स तयार केल्या की अत्यंत सूक्ष्मातिसूक्ष्म गोष्टींचा फोटो घेणं शक्य झालंय. इंगला-पिंगला-सुषम्ना या नाड्यांची स्थिती आता लक्षात येईल. कारण हे एनर्जीफिल्ड आहे. ही एखादी वस्तू नाहीये, तर हे विद्युत क्षेत्र आहे.

किरिलियानचा शोध अत्यंत अकस्मात असा लागला. एकदा फोटो काढताना चुकून त्याचा हात कॅमेऱ्यासमोर आला आणि हाताचा फोटो निघाला. फोटो बघितल्यावर तो आश्चर्यचकित झाला. फोटोमध्ये तीन बोटं व्यवस्थित होती. अंगठाही ठीक होता. पण एक बोट जरा रोगग्रस्त वाटत होतं. तसं तर इतर बोटंही जराशी तशीच रोगग्रस्त वाटत होती. सहा महिन्यानंतर त्या बोटांना खरोखरच रोगानं ग्रासलं. त्यानंतर त्यानं त्याचा परत फोटो काढला. दोन्ही फोटो शेजारी ठेवले. लक्षात आलं दोन्ही फोटोंमध्ये साम्य आहे. त्यानं खोलवर विचार केला. हा रोग दृश्यस्वरूपात दिसण्याअगोदर पूर्वीच तो शरीरामध्ये असावा. शरीराच्या विद्युतक्षेत्रात तो असावा. कारण सहा महिन्यांआधीचं चित्र फोटोमध्ये आलं होतं. सहा महिन्यांनंतर रोग झाला. त्यानंतर त्यानं प्रयोग सुरू केले. अतिसूक्ष्म, संवेदनशील फिल्म्सचा उपयोग करून त्यानं कळ्यांचे आणि फुलांचे फोटो काढले. त्या फिल्मनं त्यानं कळ्यांचे फोटो काढले तर फोटोत फुललेली फुलं आली. हे फूल खरं पाहता चार दिवसांनी उमलणार... पण त्याची विद्युत ऊर्जा आधीच कार्यरत होती. त्यामुळेच *(या ऊर्जेमुळेच)* पाकळ्या उमलतात. ही ऊर्जा आपल्याला दिसत नाही. आपल्याला फक्त फूल दिसतं. नंतर त्यानं दोन्ही फोटो परत शेजारी ठेवले. दोन्ही फोटो सारखेच. पहिल्यांदा विद्युत ऊर्जा कार्यरत होऊन फूल बनतं आणि चार दिवसांनंतर ते उमललेलं आपल्याला दिसतं.

गेली तीस वर्षे किरिलियान यावर संशोधन करतोय. त्यानं सिद्ध केलंय की आपल्या शरीराच्या आत आणखीन एक सखोल असं शरीर आहे. हे शरीर विद्युत ऊर्जेचं आहे. जर समजा या विद्युत ऊर्जेच्या शरीराचे फोटो आपण घेऊ शकलो तर

एखादं स्थित्यंतर दृश्य शरीरापर्यंत येण्यापूर्वीच आपण अंतर्गत शरीरात पाहू शकू.

ज्या दिवशी ही घटना परिपूर्ण विज्ञान म्हणून मान्य होईल तेव्हा याचे अनंत उपयोग होतील. सहा महिने अगोदरच एखादा रोग आधी समजला तर कुणी आजारीच पडणार नाही. किरिलियानच्या म्हणण्यानुसार रंगांमध्येही फरक असतो.

माणूस जेव्हा पूर्णपणे निरोगी असतो तेव्हा त्याच्या शरीराच्या आसपास चार इंचापर्यंत एका विशिष्ट रंगाचं आभामंडल असतं. आजारी असेल तर निराळा रंग, प्रसन्न असेल, आनंदी असेल तर निराळा रंग, दु:खी असेल तर निराळा रंग. तुमचं स्थूल स्वरूपातलं शरीर हे केवळ एक सावलीस्वरूप आहे. खरं शरीर तर आतमध्ये दडलेलं आहे. त्या दडलेल्या शरीरालाच 'इंगला-पिंगला ताना भरनी, सुषमन तारसे बिनी चदरिया' असं म्हटलेलं आहे.

'आठ कंवल दस चरखा डोले, पांच तत्त गुन तिनी चदरिया ।'

या आतल्या ऊर्जाक्षेत्रात आठ चक्र आहेत. इंद्रियांची दहा दारं आहेत. 'दस चरखा डोले।' पाच तत्त्व आणि पाच महातत्त्व अशी ती रचना आहे. 'आठ कंवल' कबीर याला कमळ म्हणतात. ज्याला आपण चक्र म्हणतो त्याला ते कमळ म्हणतात. हे एक प्रतीक आहे. पाण्यातल्या भोवऱ्याचं स्वरूप कमळाशी मिळतंजुळतं दिसतं. जसं काही कमळ फिरत आहे.

अज्ञानी माणसाच्या बाबतीत हे कमळ उलटं असतं. दांडा वरती आणि फूल खाली झुकलेलं, मलूल! ऊर्जा जसजशी वरती वरती यायला लागते, तसतसा हा दांडा सरळ व्हायला लागतो आणि कमळ पूर्ववत् होतं. विष्णू, बुद्ध यांना आपण कमळावर उभं केलेलं आहे. पूर्ण उमललेलं कमळ! त्यावर ते उभे! हे कमळ विद्युत ऊर्जेचं प्रतीक आहे. त्यांचं कमळ पूर्णपणे विकसित आहे. परमसत्य त्यांनी प्राप्त करून घेतलेलं आहे. आपलं कमळ खाली झुकलेलं आहे. आमच्यातली ऊर्जा खालच्या बाजूनं वाहतेय. तुम्ही कल्पना करा की मुसळधार पाऊस पडतोय तर हा पाऊस कमळावर पडला तर कमळ त्याच्या जोरानं खाली वाकणार. नाही का?

तुमच्या आयुष्यातली कामवासना या पावसाचं काम करत असते. प्रचंड प्रमाणात ती बरसते आहे. त्यामुळे सगळी ऊर्जा खालती प्रवाहित होतेय. सगळी कमळं खाली वाकलेली, मलूल झालेली आहेत. ज्या वेळी ही ऊर्जा वरच्या बाजूला प्रवाहित व्हायला सुरुवात होईल *(वेदांनी याला 'उर्ध्वरेतस' म्हटलंय)* म्हणजे तुम्ही जेव्हा 'उर्ध्वरेतस' व्हाल, तेव्हा कमळ पूर्ववत् पूर्ण उमललेलं *(वरती फूल खाली दांडा)* असं प्रकट होईल. अंतिम कमळ, कबीरांनी उल्लेख केलेलं, त्याला ते सहस्त्रार म्हणतात.

ही गणती प्रत्येकाची निरनिराळी आहे. कुणी सात म्हणतं, कुणी आठ म्हणतं,

कोणी अकरा म्हणतात. कमळं असंख्य आहेत. तुमच्यावर अवलंबून आहे की तुम्ही कुठे थांबू शकता! तुमच्यातल्या ऊर्जेच्या रोमारोमात कमळ आहे. प्रत्येक माणसाच्या प्रवासातले पडाव निरनिराळे आहेत. एखादा शंभर मैल यात्रेत दहा मैलांवर थांबेल, एखादा वीस मैलांवर थांबेल. म्हणजे एकाचे पडाव दहा झाले. एकाचे पाच झाले.

बुद्ध म्हणतात सहा कमळं! त्यांनी सहा मुक्काम ठरवले असावेत. या अनंत यात्रेमध्ये ते सहा ठिकाणी थांबले असावेत. कबीर म्हणतात 'आठ कंवल।'

काही मंडळींनी 'कमळ' या प्रतीकाचा विचारच केला नाही. उदा. महावीर. मुक्काम केलाच नाही. जेट जम्प! पहिल्या केंद्रापासून अंतिम केंद्रापर्यंत एकच भली मोठी उडी मारली असावी. ही गोष्टही शक्य आहे. निश्चितच शक्य आहे. महावीरांसारख्या माणसाला तर शक्य आहेच. म्हणून तर आपण त्यांना महावीर म्हणतो. ऊर्जा जितकी भक्कम तितकी उडी मोठी. मध्ये मुक्काम नाहीच. त्यांनी मधल्या चक्रांचा विचारच केला नाही. याचा अर्थ असा नाही की या चक्रातून त्यांचा प्रवास झाला नसेल. तुमची गाडी मधल्या अनेक स्टेशनवर थांबो न थांबो; पण त्या स्टेशन्सवरून ती प्रवास तर करतेच. एखादा मनुष्य एका स्टेशनवरून थेट शेवटच्या स्टेशनसाठी गाडी पकडतो. काही माणसं पॅसेंजर पसंत करतात. प्रत्येक ठिकाणी थांबायचं!

'आठ कंवल दस चरखा डोले' दहा दारं इंद्रियांची! पाच कर्मेंद्रिये आणि पाच ज्ञानेंद्रिये. या इंद्रियांचा हा चरखा आहे. विणकरांचं प्रतीक! पाच तत्त्व आणि तीन गुण... रजस, तमस, सत्त्व! या सर्वांची मिळून ही शरीररूपी चादर विणलेली आहे.

'साईं को सीयत मास दस लागे, ठोक ठोक कर बिनी चदरिया ।'

एक एक चादर विणायला ईश्वराला दहा महिने लागतात.

'सोई चादर सुर नर मुनि ओढ़ी, ओढ़ी के मैली किनी चदरिया ।
दास कबीर जतन से ओढ़ी, ज्यों की त्यों धरि दीनी चदरिया ।।'

परमात्म्यालाही ही चादर विणायला दहा महिने लागतात. कारण निर्माण केली जाणारी गोष्ट फार मौल्यवान आहे. तुमची निर्मिती करण्यासाठी परमात्मा दहा महिने कष्ट घेतो; आणि तुम्ही स्वत:ला काहीच किंमत देत नाही. स्वत:चं मूल्य तुम्हाला कधीच समजत नाही. क्षुल्लक पैशांमध्ये स्वत:ला विकायला काढता. आयुष्यभर तुमच्या लक्षातच येत नाही की केवढी संपत्ती आहे आपल्यामध्ये? तुम्ही त्याचा कधीही योग्य उपयोग करीत नाही; स्वत:ला बरबाद करून टाकता.

'सोई चादर सुर नर मुनि ओढ़ी ।'...

कबीरांनी इथं अत्यंत सूक्ष्म दृष्टीनं विचार मांडलेत. तीन प्रतीकं त्यांनी घेतली. सूर– स्वर्गात वास्तव्य करणारे, नर– मनुष्य आणि मुनी– त्यागी व्यक्ती... या

सगळ्यांची चादर घेतली; परंतु ‘ओढी के मैली किनी चदरिया’ तिघांनी तिला मळवून टाकली. घाण केली. कशी? लक्षपूर्वक अर्थ घ्या. सूर म्हणजे स्वर्गात राहणारे देवता! भोगाचं शुद्ध प्रतीक. फक्त भोग घेणारे. स्वर्ग म्हणजे भोगस्थळ. तिथे आम्ही कल्पवृक्ष लावलेत. त्याखाली बसलं की मनातल्या इच्छा लगोलग पूर्ण होतात. इच्छा आणि पूर्तीमध्ये कोणतंही कर्म नाही. म्हणूनच स्वर्ग म्हणजे कर्म करण्याची जागा नव्हे. हीच इच्छा पृथ्वीवरच्या सर्वांची असते. ‘इच्छा होईल तेव्हा त्याक्षणी सर्व काही मिळो.’ परंतु पृथ्वीवर तत्क्षणी काही घडत नसतं. खूप वेळ लागतो इच्छा पूर्ण व्हायला.

एखादं घर बांधायचं म्हटलं तरी, आयुष्यभर तडफड केल्यानंतरच कधीतरी ते पूर्ण होतं. एखादी इच्छा पूर्ण होण्यासाठी पैसा मिळवायला बघता तर तो अशा वेळी हातात येतो की त्या इच्छा कधीच संपून गेलेल्या असतात. वेळ निघून गेलेली असते. म्हणून आपली अंतिम कल्पना ‘भोग’ ही असते. स्वर्गात वासना आणि त्यांची पूर्ती यामध्ये क्षणही वाया जात नाही. इथे इच्छा झाली की ती लगेच तिथेच पूर्ण होणार. म्हणूनच गरीब आणि श्रीमंत यांच्यात फरक आहे.

तरीही कबीर म्हणतात देवतांनी, देवांनीही ही चादर मळवून टाकली आहे. भोगानं चादर मळली जाते. कारण ‘भोगी’ याचा अर्थच मुळी असा आहे, की स्वत:च्या वासनांच्यात दंग राहणारा! भूक लागली की स्वत: भूक आहे असं वाटणं, वासना निर्माण झाली की स्वत:लाच वासना समजणं, राग आला तर स्वत: राग आहोत असं वाटणं.

भोगीचा अर्थ आहे... वासना आणि स्वत:चं अस्तित्व यात काहीच अंतर नसणं. म्हणूनच स्वर्गातून देवदेवतांचं पतन होतंच... म्हणजेच स्वर्ग म्हणजे कुठली अंतिम अवस्था नाही. भारतीय अध्यात्मानं एक अंतिम अवस्था शोधलेली आहे. ती म्हणजे मोक्ष! मोक्षाचा विचार अन्यत्र कुठेही नाही. स्वर्ग आहे, नरक आहे, पृथ्वी आहे. पण मोक्ष नाही. मोक्ष ही संपूर्ण भारतीय धारणा आहे. विज्ञानानं जशी पाश्चात्त्य देशात प्रगती केली तशी प्रगती अध्यात्मानं भारतात केली आहे. स्वर्गाला आपण अंतिम अवस्था नाही मानत. कारण तिथूनही पतन होऊ शकतं. किती काळ भोगत राहणार? किती काळ पाहिजे त्या क्षणी मिळवण्यात आनंद उपभोगाल? वासनेत किती काळ घालवू शकाल? सर्व गोष्टींना अंत हा असतोच.

म्हणूनच पुराणातल्या कथेप्रमाणे देवता स्वर्गातून पृथ्वीवर येण्यासाठी अतिशय उत्सुक असतात. कारण पृथ्वीवर सगळ्या गोष्टी पूर्ण होण्यासाठी वाट पाहावी लागते. इंतजार...! आणि त्यात खरी मजा.

म्हणूनच कवी म्हणतात, इंतजारी मे मजा है खास! एकदम मीलनात काही मजा नाही. वाट पाहण्यात, प्रतीक्षा करण्यात, आशा करण्यात खरी मजा आहे. देवदेवतांना

सगळे काही भोग भोगायला मिळतात. त्यात ते पूर्णपणे मग्न होतात. म्हणून देवता म्हणजे जागृतीचं नाव नाहीये. म्हणूनच इंद्राइतका गाढ निद्रेत असलेला माणूस इतरत्र कुठे नाही. मदिरा, रंगढंग, अप्सरा यांमध्ये हरवून गेलेला प्राणी आहे हा. सतत त्रासामध्ये! पुराणकथांमध्ये सतत याच्या सिंहासनाला हादरे बसतात. कुणी मुनी तप करायला बसले की लागलं याचं सिंहासन हलायला.

या सगळ्या कथांमध्ये निराळं मूल्य आहे. त्यागी आणि भोगी हे दोघंही एकाच प्रवाहाचे दोन किनारे आहेत. तराजूच्या दोन तागड्या आहेत. जिकडे जास्त वजन ती तागडी हलणार. खाली जाणार. कुणी मुनी जास्त त्याग करायला लागले की इंद्र घाबरून जातो. तराजू डोलायला लागतो. कारण दोघंही एकाच गोष्टीनं बांधले गेलेत. मुनींनी जास्त त्याग केला की ते स्वर्गात येणार, भोगाचे अधिकार प्राप्त करणार. इंद्र बनणार म्हणून इंद्राला सगळी भीती.

म्हणूनच कथेला अर्थ आहे. कुठलीही कथा व्यर्थ नसते. भोगी मनुष्य कायम त्यागी माणसाला घाबरत असतो आणि त्यागी मनुष्य काय करतो? तपश्चर्या करून, त्याग करून सारखे गोंधळ माजवतो; कारण स्वर्गाची दारं उघडावी म्हणून! भोग भोगायला मिळावे म्हणून!

म्हणूनच त्यागी आणि भोगी यांच्यात फरक नाही. एकाला सगळं मिळालंय, दुसऱ्याला 'ते मिळावं' म्हणून आटापिटा चाललाय. म्हणूनच त्यागीसुद्धा भोगाची स्वप्नं पाहतोच. इथे सगळ्या स्त्रियांचा विचार सोडलाय आणि स्वर्गातल्या अप्सरांची स्वप्नं पाहणं चाललंय. इथे उपास चाललेत आणि मनात स्वप्नं आहेत, स्वर्गातल्या सुग्रास अन्नाची, चिरतारुण्याची!

स्वर्गामध्ये रोगराई नाही. वय वाढत नाही, स्वर्गात कोणी वैद्य असतो ऐकलंय तुम्ही? इथे बुद्ध असले तरी वैद्याची गरज पडते. स्वर्गामध्ये कोणताही रोग नाही. फक्त भोग आणि भोगच. फक्त सुखाची ऊब!

म्हणूनच श्रीमंत मनुष्य उबून जात असतो. गरीब माणसाचं तसं होत नाही. श्रीमंत मनुष्याच्या जीवनात मिळवायचं काही उरलेलं नसतं. वाट पाहणं संपलेलं असतं. एकदम गती थांबलेली असते. आता अडचण निर्माण होते. काय करायचं? आता तडफड सुरू होते.

कबीर म्हणतात, देव असो, मनुष्य असो, मुनी असो, सगळेजण ही चादर मळवून टाकतात. देवता भोगांनी मळवतात, मुनी त्यागानं मळवतात. खूप क्रांतिकारक विचार आहेत हे.

कबीर म्हणतात, बेहोषपणानं केलेला त्याग भोगासारखाच आहे. भोगी आणि त्यागी यांच्यातला मूलभूत विचार एकच आहे. भोगी धनासाठी वेडे झाले आहेत. त्यागी धनाचा त्याग करण्यासाठी वेडे झाले आहेत. दोघांच्या विचारांचा विषय

एकच आहे, धन! भोगी म्हणतो मी दहा कोटींचा मालक आहे, त्यागी म्हणतो मी दहा कोटींचा त्याग केला आहे. भोगी म्हणतो सोनं म्हणजे सर्व काही आहे, त्यागी म्हणतो सोनं म्हणजे माती. दोघांचा विषय एकच– सोने.

महाराष्ट्रात एक फकीर होते. रांका त्यांचं नाव. लाकडं फोडून विकत असत. गुजराण त्याच्यावरच.... खूप त्यागी पुरुष होते. एका वर्षी पाऊस खूप पडला. लाकडं ओली राहिली. तीन दिवस उपाशी राहावं लागलं. तीन दिवसांनंतर पाऊस थांबला. पती-पत्नी... पत्नीचं नाव बांका, तर दोघंजण जंगलातून येत होते. लाकडं ओलीच होती. निराश होऊन, थकून-भागून परतत होते. येताना दिसलं की रस्त्याच्या कडेला सुवर्णमोहरांनी भरलेली एक पिशवी पडलेली होती. रांका तर महान त्यागी. त्यांनी पिशवी उघडली. त्यात मोहरा. विचार केला की हे तर मातीसमान. चला.... त्यांनी मोहरा खड्ड्यात लोटल्या आणि त्यावर माती घातली. मागून पत्नी आली अन् म्हणाली, हे काय करताय? मातीवरच माती टाकायला लाज नाही वाटत? सोनं ही मातीच आहे तर त्यावर परत माती कशाला टाकायची? राहू दे की तसंच रस्त्यावर.

हे असं आहे एकंदरीत. सोना म्हणजे मिट्टी असं म्हणणं म्हणजेच सोनं आणि मातीत फरक करणं आहे.

त्यागी, भोगी, दोघंही एकाच ठिकाणी बांधलेले आहेत. दिशा वेगवेगळ्या; परंतु नजर एकाच गोष्टीवरच.... दोघांची बेहोषी सारखीच आहे. तुम्ही डाव्या कुशीवर झोपाल तो उजव्या कुशीवर झोपेल. झोपेमध्ये काहीच फरक पडणार नाही.

कबीर म्हणतात त्यागी, भोगी दोघंही या चादरीची वाट लावतात.

अमेरिकेमध्ये एक छोटं घड्याळ बनवलंय. डायलवर निक्सन यांचा फोटो आहे. प्रत्येक सेकंदाला निक्सन यांची नजर बदलणारी आहे. प्रत्येक सेकंदाला डोळा उघडझाप करतो. गंमत आहे. परंतु वस्तू चांगली आहे. असंच प्रत्येक माणसाचं आहे. प्रत्येक मनुष्य दर सेकंदाला बदलत असतो. भूक लागली की मनुष्य भोगी होतो. पोट भरलं की एकदम त्यागी होतो. संभोग केला, कूस बदलून झोपलं की एकदम ब्रह्मचर्याचे विचार यायला लागतात. एकदम त्यागी होतो. विचार येतो, सगळं बेकार आहे. काय आहे यात? संभोगानंतर पश्चात्ताप न झालेला मनुष्य शोधून सापडणार नाही.

संभोगानंतर प्रत्येक माणूस ब्रह्मचर्याविषयी विचार करतो. पण किती वेळ? चोवीस तासात पुन्हा खर्च झालेली ऊर्जा जमा झाली की पुन्हा वासना जागृत. ब्रह्मचर्य हा फार महत्त्वाचा विचार होता असं चोवीस तासांपूर्वी आपल्याला वाटत होतं, तेही तुम्ही विसरून जाता. हे वर्तुळ अहोरात्र चालू असतं. भोगाचे विचार, नंतर त्यागाचे विचार पुन्हा भोगाचे विचार.

स्वत:चं कॅलेंडर लिहिलंत तर लक्षात येईल. सकाळी त्यागी, दुपारी भोगी, पुन्हा त्यागी, पुन्हा भोगी. मंदिरात जाता, दुकानात जाता, दोन्हीकडे गेल्यानंतर एकमेकांचे विचार तुम्हाला समजतील की आपण सतत भोगी आणि त्यागी मध्ये आहोत. आपली अवस्था मधली आहे. ते दोघे त्यांच्या धारणेत चादर फक्त एकेकदाच मळवतात. तुम्ही मनुष्यप्राणी ती दोन्ही बाजूनं मळवता. ते कमीतकमी स्थिर तरी आहेत. पण तुम्ही वर्तुळात फिरता आहात. तुम्ही ही चादर जास्त खराब करता, नष्ट करता. म्हणूनच कबीर म्हणतात,

'सोई चादर सुर नर मुनि ओढ़ी, ओढ़ी के मैली किनी चदरिया ।
दास कबीर जतन से ओढ़ी, ज्यों की त्यों धरि दीनी चदरिया ॥'

परमात्म्यानं जशी दिली होती तशीच परत केली.

ही मोक्षाची अवस्था! मुक्त अवस्था... तुम्हाला जे मिळालंय ते जसंच्या तसं परत करणे. काहीही खराब करून न देणे.

लहान मूल जन्माला येतं.... अगदी स्वच्छ चादरीसारखं. नंतर नंतर मोठं होता होता ती चादर मळायला लागते. म्हातारपणी मरण येतं ते एखाद्या निर्जन वास्तूसारखं. हातात काहीच उरलं नाही. होतं तेही गमावलं. कबीर म्हणतात, ज्ञानी मनुष्यही मरतो. त्यालाही मृत्यू सोडत नाही; परंतु तो काहीतरी साठवून ठेवतो. या चादरीला तो निर्दोष ठेवतो.

या चादरीला स्वच्छ कशी ठेवणार? कबीर तर गृहस्थाश्रमी होते. बायको, मुलंबाळं सगळं काही होतं. संसारासाठी कमाई करत होते. तरीही म्हणत होते दास कबीर जतन से ओढी.... काय असेल त्यांचं कौशल्य? ते कौशल्य म्हणजे जागृती! जागं राहून जगणं, तसंच विवेक! जागृत चेतना... संसारासाठी जे करणं आवश्यक आहे ते सर्व काही करा. त्यापासून पळून फायदा नाही. परंतु कार्य करताना त्याचा कर्ता बनू नका. फक्त साक्षीदार व्हा... हीच मुख्य किल्ली आहे. बाजारात जा, दुकानात जा, मंदिरात जा, प्रार्थना करा.... पण या सर्वांचा कर्ता परमेश्वरालाच राहू दे. तुम्ही स्वत: श्रेय घेऊ नका. तुम्ही कशाला यात पडता? कर्ता तोच तोच सारं सांभाळेल. तुम्ही फक्त साक्षी व्हा.... एखाद्या नाटकातली एक भूमिका आपल्याला पार पाडायची आहे असं समजा. बस्स इतकंच.

रामलीलेत राम बनलात तर जरूर रडायला हवं. सीता हरवली जाणार. तुम्ही वृक्षांना विचारणार कुठे गेली सीता? ओरडणं, विलाप सगळं करणं आलं.... पण प्रत्यक्षात तुमची सीता काही हरवलेली नसते. फक्त अभिनय करायचा असतो. पडद्यामागे मग चहा प्यायचा, सिगारेट ओढायची. पुन्हा बाहेर रंगमंचावर धनुष्यबाण घेऊन हजर राहायचं.

जीवन हीसुद्धा एक लीला आहे. खूप सावधपणे चाललात तर अभिनय आहे. माझे एक मित्र होते. सायकियाट्रिस्ट होते. त्यांचा एक लहान मुलगा होता. पहिलाच मुलगा. तो खाण्यापिण्यासाठी फार त्रास द्यायचा. काहीही खायचा नाही. पती-पत्नी दोघंही काळजीत होते. एक दिवस त्यांनी सायकॉलॉजिकल प्रयोग करायचा ठरवला. त्यांनी मुलाला एक कोट, टोपी, हातात छोटी छडी दिली अन् म्हणाले, तू बाहेर जा. आपण नाटक नाटक खेळू. हा वेश परिधान करून टक्टक् करून ये.... एक पाहुणा बनून ये.

मुलानं आनंदानं तो सगळा पोशाख घातला. बाहेर गेला आणि बाहेरून दारावर टक्टक् केलं. माझ्या मित्रानं त्याचं स्वागत केलं आणि म्हणाला, ''आईये, आईये, आपण अगदी योग्य वेळी आला आहात. जेवण तयार आहे. चला जेवायला.''

मुलगा घरात आला. त्यानं खुर्चीवर टोपी काढली, छडी ठेवली आणि नाटकी स्वरात हात जोडून तो म्हणाला, ''क्षमा करा... पण मी जेवूनच आलो आहे.'' अभिनयच होता. त्यानं तो पूर्ण केला. जीवन एक अभिनय आहे. त्यापेक्षा वेगळं काही वागलात तर मार्ग चुकेल. खूप मोठा रंगमंच आहे. पात्रांची संख्या मोठी आहे. पण जीवन हा एक अभिनय आहे. तुम्ही कर्ता होऊ नका. एवढं तुम्ही कायम ध्यानात ठेवलंत तर तुम्हीही म्हणू शकाल,

'दास कबीर जतन से ओढ़ी, ज्यों की त्यों धरि दीनी चदरिया ।' ∎

ओशो – एक परिचय

आपल्यासारख्या भेदाभेद करणाऱ्या माणसांसाठी 'अर्थपूर्ण जाणीव' किंवा 'समजूत' म्हणू या हवं तर, पण तो अर्थबोध करून देण्याचं ओशोंचं मोठं योगदान आहे. ओशोंमध्ये एक गूढवादी तसंच एक वैज्ञानिकही आहे. त्यामुळे एक क्रांतिकारी म्हणता येईल, असं चैतन्य त्यांच्या अस्तित्वात आहे. म्हणूनच जीवनाचा नवीन मार्ग शोधण्याच्या निव्वळ गरजेसाठी 'सजग माणूसकी'ची गरज आहे, हे त्यांनी वारंवार जाणवून दिलंय. तीच त्यांची तीव्र इच्छा आहे.

या सुंदर आणि अलौकिक अशा पृथ्वीतलावर आपण आपल्या रोजच्या जगण्यात गतकाळानुसार सतत भीतीच्या छायेखाली वावरत असतोच.

प्रत्येकानं स्वत: बदलत राहणं, मग आपण सर्वांनी बदलत राहणं हा त्यांचा प्रमुख मुद्दा आहे. 'आपण सर्वांनी' म्हणजेच आपला समाज, आपली संस्कृती, आपल्या श्रद्धा एकूणच आपलं सर्व जग हे बदलणं आलं. त्या सर्व बदलाचं प्रवेशद्वार म्हणजे – ध्यान! मेडिटेशन!

आधुनिक जीवनपद्धतीतली अस्वस्थता जेव्हा हळूहळू शांत होत जाईल, तेव्हा प्रत्यक्ष कृती आपोआपच शांततेनं फक्त ऐकून घेण्याच्या मन:स्थितीत विरघळून जाईल. खऱ्याखुऱ्या 'मेडिटेशन'च्या आरंभाची ही एक गुरुकिल्लीच असणार आहे. या दुसऱ्या पायरीसाठी आधार म्हणून ओशोंनी नीट ऐकून घेण्याच्या प्राचीन कौशल्याचं सूक्ष्म पद्धतशीर भाषणांमध्ये रूपांतर केलं आहे. इथं 'शब्द' म्हणजे संगीत बनतं. ऐकणारा जे काही ऐकतो, त्यातून

जागरूकतेची अनुभूती घेतो. या सगळ्या नाजूक घडामोडींमध्ये शांतता जसजशी वाढू लागते, तसतसं पटकन मनापर्यंत पोहोचेल अशा गोष्टी ऐकण्याची गरज असते. ती गरज एखाद्या जादूप्रमाणे पूर्ण होते. नेहमीप्रमाणे मनाचे इतर अडथळे दूर होतात आणि सुंदर जादूमय घडामोडी घडू लागतात.'

लंडनच्या 'संडे टाइम्स'नं विसाव्या शतकातल्या जग बदलून टाकणाऱ्या एक हजार व्यक्तींमध्ये त्यांची गणना केलेली आहे. टॉम रॉबिन्स या अमेरिकन लेखकानं तर त्यांना 'जिझस ख्राईस्ट' नंतरचं सर्वांत 'खतरनाक' व्यक्तिमत्त्व असं बिरुद त्यांना बहाल केलंय. भारताचं भाग्य बदलवणाऱ्या गांधी, नेहरू आणि बुद्ध यांच्या बरोबरीनं भारतातील 'संडे-मिडडे'नं त्यांचा गौरव केला आहे.

आपल्या कार्याविषयी ते म्हणतात,'नवीन आधुनिक मनुष्याच्या जन्मासाठी मी 'भूमी' तयार करतो आहे.' या नवीन मनुष्याला ते 'झोरबा द बुद्ध' म्हणतात. झोरबा अशा की, ज्यामध्ये पृथ्वीवरची सर्व सुखं उपभोगण्याची क्षमता असेल, तसंच बुद्धांची शांत, सौम्य अशी प्रवृत्ती असेल. ओशोंच्या सर्वांगीण विचारांमध्ये जीवन-दर्शनाचा एक झुळझुळता प्रवाह आहे. त्यामध्ये पूर्वेकडची कालातीत असलेली प्रज्ञा आणि पश्चिमेकडचं विज्ञान, तसंच तंत्रज्ञानाच्या सर्वोच्च शक्यतांचा समावेश आहे.

आंतरिक परिवर्तनाच्या शास्त्रात 'ओशो' म्हणजे क्रांतिकारी उपदेशासाठी उत्तम पर्याय आहेत. तसंच ध्यानाच्या विविध पद्धतीचे प्रसारक आहेत. आत्ताच्या आधुनिक वेगवान जीवनशैलीला अनुसरून या पद्धती त्यांनी निर्माण केल्या आहेत.

सक्रिय ध्यानपद्धती अशापद्धतीनं तयार केलीय की, त्यामध्ये शरीर आणि मन या दोन्हीमध्ये एकत्रितपणे ताणतणावांचा निचरा होऊ शकेल आणि रोजच्या जीवनात सहज स्थिर मनोवृत्ती प्राप्त होऊ शकेल आणि गाढ शांतीचा अनुभव येईल.

ओशो हे कोणत्याच अवकाशात मावणारे नाहीत. माणसाच्या व्यक्तिगत शोधापासून ते समाजातल्या सर्व सामाजिक तसंच राजकीय प्रश्नांवर प्रकाश टाकणारी अशी त्यांची प्रवचनं आहेत. ओशोंनी स्वत:ही पुस्तकं लिहिलेली नाहीत. जागतिक स्तरावर सर्व श्रोत्यांसमोर दिलेल्या प्रवचनांच्या ऑडिओ व्हिडीओच्या वार्तांकनांचं संकलन म्हणजे त्यांची पुस्तकं आहेत. ते म्हणतात ''मी जे काही सांगतो ते केवळ तुमच्यासाठीच नसून भविष्यातल्या पिढींसाठी सांगत असतो.

ओशोंची दोन आत्मकथात्मक पुस्तकं याप्रमाणे.

१) 'ऑटोबायोग्राफी ऑफ ए स्पिरिच्युअली इनकरेक्ट मिस्टीक', सेंट मार्टिस प्रेस, यूएसए.

२) 'ग्लिम्प्सेस ऑफ ए गोल्डन चाइल्डहूड', ओशो मीडिया इंटरनॅशनल, पुणे, भारत.

◆

ओशो इंटरनॅशनल मेडिटेशन रिझॉर्ट

शंभरपेक्षाही जास्त अशा निरनिराळ्या देशांमधून हजारो पर्यटक दरवर्षी या रिसॉर्टला भेट देतात. इथला अनुपम असा परिसर उत्साहानं परिपूर्ण, शांत-निवांत असा असून काहीतरी सर्जनात्मक असं नवीन जीवन जगण्याविषयी प्रेरणा देणारा आहे. संपूर्ण वर्षभर चोवीस तास चालणारे निरनिराळे उपक्रम इथे आहेत. अर्थात काहीही न करता नुसतं शांत बसणं, हाही त्यातलाच एक भाग!

इथल्या सर्व कार्यक्रमांच्या रचनेत ओशोंच्या 'झोरबा द बुद्ध'ची आंतरदृष्टी समाविष्ट आहे. यामध्ये एका नवीन मनुष्याचा नवीन ढंग आहे. जो माणूस रोजचं दैनंदिन जीवन सर्जनात्मक पद्धतीनं जगूनसुद्धा मौन तसंच ध्यानामध्ये मग्न होण्याची क्षमता राखतो.

ठिकाण : मुंबईपासून शंभर मैलावर दक्षिणपूर्वेला असलेल्या संपन्न अशा आधुनिक पुणे शहरात सुट्टी घालवण्याचं एक सुरेख असं स्थान म्हणजे, 'ओशो इंटरनॅशनल मेडिटेशन रिसॉर्ट!'' घनदाट झाडीमध्ये लपलेलं हे रिसॉर्ट सर्वांपेक्षा वेगळं असून अठ्ठावीस एकराच्या बगिचामध्ये पसरलेलं आहे.

इथली कार्यक्रमपद्धती :

ध्यान : दिवसभर चालणाऱ्या ध्यान कार्यक्रमांमध्ये सक्रिय तसंच निष्क्रिय, परंपरागत तसंच क्रांतिकारक, खासकरून 'ओशो डायनॅमिक मेडिटेशन'पद्धतीनुसार, प्रत्येक व्यक्तीनुसार अनेक ध्यानपद्धती उपलब्ध आहेत. या सर्व ध्यानपद्धती जगातल्या सर्वांत भव्य अशा 'ओशो ऑडिटोरियम' ध्यान सभामंडपात पार पाडल्या जातात.

विविधता : इथल्या विविध व्यक्तिगत सेशन्समध्ये, शिबिरात सर्जनशील अशा कलांपासून ते संपूर्ण स्वास्थ्यापर्यंत, तसंच व्यक्तिगत परिवर्तन, व्यक्तिगत संबंध, जीवनातील अग्रक्रम, कार्यध्यान, गुह्यविज्ञान, खेळ, मनोरंजन या सर्व गोष्टीत अगदी 'झेन पद्धती'चा सुद्धा समावेश आहे. इथल्या (मल्टिव्हर्सिटी) विविध गोष्टींच्या यशाचं रहस्य म्हणजे इथले सर्वप्रकार पूर्णपणे ध्यानाशी जोडलेले आहेत. त्यामुळे इथल्या

माणसांमध्ये हा विचार घट्टपणे रुजवला जातो की, 'मनुष्य म्हणजे फक्त शरीराशी निगडीत नसून त्यापलीकडेही खूप आहे.'

बाशो स्पा : हिरव्यागार झाडांच्या सान्निध्यात, मोकळ्या हवेत असलेला भव्य असा, पाण्यात मनसोक्त तरंगण्याचा आनंद देणारा जलतरण तलाव म्हणजे मोठं आकर्षण आहे. वैशिष्ट्यपूर्ण तयार केलेली मोठी झकूझी, सौना, जीम, टेनिसकोर्ट या सर्वांचा समावेश इथे केलेला आहे.

भोजन : निरनिराळ्या पद्धतींनी बनवलं जाणारं इथलं स्वादिष्ट भोजन पूर्णपणे शाकाहारी असून ते पाश्चात्त्य तसंच आशियाई ढंगामध्ये उपलब्ध आहे. मेडिटेशन रिसॉर्टसाठी विशेषत्वानं लागवड केलेल्या सेंद्रिय भाज्याच इथं वापरल्या जातात. ब्रेड आणि केक रिसॉर्टच्या स्वत:च्याच बेकरीत बनवले जातात.

संध्याकाळचे कार्यक्रम : या कार्यक्रमांची यादी तर खूप मोठी आहे. पण सर्वांत पहिल्या स्थानावर आहे नृत्य! इतर कार्यक्रमात चांदण्यारात्रीतलं ध्यान, विविध मनोरंजक कार्यक्रम, संगीताचे कार्यक्रम तसंच रोजच्या जीवनासाठी ध्यान हे सम्मिलित आहे.

याव्यतिरीक्त प्लाझा कॅफेमध्ये मित्र-परिवारा बरोबर गाठीभेटी तसंच रात्रीच्या शांतवेळी या परिकथेसारख्या वाटणाऱ्या वातावरणात भटकण्याचा आनंदही घेऊ शकतो.

सोयी : रोजच्या उपयोगाच्या वस्तू आपण रिसॉर्टच्या दुकानांमधून खरेदी करू शकता. मल्टिमीडिया सभागृहात ओशोंची सर्व 'मीडिया' सामुग्री मिळू शकते. बँक ट्रॅव्हल एजन्सी तसंच सायबरकॅफेची सोयही इथे आहे. खरेदीची आवड असणाऱ्यांना पुण्यामध्ये भरपूर गोष्टी उपलब्ध आहेत. अगदी पारंपरिक भारतीय वस्तुंपासून ते आंतरराष्ट्रीय बँडपर्यंतची सर्व दुकाने आहेत.

राहाण्यासाठी : ओशो गेस्टहाउसमध्ये एखादी छानशी खोली मिळू शकते. खूप दिवस राहायचं असेल, तर 'लिव्हिंग-इन'चं पॅकेज घेऊ शकता. याव्यतिरिक्त आसपास बरीच चांगली हॉटेल्स आणि सर्व्हिसूड अपार्टमेंट सुद्धा आहेत.

www.OSHO.com/meditationresort
www.OSHO.com/guesthouse
www.OSHO.com/livingin

अधिक माहितीसाठी

सध्या सोशल नेटवर्किंगद्वारा संपूर्ण माहिती मिळू शकते. हे माध्यम फक्त तरुण वर्गच वापरतो असं नाही. काळ बदलतोय तसंच आम्हीही बदलतोय.

* विविध वेबसाइट – www.OSHO.com
* हिंदीसाठी – www.OSHO.com/hindi
* ओशो लायब्ररीमध्ये आपल्या आवडत्या विषयांसाठी
  www.OSHO.com/library
  www.OSHO.com/library-hindi
* संपूर्ण ओशो ध्यानपद्धती आणि संबंधित संगीतासाठी
  www.OSHO.com/Meditation
* ओशोंचं संपूर्ण हिंदी-इंग्रजी साहित्य आणि इ-बुक्ससाठी
  www.OSHO.com/shop
  www.OSHO.com/shop-hindi
  www.OSHO.com/ebooks
* ऑडिओ प्रवचनांसाठी MP3 व इतर
  www.OSHO.com/hindiAudiobooks
* रिसॉर्टला येण्यासाठी माहितीखातर
  www.OSHO.com/MeditationResort
* ओशो इंटरनॅशनल न्यूजलेटरच्या मोफत सदस्यत्वासाठी
  www.OSHO.com/newsletters
  www.OSHO.com/hindinewsletters
* ओशो टॅराकार्ड ऑनलाइन वाचनासाठी
  www.OSHO.com/tarot
* ओशो हिंदी रेडिओसाठी पाहा.
  www.OSHOtalks.info
  radiohindi.OSHO.com

* इथल्या कार्यक्रमांसाठी, उत्सवांसाठी माहिती घेण्यासाठी
  www.facebook.com/OSHO.International
* विविध उपक्रम, कार्यक्रमांसाठी माहिती
  www.facebook.com/OSHO.International.Meditation.Resort
* ओशो व्हिडीओ चॅनल, कुठेही केव्हाही
  www.youtube.com/OSHO.International
* दिवसाची सुरुवात ओशोंच्या संदेशानं
  www.twitter.com/OSHOtimes

* या साइट्सवर रजिस्ट्रेशन तसंच ब्राउज करण्यासाठी थोडा वेळ काढा. ओशोंबद्दल भरपूर माहिती मिळेल.

* या व्यतिरिक्त आणखीनही निरनिराळ्या रोचक पद्धतीनं आपण शोधू शकता ज्यायोगे 'ओशोंना जगभरात' प्राप्त करता येईल.

■

ओशो का हिंदी साहित्य

उपनिषद
सर्वसार उपनिषद
कैवल्य उपनिषद
अध्यात्म उपनिषद
कठोपनिषद
ईशावास्य उपनिषद
निर्वाण उपनिषद
आत्म-पूजा उपनिषद
केनोपनिषद

महावीर
महावीर-वाणी (दो भागों में)
जिन-सूत्र (दो भागों में)
महावीर या महाविनाश
महावीर : मेरी दृष्टि में
ज्यों की त्यों धरि दीन्हीं चदरिया

कृष्ण
गीता-दर्शन
(आठ भागों में अठारह अध्याय)
कृष्ण-स्मृति

बुद्ध
एस धम्मो सनंतनो (बारह भागों में)

अष्टावक्र
अष्टावक्र महागीता (नौ भागों में)

लाओत्से
ताओ उपनिषद (छह भागों में)

च्वांगत्सु
संसार और मार्ग
सत्य असत्य

मीरा
मैंने राम रतन धन पायो
झुक आई बदरिया सावन की

जगजीवन
नाम सुमिर मन बावरे
अरी, मैं तो नाम के रंग छकी

कबीर
सुनो भई साधो
कस्तूरी कुंडल बसै
कहै कबीर दीवाना
मेरा मुझमे कुछ नही
गुंगे केरी सरकारा
क़है कबीर मैं पूरा पाया
होनी होय सो होय

शांडिल्य
अथातो भक्ति जिज्ञासा (दो भागों में)

दादू
सबै सयाने एक मत
पिव पिव लागी प्यास

पलटू
अजह्यचेत गंवार
सपना यह संसार
काहे होत अधीर

दरिया
कानों सुनी सो झूठ सब
अमी झरत बिगसत कंवल

सुंदरदास
हरि बोलौ हरि बोल
ज्योति से ज्योति जले

धरमदास
जस पनिहार धरे सिर गागर
का सोवै दिन रैन

मलूकदास
कन थोरे कांकर घने
रामदुवारे जो मरे

बाउल संत
प्रेम योग
आनंद योग

अन्य रहस्यदर्शी
भक्ति-सूत्र (नारद)
शिव-सूत्र (शिव)
भजगोविन्दम् मूढ़मते (आदिशंकराचार्य)
एक ओंकार सतनाम (नानक)
जगत तरैया भोर की (दयाबाई)
बिन घन परत फुहार (सहजोबाई)
नहीं सांझ नहीं भोर (चरणदास)
संतो, मगन भया मन मेरा (रज्जब)
कहै वाजिद पुकार (वाजिद)
मरौ हे जोगी मरौ (गोरख)
सहज-योग (सरहपा-तिलोपा)
बिरहिनी मंदिर दियना बार (यारी)

प्रेम-रंग-रस ओढ़ चदरिया (दूलन)
दरिया कहै सब्द निरबाना (दरियादास
बिहारवाले)
हंसा तो मोती चुगैं (लाल)
गुरु-परताप साध की संगति (भीखा)
मन ही पूजा मन ही धूप (रैदास)
झरत दसहुं दिस मोती (गुलाल)
अकथ कहानी प्रेम की (फरीद)

**झेन, सूफी और उपनिषद
की कहानियां**
बिन बाती बिन तेल
सहज समाधि भली
दीया तले अंधेरा
मनुष्य होने की कला
सदगुरु समर्पण
उस पथ के पथिक
अंतर्यात्रा के पथ पर

विचार-पत्र
क्रांति-बीज
पथ के प्रदीप

पत्र-संकलन
अंतर्वीणा
प्रेम की झील में अनुग्रह के फूल
ढाई आखर प्रेम का
पद घुंघरू बांध
प्रेम के फूल
प्रेम के स्वर
पाथेय

बोध-कथा
मिट्टी के दीये

ध्यान, साधना

ध्यान विज्ञान
ध्यानयोग : प्रथम और अंतिम मुक्ति
मैं कौन हूं
चित चकमक लागे नाहिं
समाधिके द्वार पर
तृषा गई एक बूंद से
तृषा गई एक बूंद से
जीवन सत्यकी खोज
माटी कहै कुम्हार सूं
माटी कहै कुम्हार सूं
जीवन रस गंगा
अमृत की दिशा
अमृत की दिशा
समाधि के तीन चरण

साधना-शिविर

साधना-पथ
साधना-पथ
अंतर्यात्रा
प्रभूकी पगडंडियां
साक्षी की साधना
साक्षी की साधना
साक्षी का बोध
मैं मृत्यु सिखाता हूं
जिन खोजा तिन पाइयां
समाधि के सप्त द्वार (ब्लावट्स्की)
साधना-सूत्र (मेबिल कॉलिन्स)
ध्यान-सूत्र
जीवन ही है प्रभु
असंभव क्रांति
ध्यान दर्शन
ध्यान के कमल

शून्य की नाव
शून्य के पार
सत्य की खोज
संभावनाओं की आहट
समाधि कमल
जो घर बारे आपना
प्रेम दर्शन
गिरह हमारा सुन्न में
अपने माहिं टटोल
जीवन संगीत
रोम-रोम रस पीजिए

योग

पतंजलि : योग-सूत्र (पांच भागों में)
योग : नये आयाम

तंत्र

संभोग से समाधि की ओर
संभोग से समाधि की ओर
युवक और यौन
क्रांती सूत्र
तंत्र-सूत्र (पांच भागों में)

राष्ट्रीय और सामाजिक समस्याएं

फिर अमरित की बूंद पड़ी
एक एक कदम
देख कबीरा रोया
देख कबीरा रोया
अस्वीकृति में उठा हाथ
भारत के जलते प्रश्न
समाजवाद से सावधान
समाजवाद अर्थात आत्मघात
स्वर्ण पाखी था जो कभी
नये समाज की खोज

नये समाज की खोज
नये भारत का जन्म
भारत का भविष्य

अंतरंग वार्ताएं
संबोधि के क्षण
प्रेम नदी के तीरा
सहज मिले अविनाशी
उपासना के क्षण
अनंत की पुकार

प्रश्नोत्तर
नहिं राम बिन ठांव
प्रेम-पंथ ऐसो कठिन
उत्सव आमार जाति, आनंद आमार गोत्र
मृत्योर्मा अमृतं गमय
प्रीतम छवि नैनन बसी
रहिमन धागा प्रेम का
उड़ियो पंख पसार
सुमिरन मेरा हरि करैं
पिय को खोजन मैं चली
साहेब मिल साहेब भये
जो बोलैं तो हरिकथा
बहुरि न ऐसा दांव
ज्यूं था त्यूं ठहराया
ज्यूं मछली बिन नीर
दीपक बारा नाम का
अनहद में बिसराम
लगन महूरत झूठ सब
सहज आसिकी नाहिं
पीवत रामरस लगी खुमारी
रामनाम जान्यो नहीं
सांच सांच सो सांच
आपुई गई हिराय
बहुतेरे हैं घाट
कोंपलें फिर फूट आईं
क्या सोवै तू बावरी
कहा कहूं उस देस की
पंथ प्रेम को अटपटो
फिर पत्तों की पांजेब बजी
मैं धार्मिकता सिखाता हूं, धर्म नहीं
ओशो उपनिषद
एक नई मनुष्यता का जन्म
भविष्य की आधारशिलाएं

विविध
अमृत-कण
अमृत वाणी
कुछ ज्योर्तिमय क्षण
नये संकेत
चेति सकै तो चेति
हसिबा, खेलिबा, धरिबा ध्यानम्
धर्म साधना के सूत्र
मैं कहता आंखन देखी
जीवन क्रांति के सूत्र
जीवन रहस्य
करुणा और क्रांति
विज्ञान, धर्म और कला
प्रभु मंदिर के द्वार पर
तमसो मा ज्योतिर्गमय
प्रेम है द्वार प्रभु का
अंतर की खोज
अमृत वर्षा
अमृत द्वार
एक नया द्वार
प्रेम गंगा
समुंद समाना बुंद में

सत्य की प्यास	शिक्षा में क्रांति
शून्य समाधि	गहरे पानी पैठ
व्यस्त जीवन में ईश्वर की खोज	ज्योतिष विज्ञान
अज्ञात की ओर	नव संन्यास क्या
धर्म और आनंद	सत्य का अन्वेषण
जीवन-दर्शन	सत्य का दर्शन
जीवन की खोज	घाट भुलाना बाट बिनु
क्या ईश्वर मर गया है	पथ की खोज
क्या मनुष्य एक यंत्र है	जीवन अलोक
नानक दुखिया सब संसार	जीवन की कला
नये मुनष्य का धर्म	जीवन क्रांती की दिशा
धर्म की यात्रा	जीवन गीत
स्वयं की सत्ता	मन का दर्पण
सुख और शांति	आंखों देखी सांच
नारी और क्रांति	आनंद की खोज
सम्यक शिक्षा	स्वर्णिम बचपन

ओशोंच्या साहित्यासंबंधी माहितीसाठी तसेच मागणीकरिता संपर्क :

ओशो मिडिया इंटरनॅशनल

१७ कोरेगाव पार्क, पुणे ४११००१ (महाराष्ट्र-भारत)

फोन नं. +९१ (२०) ६६०१९९८१

Email : distribution@osho.net

ओशोंच्या ऑडियो व्हिडियो प्रवचनांसंबंधी माहितीसाठी तसेच मागणीकरिता संपर्क :

ओशो मल्टिमीडिया ॲन्ड रिसॉर्ट्स प्रा. लि.

१७, कोरेगाव पार्क, पुणे ४११००१ (महाराष्ट्र-भारत)

फोन नं. +९१ (२०) ६६०१९९८१

Email : distribution@osho.net

श्रोत्यांसमोर प्रत्यक्ष दिलेल्या तत्कालीन प्रवचनांचा समावेश असणारी ही ओशोंची पुस्तकं आहेत. ओशोंची सर्व प्रवचनं, पुस्तकरूपात तसंच ऑडिओ रेकॉर्डिंगच्यारूपात उपलब्ध आहेत. ही रेकॉर्डिंग्ज तसंच पुस्तकं यांच्यासाठी www.OSHO.com/library या संकेतस्थळावर संपर्क साधता येईल.

www.ingramcontent.com/pod-product-compliance
Lightning Source LLC
Chambersburg PA
CBHW070812250626
47170CB00006B/2077
9788190779111